அகதியின் பேர்ளின் வாசல்

அகதியின் பேர்ளின் வாசல்

ஆசி கந்தராஜா (பி. 1950)

ஆஸ்திரேலிய ஈழத்து எழுத்தாளர், கல்வியாளர், பூங்கனியியல் – உயிரியல் தொழில்நுட்பத்துறைப் பேராசிரியர். யாழ்ப்பாணத்திலுள்ள கைதடி கிராமத்தில் பிறந்தவர்.

ஜெர்மனி, ஜப்பான், ஆஸ்திரேலியப் பல்கலைக்கழகங்களில் படித்தவர், பணிபுரிந்தவர்; தற்போது ஓய்வுபெற்று முழுநேரமாக எழுதிக்கொண்டிருக்கிறார்.

யப்பான், சீனா, இந்தியா, இலங்கை, பங்களாதேஷ், வியட்நாம், தென்கொரியா, இந்தோனேசியா, பிலிப்பைன்ஸ், மலேசியா, சிங்கப்பூர், உகண்டா, கென்யா, தன்சானியா, எத்தியோப்பியா, தென் ஆப்பிரிக்கா, மத்திய கிழக்கு, ஐரோப்பிய நாடுகளுக்கு வருகைதரு பேராசிரியராகச் சென்று, அங்குள்ள பல்கலைக்கழகங்களில் சிறப்பு விரிவுரைகளும் பயிற்சி வகுப்புகளும் நடத்தியவர்.

இலங்கை சாகித்திய விருது, தமிழக அரசின் மதுரைத் தமிழ்ச் சங்க விருது உட்பட இலங்கை, இந்தியாவில் பல விருதுகள் பெற்றவர்.

ஆஸ்திரேலியாவில் முப்பத்தைந்து ஆண்டுகளுக்கு மேலாக வாழ்ந்து வருகிறார்.

ஆசிரியரின் பிற காலச்சுவடு நூல்கள்

- 'கள்ளக் கணக்கு', சிறுகதைகள் (2018)
- 'மண் அளக்கும் சொல்', புனைவுக் கட்டுரைகள் (2022)

ஆசி கந்தராஜா

அகதியின் பேர்ளின் வாசல்

காலச்சுவடு பதிப்பகம்

● அன்பார்ந்த வாசகருக்கு,

வணக்கம்.

காலச்சுவடு நூலை வாங்கியமைக்கு நன்றி.

நூலின் உள்ளடக்கம், உருவாக்கம், அட்டைப்படம் இன்ன பிற அம்சங்கள் பற்றிய உங்கள் கருத்துகளையும் ஆலோசனைகளையும் காலச்சுவடு வரவேற்கிறது. தகவல், எழுத்து, வாக்கியப் பிழைகள் தென்பட்டால் கட்டாயம் தெரிவித்து உதவுங்கள். நூல் தயாரிப்பில் கடும் குறைபாடு இருப்பின் மாற்றுப் பிரதி உங்களுக்குக் கிடைக்கக் காலச்சுவடு ஏற்பாடு செய்யும்.

மின்னஞ்சல்: **publisher@kalachuvadu.com**

காலச்சுவடு நாகர்கோவில் அலுவலகத்திற்குக் கடிதம் அனுப்பலாம்.

தங்கள்
எஸ்.ஆர். சுந்தரம் (கண்ணன்)
பதிப்பாளர் — நிர்வாக இயக்குநர்

அகதியின் பேர்ளின் வாசல் ♦ நாவல் ♦ ஆசிரியர்: ஆசி கந்தராஜா ♦ © ஆ.சி. கந்தராஜா ♦ முதல் பதிப்பு: மே 2023 ♦ காலச்சுவடு முதல் பதிப்பு: டிசம்பர் 2023 ♦ வெளியீடு: காலச்சுவடு பப்ளிகேஷன்ஸ் (பி) லிட்., 669, கே.பி. சாலை, நாகர்கோவில் 629001

காலச்சுவடு பதிப்பக வெளியீடு: 1227

akatiyin peerLin vaacal ♦ Novel ♦ Author: Aasi Kantharajah ♦ © A.S. Kantharajah ♦ Language: Tamil ♦ First Edition: May 2023 ♦ Kalachuvadu First Edition: December 2023 ♦ Size: Demy 1 x 8 ♦ Paper: 18.6 kg maplitho ♦ Pages: 160

Published by Kalachuvadu Publications Pvt. Ltd., 669, K.P. Road, Nagercoil 629001, India ♦ Phone: 91-4652-278525 ♦ e-mail: publications @kalachuvadu.com ♦ Printed at Mani Offset, Chennai 600077

ISBN: 978-81-19034-98-7

12/2023/S.No. 1227, kcp 4783, 18.6 (1) ass

நிர்ப்பந்தக் காரணிகளால் பூமிப்பந்தெங்கும்
புலம்பெயரக் காத்திருக்கும் அகதிகளுக்கு

Berlin
East
Germany
West
Germany

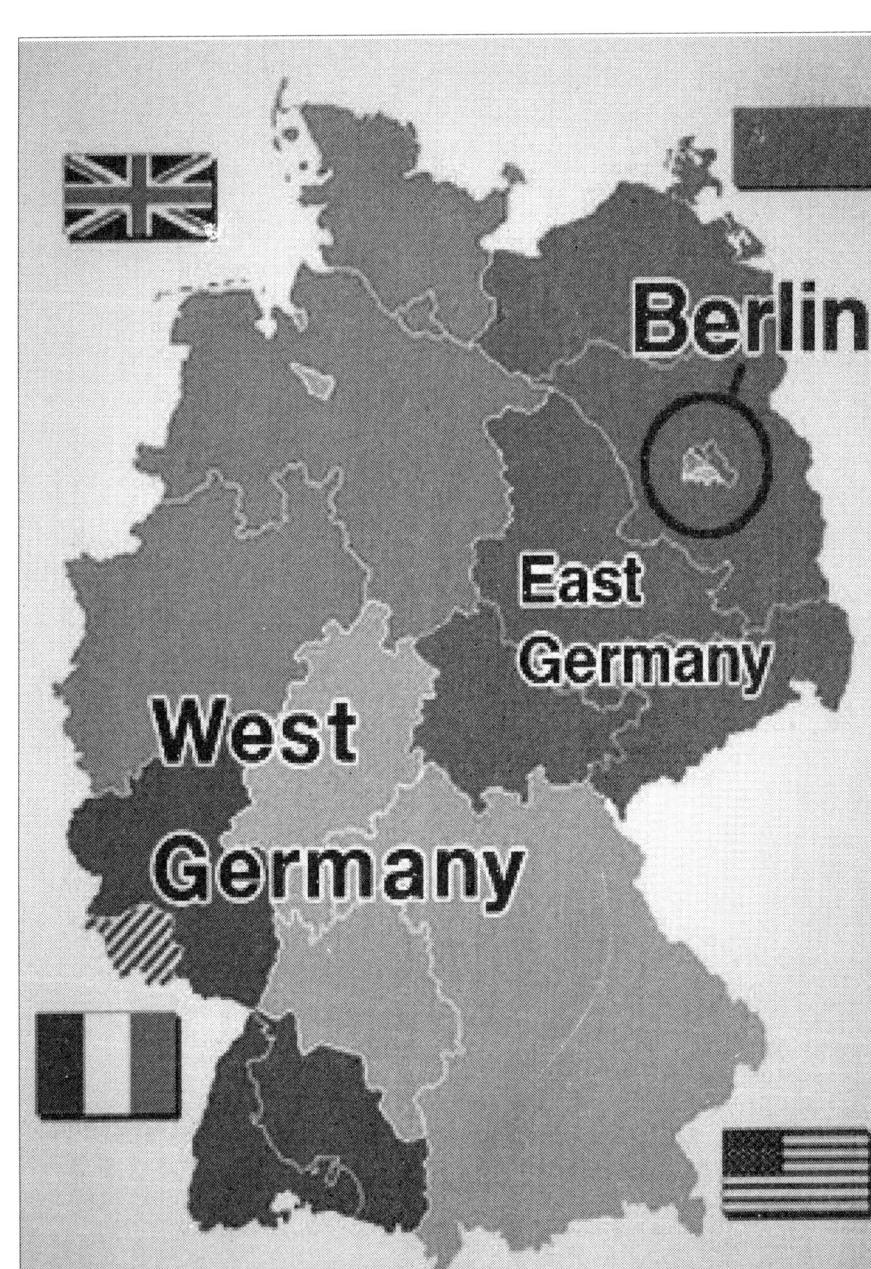

DIVIDED BERLIN—1949–90
AREA
WEST BERLIN
185 sq mi
480 sq km
EAST BERLIN
156 sq mi
403 sq km
FRENCH
EAST
SOVIET
WEST
BRITISH
BERLIN
Spree R.
BERLIN
AMERICAN
Havel R.
EAST GERMANY

West Berlin U-Bahn Map, 1977
Berlin Wall
Also known as the 'Anti-Fascist Protection Rampart' as it was called by the East-German government
Closed station
Called "ghost stations" patrolled by East German border guards to prevent unauthorised crossings into West Berlin
Friedrichstraße Station
an official checkpoint between the two sectors
East-Berlin subway network (Not fully represented) Unreachable from the west
Unexploited line
East-Berlin station only accessible to East-Berliners 'U-Bahn' trains from the West cannot stop at these stations.
West-Berlin
(Federal Republic of Germany)
East-Berlin
(German Democratic Republic)
Tegel
Pankow
Friedrichstraße Station
Kurfürstendamm
Innsbrucker Platz
Alt-Mariendorf
Rudow
Tierpark

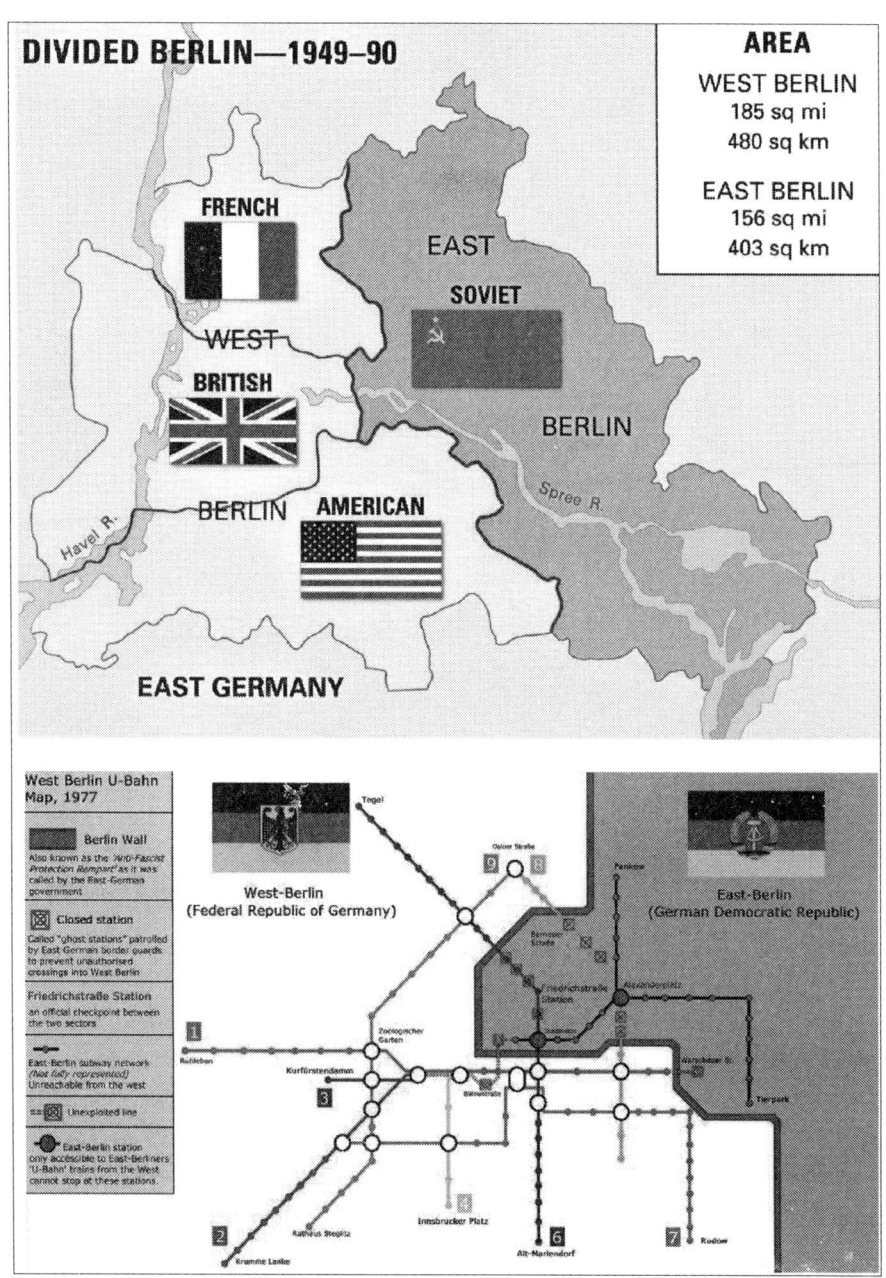

என்னுரை

அடொல்ஃப் ஹிட்லரின் வீழ்ச்சிக்குப் பின்னர் பரந்துபட்ட ஜேர்மன் பிரதேசம் இரண்டு நாடுகளாயிற்று.

1949 தொடக்கம் 1990வரை சோவியத்தின் கண்காணிப்பின் கீழே, ஜேர்மன் ஜனநாயகக் குடியரசு என்ற பெயரில் கிழக்கு ஜேர்மனியும் அமெரிக்கா, பிரான்ஸ், பெரிய பிரித்தானியா ஆகிய நாடுகளின் ஆதிக்கத்தின் கீழே, மேற்கு ஜேர்மனி என அழைக்கப்பட்ட பிரதேசம் ஜேர்மன் சமஷ்டிக் குடியரசாகவும் பிளவுபட்டிருந்தன. இந்தக் காலகட்டத்தில், 1974முதல் 1980வரை கிழக்கிலும் பின்னர் தொடர்ந்து 1986 இறுதிவரை மேற்கிலும் வாழ்ந்து, அங்குள்ள பல்கலைக்கழகங்களில் படித்திருக்கிறேன். பணிபுரிந்திருக்கிறேன். அந்தவகையில் எனது கல்வி அங்கு ஜேர்மன் மொழியில் அமைந்திருந்தது. இதன் காரணமாக, முதுகலை முனைவர் (கலாநிதி) பட்டங்களுக்கான ஆராய்ச்சிக் கட்டுரைகளை ஜேர்மன் மொழியிலேயே எழுதினேன்.

ஜேர்மன் ஜனநாயகக் குடியரசு என்னும் கிழக்கு ஜேர்மனி, சோசலிசக் கொள்கைகளைப் பின்பற்றிய நாடு. அங்கு கல்வி கற்பவர்கள் பிரதான கல்வியுடன் கம்யூனிசச் சித்தாந்தங்களையும் கற்க வேண்டுமென்பது பொதுவான விதி. அதற்கமைய கார்ல்மார்க்ஸ் ஜேர்மன் மொழியில் எழுதிய

'மூலதனம்' என்னும் நூல் முதல், வேறும்பல கம்யூனிசச் சித்தாந்தங்களை விளக்கும் புத்தகங்களைப் படித்துப் பரீட்சையிலும் சிறப்புச் சித்தி பெற்றிருக்கிறேன்.

பிளவுபட்ட ஜேர்மனிகளுக்கிடையிலே மறைமுகமாக நடந்த பனிப்போர், தனிப்பட்டரீதியில் எனக்கும் சாதகமாக அமைந்தது. முதலாளித்துவக் கொள்கைகளைப் பின்பற்றிய மேற்கு ஜேர்மனி, கிழக்கு ஜேர்மனியில் தொழிற்க் கல்வியுடன் கம்யூனிசப் பாடங்களில் சிறப்புச் சித்திபெறும் வெளிநாட்டு மாணாக்கர்களுள் சிலரைத் தெரிந்தெடுத்து, தங்கள் நாட்டில் மீண்டும் உயர் கல்விகற்கும் வாய்ப்பைக் கொடுத்தது. கிழக்கு ஜேர்மனியில் படித்த கம்யூனிசச் சித்தாந்தங்களை மறக்கவைக்க, மேற்கு ஜேர்மனி முன்னெடுத்த மூளைச்சலவையின் செயற்பாடே இது. இதன் நீட்சியாக மேற்கு ஜேர்மன் ஆளுகைக்குட்பட்ட மேற்கு பேர்ளின் தொழில் நுட்பப் பல்கலைக்கழகத்தில் முனைவர்பட்ட ஆராய்ச்சிக்கான புலமைப்பரிசில் எனக்குக் கிடைத்தது. கிழக்கு ஜேர்மனியில் நான் கற்ற சோசலிச, கம்யூனிசப் படிப்பறிவும் மேற்கு ஜேர்மனியில் நான் பெற்ற முதலாளித்துவப் பட்டறிவும், பிளவுபட்ட ஜேர்மனி பற்றிய பூரண விளக்கத்தை எனக்குத் தந்தன.

1977ஆம் ஆண்டு ஐக்கிய தேசியக் கட்சி ஆட்சிக்கு வந்த பின்னர், தமிழர்களை இலக்கு வைத்து, இலங்கையில் இனக் கலவரம் நடத்தப்பட்டது. 1958 இனக்கலவரத்துக்குப் பின்பு இலங்கையில் இடம்பெற்ற நாடளாவிய இனக்கலவரம் இதுவாகும். 1977 ஓகஸ்ட் பதினைந்தாம் திகதியிலிருந்து இரண்டு வார காலங்களுக்கு நீண்ட இக்கலவரத்தில் இலங்கையின் பலபாகங்களிலும் வாழ்ந்த தமிழர்கள், உயிரிழப்புக்கள் உள்ளிட்ட பல பாதிப்புக்களைச் சந்தித்தார்கள். இதனைத் தொடர்ந்தே இலங்கைத் தமிழர்கள் படிப்படியாகப் பூமிப் பந்தெங்கும் புலம்பெயர்ந்தார்கள்.

இதன் பின்னர் நடந்ததுதான் கறுப்பு ஜூலை அல்லது ஆடிக்கலவரம் எனப் பரவலாக அறியப்பட்ட 1983ஆம் ஆண்டு இனக்கலவரம். இதுவே தமிழ் மக்களுக்கு எதிராக மேற்கொள்ளப் பட்ட மிகப்பெரிய, பாரதூரமான இனக்கலவரமாகும். இதன் தொடர்ச்சியாக இலங்கைத் தமிழர்கள் பெருமளவில் மேற்கு ஐரோப்பாவை நோக்கிப் புலம்பெயரத் துவங்கினார்கள். இதற்கு வசதியாக அமைந்தது உலக அகதிகள் இறங்குதுறையாக அக்காலத்தில் செயற்பட்ட கிழக்கு பேர்ளின் நகரம். இதுவே கிழக்கு ஜேர்மனியின் தலைநகரமாகவும் விளங்கியது.

சோவியத்தின் செல்வாக்கின் கீழிருந்த கிழக்கு ஜேர்மனியின் பொருளாதாரத்தில், மேற்கு ஜேர்மனி புகுந்து விளையாடி நெருக்கடி கொடுக்க, வந்திறங்கும் அகதிகள் மூலம் மேற்கு ஜேர்மனிக்குத் தொல்லை கொடுத்தது கிழக்கு ஜேர்மனி. இதற்குப் பிளவுபட்ட ஜேர்மனியின் பூகோள அமைப்பும், பேர்ளின் நகரம் குறித்த பொட்ஸ்டம் உடன்படிக்கை விதிகளும், வசதியையும் வாய்ப்பையும் ஏற்படுத்திக் கொடுத்தன.

மேற்கு பேர்ளின் நகரம் கிழக்கு ஜேர்மனிக்குள் இருந்தாலும், அது மேற்கு ஜேர்மனியின் ஆளுகைக்கு உட்பட்டதால், மேற்கு பேர்ளினுக்குள் வந்துசேர்ந்துவிட்டால், மேற்கு ஜேர்மனியில் வசிப்பதற்கான அகதி அந்தஸ்துக் கோருதல் சாத்தியமாக அமைந்துவிடும். பின்னர் அங்கிருந்து வேறுபல மேற்கு ஐரோப்பிய நாடுகளுக்கு, தரை எல்லையை கடந்து சென்றடைதல் அப்போது சாத்தியமாக இருந்தது. 1980ஆம் ஆண்டுகளில் நடைமுறையில் இருந்த ஐரோப்பிய நாடுகளின் குடிவரவு விதிகளில், தற்போது புகுத்தப்பட்டுள்ள கெடுபிடிகள் இருக்கவில்லை. எனவே அகதிகள் பிரான்ஸ், சுவிஸ், ஒல்லாந்து, டென்மார்க் நோர்வே என்றும், பின்னர் அங்கு தமது வாழ்க்கையை ஸ்திரப்படுத்திக்கொண்டு பிரித்தானியா, கனடா என ஆங்கிலம் பயிலும் நாடுகளுக்குப் பெயர்தல் சாத்தியமாயிற்று.

பிளவுபட்ட ஜேர்மனிகள் 1990ஆம் ஆண்டு இணையும்வரை பூமிப்பந்தெங்கும் தமிழர் புலம்பெயர்வதற்கு நுழைவாயிலாக அமைந்தது கிழக்கு பேர்ளினும், அதனுடன் இணைந்த மேற்கு பேர்ளினின் பூகோள அமைப்புமே என்பது இதுவரை பதிவு செய்யப்படாத உண்மையாக உள்ளது. மேற்கு பேர்ளின் *Tegal* என்னுமிடத்தில் துவங்கும் ஆறாம் இலக்க சுரங்க இரயில் பாதையொன்று, கிழக்கு பேர்ளின் நிலப்பரப்பின் கீழாகச் சென்று மேற்கு பேர்ளினிலுள்ள *Alt Mariendorf* என்னுமிடத்தில் முடிவடைந்தது. (இப்பாதையில் தற்போது மாற்றங்கள் செய்யப்பட்டுள்ளன). இச்சுரங்க இரயில் பாதையில் கிழக்கு பேர்ளினுக்குள் வரும் ஒரு சில சுரங்க இரயில் நிலையங்களுள், *Friedrich Strasse* என்னுமொரு நிலையத்தை தவிர மற்றைய நிலையங்களை கிழக்கு ஜேர்மன் அரசு மூடிவிட்டது. *Friedrich Strasse* சுரங்க நிலையத்தூடாக வெளிநாட்டவரும், பிரயாணம் செய்ய அனுமதிக்கப்பட்ட மூத்த பிரஜைகள் என அழைக்கப்பட்ட அறுபத்தைந்து வயதைத் தாண்டிய கிழக்கு ஜேர்மன் முதியவர்களும் மாத்திரம், மேற்கு பேர்ளினுக்குப் பிரயாணம் செய்ய அனுமதிக்கப்பட்டார்கள்.

சோவியத் விமானங்கள் மூலம் பெருந்தொகையாக, கிழக்கு பேர்ளின் சோர்ணபெல்ட் விமான நிலையம் வந்திறங்கும் உலக அகதிகளுக்கு கிழக்கு ஜேர்மன் அரசு ஒரு நாள் விசா கொடுத்து *Friedrich Strasse* சுரங்க ரயில் நிலையத்துக்கு வழிகாட்டி மேற்கு பேர்ளினுக்குச் செல்ல அனுமதித்தது. போக வழி தெரியாது, கிழக்கு ஜேர்மனிக்குள் அலைந்து திரிந்த அகதிகளை விசா காலாவதியாக முன் தேடிப்பிடித்து *Friedrich Strasse* சுரங்க நிலையத்திற்குக் கொண்டுவந்து வழிகாட்டும் பொறுப்பினையும் கிழக்கு ஜேர்மன் பொலீசார் ஏற்றிருந்தார்கள். ஐந்து நிமிடங் களுக்கு ஒன்றாக, ஆறாம் இலக்கப் பாதையூடாகச் செல்லும் சுரங்க இரயில் ஊடாகவும், *S-Bahn* எனப்படும் தரைவழி இரயில் மூலமாகவும், மேற்கு பேர்ளின் மக்களோடு மக்களாகச் செல்லும் அகதிகளை, மேற்கு பேர்ளின் எல்லையில் தடுத்து நிறுத்த மேற்கு பேர்ளின் அரசால் முடியவில்லை. அகதிகளின் வரவைக் கட்டுப்படுத்துவதாயின் இந்தச் சுரங்க இரயிலில் பிரயாணம் செய்யும் ஜேர்மனியர்கள் உட்பட எல்லாப் பிரயாணிகளையும் சோதனையிட வேண்டும். ஐந்து நிமிட இடைவெளியில் வரும் இரயில்களிலே முழுமையான தேடுதல் சாத்தியப்படவில்லை. பேர்ளின் நகர் பற்றி பொட்ஸ்டம் உடன்படிக்கையில் உள்ள ஓட்டைகள், அகதிகளின் இலகுவான புலப்பெயர்வுக்கு இவ்வாறு வழிவகுக்கும் என, கொள்கை வகுத்தோர் அன்று உணர்ந்திருக்க நியாயமில்லை. சோவியத் யூனியனும் கிழக்கு ஜேர்மனியும் அகதிகள் விடயத்தில், ஒரே கல்லில் இரண்டு மாங்காய்கள் அடித்ததை ஊன்றிக் கவனித்தவர்களுக்கு நன்கு விளங்கும். பெருந்தொகை அகதிகள் ரூஷ்ய *Aeroflot* விமானத்தில் பறந்ததின் மூலமும், ஒருநாள் கடவை விசாவுக்கு கிழக்கு ஜேர்மன் அரச நிர்வாகம் அமெரிக்க டொலரில் பணம் அறவிட்டதன் மூலமும் பெருந்தொகையான வருமானம் பெற்றார்கள். கிழக்கு ஜேர்மனிக்குள் இருக்கும் குப்பைத் தொட்டியாக மேற்கு பேர்ளினைப் பாவித்துப் பல்லாயிரக்கணக்கான உலக அகதிகளை வகை தொகையின்றி மேற்கு பேர்ளினுக்குள் தள்ளித் தொல்லை கொடுத்தார்கள். இதனால் எண்பதாம் ஆண்டுகளில் சுற்றிவர மதில்சுவரால் தனிமைப்படுத்தப்பட்ட மேற்கு பேர்ளின் நகரம் அகதிகளால் நிரம்பி வழிந்தது. அகதிகளின் இத்தகையப் படையெடுப்பு மேற்கு ஜேர்மன் அரசுக்கு பெரும் தலையிடியைக் கொடுத்தது.

உழைக்க வந்தவர்கள், முன்பின் தெரியாதவனை மணம் முடிக்க வந்த இளம் பெண்கள், கணவனுடன் சேரவந்த மனைவிகள், அவர்களின் பிள்ளைகள், வெளிநாட்டில் எதிர்கால வாழ்க்கை எப்படி இருக்கும் என்றே அறியாத இளைஞர்கள்,

இராணுவ முகாமில் விசாரணையின்றித் தடுத்து வைக்கப்பட்டுப் பின் விடப்பட்டவர்கள், தேடப்பட்டவர்கள், போராளிகளாக இருந்தவர்கள் என நெல்லிக்காய் மூட்டையை அவிழ்த்து விட்ட கோலத்தில் கிழக்கு பேர்ளின் சோர்ணபெல்ட் விமான நிலையத்தில் வகைவகையாக வந்து இறங்கினார்கள். இவர்கள் எல்லோருக்குமான பொதுவான நோக்கம், அரசியலில் தஞ்சம் கோரி விசா எடுப்பதே!

அகதிகளாக வந்தவர்களில் பலருக்கு இதுவே முதலாவது விமானப் பறப்பாக இருந்தது. மேற்கு பேர்ளினின் மையப் பகுதியான சூலோகிச–கார்டன், கூபெஸ்டர்டம் என்பன அருகருகே இருக்கும் பிரதான வணிக இடங்கள். இங்குதான் மேற்கு பேர்ளினிக்குள் நுழைந்த அகதிகள் ஒருகட்டத்தில் ஆயிரக் கணக்கில் வந்து குவிந்தார்கள். ஜேர்மன் பத்திரிகைகளும் சஞ்சிகைகளும் பொட்ஸ்டம் உடன்படிக்கையை முன்னிறுத்திச் சாதகமாகவும் பாதகமாகவும் செய்திகள், கட்டுரைகள் வெளியிட்டன. சில ஊடகங்கள் வெறுப்பை உமிழ்ந்தன. அகதிகள் வீதியோரம் அமர்ந்திருந்த காட்சி உலகமெங்கும் ஒளிபரப்பப்பட்டது. அகதிகள்மீது ஊடக வெளிச்சம் பட்டவுடன் மேற்கு ஜேர்மன் அரசும் மேற்கு பேர்ளின் நிர்வாகமும் விழித்துக்கொண்டன. வெவ்வேறு இடங்களில் தனித்தனியான முகாம்களை அமைத்து இவர்களை அப்படியே அள்ளிக்கொண்டு போய்விட்டன.

இந்நாவலில் மேலே சொல்லப்பட்ட வரலாற்றுத் தகவல்கள் அனைத்தும் புனைவு கலந்து கதைமாந்தர்கள் ஊடாகச் சொல்லப்பட்டிருக்கின்றன. ஜேர்மனியின் சிக்கலான நில அமைப்பைப் புரிந்துகொள்ள, மூன்று வரைபடங்கள் தரப்பட்டுள்ளன.

இலங்கையிலிருந்து வந்தவர்களுள் பெரும்பாலானோருக்குத் தமிழைத் தவிர வேறு மொழிகள் தெரிந்திருக்கவில்லை. ஜேர்மனியில் ஜேர்மன் மொழி தவிர்ந்த எந்த மொழியும் செல்லாக்காசு. இத்தகைய நிலைமையைச் சமாளிக்கவும் அரசியல் தஞ்ச விசாரணைகளை மேற்கொள்ளவும் ஜேர்மன் அரச நிர்வாகத்துக்கு, தமிழும் ஜேர்மன் மொழியும் நன்கு தெரிந்த ஒருவர் தேவைப்பட்டார். மேற்கு பேர்ளின் பல்கலைக் கழகம் ஒன்றில் டாக்டர் பட்டத்துக்கான படிப்பையும் ஆராய்ச்சியையும் ஜேர்மன் மொழியில் மேற்கொண்டிருந்த நான் பல்கலைக்கழக அனுமதியுடன் மொழிபெயர்ப்புப் பணிக்கு அமர்த்தப்பட்டேன். இந்தவகையில் எண்பதுகளில் புலம்பெயர்ந்தோரில் கணிசமானவர்களுக்கு அகதி அந்தஸ்து

வழங்கும் இலாகாக்களிலும் சிவில், கிரிமினல் நீதிமன்றங்களிலும் அரச மொழிபெயர்ப்பாளராகப் பணிபுரிந்திருக்கிறேன்.

கிழக்கு பேர்ளின் இறங்குதுறையைப் பாவித்து மேற்கு பேர்ளினூடாகப் பூமிப்பந்தெங்கும் புலம்பெயர்ந்த தமிழர்கள் பலருக்குப் பிளவுபட்ட ஜேர்மனியின் பூகோள அமைப்போ அல்லது தங்கள் நுழைவுக்கு வசதிசெய்த பொட்ஸ்டம் உடன்படிக்கை பற்றியோ, இன்றுவரை தெரியாதிருக்கலாம். இந்த வரலாற்றுத் தகவல்கள் தமிழ்மொழியில் பதியப்படாதவை. இதனை மனங்கொண்டே இவ்வரலாற்றுப் புதினம் எழுதப்பட்டது. நாவலில் வரும் பல சம்பவங்களுக்கு நான் நேரடிச் சாட்சியாக இருந்துள்ளேன்.

இந்நாவல் இலங்கை, ஞாயிறு *தினக்குரலில்* வாரம்தோறும் தொடர்ச்சியாக வெளிவந்து வாசகர்களின் பெரும் வரவேற்பைப் பெற்றது. நான் அனுப்பிய மறுவாரம் தொடக்கம் *தினக்குரலில்* வெளியிட்ட வாரமலர் பொறுப்பாசிரியர் லெப்ரின் ராஜூக்கும் *தினக்குரல்* பத்திரிகை நிறுவனத்துக்கும் என் நன்றிகள்.

இந்நாவலை வெளியிடும் காலச்சுவடு பதிப்பகத்துக்கும் முகவுரையை எழுதித்தந்த பேராசிரியர் அ. ராமசாமிக்கும் பின்னுரை எழுதித் தந்த டாக்டர் செல்லையா சுப்ரமணியத்துக்கும் எனது மனமார்ந்த நன்றியைத் தெரிவித்துக்கொள்ளுகிறேன்.

நிறைவாக எனது கலை இலக்கிய முயற்சிகளுக்கு என்றும் பூரண ஆதரவு தரும் எனது குடும்பத்தினருக்கு என் அன்பை இச்சந்தர்ப்பத்திலும் தெரிவித்துக்கொள்ளுகிறேன்.

சிட்னி, ஆஸ்திரேலியா **ஆசி கந்தராஜா**
25–08–2023

முன்னுரை

புதிய வெளிகளில் விரியும் விவாதங்கள்

1

போலந்திலும் ஈழத்தமிழ் அகதிகள் இருக்கிறார்கள் என்ற தகவலை எனக்குச் சொன்னவர் மரிஸ்யா. வார்சா பல்கலைக்கழக இந்தியவியல் துறையின் தமிழ்ப் படிப்பில் மூன்றாம் ஆண்டு மாணவி.

"உரிய ஆவணங்கள் இல்லாமல் போலந்துக்குள் நுழையும் தமிழ் பேசும் மனிதர்களைக் கைதுசெய்து விசாரிக்கும் காவல்துறை, நீதிபதிகளின் முன்னால் நிறுத்தும்போது குற்றம் சாட்டப்பட்டவர்களின் பேச்சை மொழிபெயர்ப்பு செய்வதற்காக நமது துறைக்குத் தகவல் வரும். தமிழ்ப் பேச்சை போல்ஸ்கியில் மொழிபெயர்க்கத் தெரிந்த ஆசிரியரோ, ஆய்வாளர்களில் ஒருவரோ போவார்கள். அவர்களோடு நானும் போவேன்; பேச்சுத் தமிழைக் கற்றுக்கொள்ள அதுவும் ஒரு வாய்ப்பு" என்று தமிழ் கற்கும் தனது ஆர்வத்தை விளக்கிச் சொல்லும்போது போலந்துக்குள் ஈழத்தமிழர்களின் இருப்பைப் பற்றிச் சொன்னார்.

கிழக்கு ஐரோப்பிய நாடுகளில் ஒன்றான போலந்து, முன்னாள் சோசலிச நாடுகளில் ஒன்று. அகதி வாழ்க்கையைத் தேடிய பயணத்தில் ஈழத்தமிழர்களின் விருப்பங்களில் ஒன்றாக

முன்னாள் சோசலிச நாடுகள் அதிகம் இருந்ததில்லை. கட்டணம் குறைவான ரஷ்ய விமானங்களில் பயணம் செய்வது அவர்களின் தேர்வாக இருந்தாலும் வாழ்க்கைக்கான வாய்ப்புகள் குறைவு என்பதால் அந்த நாடுகளில் தஞ்சம் கோருவதில்லை. சோசலிச நாடுகளில் எல்லாப் பணிகளையும் அந்த நாட்டு மக்களே செய்துகொள்ளும் பயிற்சியைப் பெற்றிருந்தார்கள் என்பதைத் தாண்டி, புதிதாக வருபவர்களுக்குத் தரும் அளவுக்கு வேலைவாய்ப்புகள் உருவாக்கப்படுவதில்லை என்பதும் ஒரு காரணமாக இருந்தது. இதற்கு மாறானவை முதலாளித்துவப் பொருளாதாரத்தைப் பின்பற்றும் நாடுகள். குறிப்பாக இங்கிலாந்து, பிரான்ஸ், ஜெர்மனி, நார்வே, சுவிட்சர்லாந்து போன்ற நாடுகளில் சேவைப் பணிகளுக்குரிய வேலைகளை அந்நாட்டு மக்கள் செய்யாமல், ஆசிய, ஆப்பிரிக்க நாடுகளிலிருந்து வந்தவர்களைக் கொண்டு செய்துகொள்வார்கள். அத்தோடு உடல் உழைப்பின் வழியாகச் செய்யும் உற்பத்தித் தொழிற்சாலைகளிலும் சேவைப் பணிகளிலும் ஏராளமான வேலை வாய்ப்புகளை உருவாக்கி லாபம் ஈட்டுவதில் அந்நாடுகள் கவனம் செலுத்தும். அதனால் அகதிகளாக வரும் ஈழத்தமிழர்கள் விரும்பிச் செல்லும் நாடுகளாக அவையே இருந்தன. இவையெல்லாம் நான் ஐரோப்பாவிற்குப் போவதற்கு முன்பே அறிந்த செய்திகள்

போலந்தின் வார்சா பல்கலைக்கழகத்தில் தமிழ் இருக்கைப் பேராசிரியராகத் தங்கியிருந்த இரண்டு ஆண்டுகளில் (2011 அக்டோபர் முதல் 2013 ஜூலை வரை) ஐரோப்பிய நாடுகளுக்கு அகதிகளாக வந்திருந்த ஈழத்தமிழ் அகதிகளோடு இணைய வழித் தொடர்புகள் அதிகம் உண்டு. சில நாடுகளில் நடந்த தமிழ் விழாக்களிலும் கலந்துகொண்டிருக்கிறேன். ஆனால் போலந்தில் அப்படியொரு கூடுகையோ கொண்டாட்டமோ நடந்ததாகத் தகவல் இல்லை. சந்தித்தவர்களும்கூட ஈழப் போராட்டம், அதன் அரசியல் காரணங்கள் போன்றவற்றில் ஈடுபாடு காட்டியவர்கள் அல்லர். ஐரோப்பாவுக்குள் நுழைந்துவிட்டால் நல்ல வேலை கிடைத்துவிடும் என்று நம்பி வந்தவர்களாகவே இருந்தனர்.

முதன்முதலில் சந்தித்தவர் இருபதுகளில் இருந்த ஓர் இளைஞர். நான் தங்கியிருந்த சோக்றட்ஸ் அடுக்குமாடிக் குடியிருப்பிற்குப் பக்கத்திலிருக்கும் சிறிய அங்காடி வளாகத்தில் என்னையும் என் மனைவியையும் பார்த்தார். தரைத்தளமாக சிறிய கடைகள் கொண்ட அங்காடி வளாகம். அந்த வளாகத்தில் விற்கும் அதே பொருளைச் சாலையின் அந்தப் பக்கம் இருக்கும் மார்க்போல் போன்ற பேரங்காடிகளில் வாங்கினால் விலை

கூடுதலாக இருக்கும். அவற்றைத் தாண்டி ஆர்க்கேடியா போன்ற பெரும் பேரங்காடிகளில் இன்னும் கூடுதல் விலை. குறைவாகப் பணச்செலவில் வாழ்க்கையைக் கடத்தும் மனிதர்கள் புழங்கும் அந்த வளாகத்தில்தான் அந்த இளைஞரைச் சந்தித்தோம். அவரது கையிலிருக்கும் அலைபேசி சிம்கார்டைப் பற்றிய விளம்பர வாசகம் அடங்கிய பட்டை ஒன்றைத் தோள்பட்டையிலிருந்து இறக்கிக் குறுக்காகப் போட்டிருந்தார். எல்லாம் போல்ஸ்கியில் எழுதப்பெற்றிருந்தது. எங்களின் தமிழ் உரையாடல் அவரது கவனத்தை ஈர்த்திருக்க வேண்டும். எங்களை நெருங்கிய அந்த இளைஞரின் கையில் அலைபேசிக்கான சிம்கார்டுகளின் தொகுதி ஒன்று இருந்தது. பட்டையிலிருக்கும் வாசகத்தைத் தொட்டுக்காட்டி, "ஒன்று வாங்கினால், இன்னொன்று இலவசம்" என்பதை முதலில் போல்ஸ்கி மொழியில் சொல்லிவிட்டு, உடனடியாக ஆங்கிலத்திலும் சொன்னார். சிம்கார்டின் பெயரைப் பார்ப்பதற்கு முன்பு அவரைப் பார்த்தேன். ஐரோப்பியர் இல்லை என்பதை உடலின் நிறம் மட்டுமில்லாமல் பேச்சின் உச்சரிப்பும் காட்டியது. சிம்கார்டை வாங்கிப் பார்த்துக்கொண்டிருந்தபோது, லைகா என்ற பெயரையும் அது குறித்த தகவல்களையும் போல்ஸ்கியில் சொன்னார். "எனக்குத் தெரியும். இது இலங்கைத் தமிழர் ஒருவரின் முதலீட்டில் ஐரோப்பாவில் புதிதாக அறிமுகமாகிக்கொண்டிருந்த அலைபேசிக் குழுமத்தின் சிம்கார்டு" என்று தமிழில் சொன்னேன். அவர் என்னிடம் தமிழில் பேசுவார் என்று எதிர்பார்த்தே அப்படிச் சொன்னேன். எங்கள் அருகில் போல்ஸ்காவினர் சிலர் நின்றுகொண்டிருந்தார்கள். அவர்களைப் பார்த்துவிட்டுத் திரும்பவும் போல்ஸ்கியிலேயே பேசினார்.

"நீ இலங்கைத் தமிழரா? எங்கே இருக்கிறாய்?" எனத் திரும்பவும் தமிழிலேயே பேசினேன். அவர் தமிழில் பேசாமல் போல்ஸ்கியிலேயே ஏதோ சொன்னார். சொன்னது என்னவென்று எனக்கு விளங்கவில்லை. சிம்கார்டுகளை அவரிடமே கொடுத்துவிட்டு நாங்கள் வாங்க வேண்டிய பொருட்களை வாங்கிக்கொண்டு அங்காடி வளாகத்தை விட்டு வெளியில் வந்துவிட்டோம். கொஞ்சத் தூரம் வந்தபின் அந்த இளைஞர் பின்தொடர்ந்து வருவது தெரிந்தது. வேகமாக வந்தவர் "மன்னிக்க வேணும்" என்றார். "என்னிடம் இந்த நாட்டில் இருப்பதற்கான விசா இல்லை; முறையான பாஸ்போர்ட்டும் கிடையாது" என்று தயங்கித் தயங்கி யாராவது பக்கத்தில் வருகிறார்களா என்று பார்த்தபடியே பேசினார். "இந்த நாட்டு மொழியில் பேசாமல் ஏதோவொரு மொழியில் பேசினால், காவலர்களிடம்

சொல்லிவிடுவார்கள்; கைதுசெய்து, நீதிமன்றத்தில் நிறுத்தி விசாரிப்பார்கள்; சிறைக்கு அனுப்பிவிட்டால் என் அம்மாவின் பாடு சிக்கலாகிவிடும்" என்று தன் நிலையைச் சொன்னார். அம்மாவோடு இங்கு இருக்கிறார் என்பது புரிந்தது.

"நான் இந்தியாவிலிருந்து வந்துள்ள தமிழர்; இங்குள்ள பல்கலைக்கழகத்தில் பேராசிரியராக இருக்கிறேன்; இங்கே எங்களோடு வீட்டுக்கு வரலாம்" என்று அழைத்தபோது அதையெல்லாம் கேட்கும் மனநிலையில் இல்லை; எங்களோடு வரவும் அவர் மறுத்துவிட்டார். தானொரு இலங்கைத் தமிழர் என்று பொது இடங்களில் காட்டிக்கொள்வதை அவர் விரும்ப வில்லை; அதனால் உண்டாகும் சிக்கல்களைச் சந்திப்பது எளிதானதல்ல என்று நம்பினார். இப்போது அவரிடமிருந்து இரண்டு சிம்கார்டுகளை வாங்கிக்கொண்டு இரண்டுக்கும் பணம் கொடுத்து அனுப்பிவைத்தேன். இதே இடத்திற்குப் பின்னரும் வருவாயா என்று கேட்டபோது, "சந்தேகம் தான்; எந்தப் பகுதிக்கு அனுப்புகிறார்களோ அங்குதான் நான் செல்ல வேண்டும்; என் உடலில் சிம்கார்டு விளம்பரத்தை மாட்டிக்கொண்டு நின்று எனக்குத் தெரிந்த போல்ஸ்கிச் சொற்களைக்கொண்டு விற்பனை செய்வேன்" என்று சொல்லிவிட்டுத் திரும்பிப் போய்விட்டார். அவரை அதற்குப் பிறகு பார்க்கவில்லை. இருப்பிடம் என ஒன்று இருக்குமா என்றும் தெரியவில்லை.

சில வாரங்கள் கழித்து, இன்னொரு சந்திப்பு நடந்தது. சந்திப்பு நடந்த இடம் 'லிட்டில் இந்தியா'. கடையை நடத்திக் கொண்டிருந்தவர் தமிழ்க் கன்னடர். கர்நாடகாவிலிருந்து தமிழ்நாட்டிற்குள் வந்த பெற்றோரின் மகன். பொறியியல் படித்து விட்டு ஐரோப்பாவிற்கு வந்தவர் போல்ஸ்காப் பெண்ணைத் திருமணம் செய்துகொண்டு போலந்துக் குடிமகனாகி விட்டவர். அவரிடம் போலந்தில் இருக்கும் தமிழர்கள்பற்றி விசாரித்த போது தமிழர்கள் அதிகமில்லை; எப்போதாவது இலங்கைத் தமிழர்கள் வருவதுண்டு; வந்தாலும் அதிகமான பொருட்கள் வாங்கமாட்டார்கள் என்றும் சொல்லியிருந்தார்.

அன்று கணவனும் மனைவியுமாக அவர்கள் வந்தார்கள். வார்சாவிலிருந்து விலகியிருக்கும் கிராமத்துப் பண்ணை யொன்றில் விவசாய வேலைகள் செய்வதாகச் சொன்னார்கள். அவர்களும் அளவோடுதான் பேசினார்கள். "ஒரு கிலோமீட்டர் தூரம்தான் எனது வீடு; வாருங்கள்" என்று அழைத்தேன். போலந்தில் அகதிகளின் வாழ்க்கை எப்படி இருக்கிறது என்று கேட்கும் ஆர்வத்தில்தான் வீட்டிற்கு அழைத்தேன். அவர்களும் வீட்டிற்கு வரத் தயங்கினார்கள். போலந்தில் இருப்பதற்கான

உரிய ஆவணங்கள் இல்லை என்பதே தயக்கத்திற்கான காரணமாக இருந்தது. அவர்களை அழைத்துப் போவதால் எனக்கு ஏதாவது பிரச்சினை வந்துவிடும் வாய்ப்புண்டு என்றும் சொன்னார்கள்.

2011–12 கல்வியாண்டின் முதல் பருவம் முடிந்து இரண்டாவது பருவத் தொடக்கத்தில் அந்த மாணவி, "இன்று வகுப்புக்கு வர இயலாது; நீதிமன்றம் செல்கிறேன்; அனுமதி வேண்டும்" என்று உற்சாகமாகப் பேசினாள். அரசாங்கம் கொடுத்த அழைப்புக்குத் துறைத்தலைவர் அவரது பெயரை அனுப்பியிருக்கும் உற்சாகம் பேச்சில் வெளிப்பட்டது. "நீதிமன்றத்தில் அவர்கள் சொல்லும் தகவல்களில் எனக்குச் சந்தேகம் இருந்தால் அங்கிருந்தபடியே அலைபேசியில் கேட்பேன்; நீங்கள் அதைத் தெளிவுபடுத்த வேண்டும்" என்றும் சொல்லிவிட்டுப் போனாள். போனவள் அங்கிருந்து தொலைபேசியில் அழைத்துச் சந்தேகம் எதுவும் கேட்கவில்லை. ஆனால் அலைபேசியில் அழைத்து, "வகுப்பு முடிந்து உடனே வீட்டுக்குப் போய்விட வேண்டாம்; வார்சா ரயில் நிலையத்தில் நாம் சந்திப்போம். இன்று எனக்குக் கிடைத்த மொழிபெயர்ப்பு அனுபவங்களை உங்களோடு பேச வேண்டும்" என்று சொன்னாள்.

நான் போவதற்கு முன்பே அங்கு வந்துவிட்டாள். ரயில் நிலையத்திற்கருகில் இருந்த சிற்றுண்டிச் சாலைக்குள் அழைத்துப்போய் இருவருக்கும் தேநீர் சொல்லிவிட்டு இரண்டு பெரோக்கி எடுத்து வந்தாள். "நான் செய்த வேலைக்கு நீதிமன்றம் மதிப்பூதியம் தந்திருக்கு; அதனால் இன்று என் செலவு" என்று சொன்னபோது தான் கற்ற தமிழ் வழியாகச் சம்பாதிக்க முடிந்த மகிழ்ச்சி அவளிடம் வெளிப்பட்டது. சாப்பிட்டுக்கொண்டே பேசிக்கொண்டிருந்தோம். ஐரோப்பா முழுவதும் உள்ள விசா நடைமுறைகளைச் சொல்லிவிட்டு "எந்த மனிதனையும் விசாரித்துவிட்டுத்தான் தண்டனை வழங்குவார்கள்; அதேபோல் நியாயமான காரணங்கள் இருந்தால் விசா இல்லையென்றாலும் அரசின் கண்காணிப்பில் தங்க அனுமதித்து விடுவார்கள்" என்றாள். "இன்று விசாரிக்கப்பட்ட இலங்கைத் தமிழர்கள் நால்வருக்கும் இங்கேயே தங்கிக்கொள்ள அனுமதி கிடைத்துவிட்டது; அதற்கு நான் கற்ற தமிழைப் பயன்படுத்தியிருக்கிறேன்" என்று சொன்னபோது மகிழ்ச்சியால் அவளது கண்கள் விரிந்தன; முகம் சிவந்தது.

மாணவி சொன்னது உண்மைதான். எந்தவொரு குற்றஞ் சாட்டப்பட்டவரையும் உரிய விசாரணைக்குப் பின்பே தண்டிக்கும் நடைமுறையை ஐரோப்பிய ஒன்றிய நாடுகள் பின்பற்றுகின்றன.

விசாரணைக் கைதிகளுக்கான வழக்குரைஞரை ஏற்பாடு செய்தல், மொழிபெயர்ப்பாளரைக் கொண்டுவந்து நிறுத்துதல் என எல்லாச் செலவுகளையும் அரசுகளே ஏற்றுக்கொள்கின்றன என்பதைப் பலரும் திரும்பத் திரும்பச் சொல்லக் கேட்டிருக் கிறேன். அகதிகளின் அனுபவங்கள் வழியாகவும் வாசித்திருக் கிறேன். மாணவியிடம் "ஈழத்தமிழர்களுக்கான அகதி முகாம் ஏதாவது இருக்கிறதா?" என்று கேட்டேன். 'அப்படியெல்லாம் இல்லை; வார்சாவின் நடுவே விஸ்துலா ஆறு ஓடுகிறதல்லவா. அந்த ஆற்றுக்கு அந்தப் பக்கம் பல்வேறு நாட்டு மக்கள் இருக்கும் குடியிருப்புகள் இருக்கின்றன. அங்கே தங்கிக்கொள்வார்கள்; அங்கிருந்து வார்சாவிற்குள் வந்து வேலைசெய்வார்கள்; திரும்பவும் அங்கு போய்விடுவார்கள். அங்கெல்லாம் நாங்கள் பெரும்பாலும் போவதில்லை. அங்கிருப்பவர்கள் முரடர்கள்; தவறானவர்கள் என்று பலரும் சொல்வார்கள். அங்கு காவல் கண்காணிப்பு உண்டு. அவ்வப்போது காவல் நிலையத்திற்குச் சென்று தங்கள் இருப்பைப் பதிவுசெய்ய வேண்டும்' என்று சொல்லிவிட்டு "வசதி குறைவான வீடுகள்தான்" என்று சொல்லும்போது அந்தக் குடியிருப்புகள் தமிழ்நாட்டு அகதிகள் முகாம் போன்றன என்று புரிந்துகொண்டேன்.

இன்று விசாரணைக்கு வந்தவர்களில் 25 வயது இளைஞர் ஒருவர் இருந்தாரா என்று கேட்டேன். "இல்லை; ஒரு கணவன் – மனைவி; மற்ற இருவரும் 42, 44 வயதுக்காரர்கள்; ஒருவர் குழாய் வேலை செய்வதாகச் சொன்னார்; இன்னொருவருக்கு வீட்டுத் தோட்டங்களில் வேலை. கணவனும் மனைவியும் வார்சாவில் இல்லை; 50 கிலோமீட்டர் தூரத்தில் இருக்கும் கிராமத்தில் உருளைக்கிழங்குத் தோட்டத்தில் வேலை கேட்டிருப்பதாகவும், அரசாங்கம் அனுமதித்தால் அந்த வேலை கிடைக்கும் என்று கூறினார்கள். ஒருத்தரிடமும் போலந்தில் தங்குவதற்கான விசா இல்லை. முறையான பாஸ்போர்ட்டும் இல்லை என்றே சொல்கிறார்கள்" என்று நீதிமன்றத்தில் நடந்தனவற்றைச் சுருக்கமாகச் சொன்னாள். சொல்லிவிட்டு, "மனிதாபிமான அடிப்படையில் நீதிமன்றம் போலந்தில் இருக்கலாம் என்று அனுமதித்துவிட்டது" என்றும் சொன்னாள். லிட்டில் இந்தியாவில் சந்தித்த அந்தக் கணவனும் மனைவியுமாக இருக்கும் என்று மனது ஆறுதல்பட்டுக்கொண்டது.

2

ஆசி கந்தராஜாவின் 'அகதியின் பேர்ளின் வாசல்' நாவலை வாசித்தபோது போலந்தில் இருந்த இரண்டாண்டுக் காலத்துக்

காட்சிகள் எனக்குள் திரும்பவும் படமாக விரிந்தன. அத்தோடு கடந்த கால் நூற்றாண்டுக் காலமாக நான் வாசித்த ஈழத்தமிழ் இலக்கியப் பரப்பின் பல்வேறு காட்சிகளும் இந்த ஒற்றை நாவல் வாசிப்பின்போது திருப்புக் காட்சிகளாக நகர்ந்துகொண்டிருக்கின்றன. நாற்பதாண்டுக் கால ஈழத்தமிழ் இலக்கியத்தைப் 'போரிலக்கியம்' என ஒற்றைச் சொல்லால் விளித்துக் கடக்கும் நிலை இன்று உள்ளது என்றாலும், அதற்குள் வெவ்வேறு காலகட்டங்களும் அவற்றிற்கேற்ப உரிப்பொருள் – உள்ளடக்கப் பொருண்மை வேறுபாடுகளும் உள்ளன.

பேரினவாதக் கருத்தியல் காரணமாக ஏற்பட்ட இனமுரண்பாட்டால் ஈழத்தமிழர்கள் தங்களைச் சிறுபான்மை இனமாக உணரத் தலைப்பட்டதைப் பேசிய காலகட்டம் முதல் நிலையென்றால், உரிமைப் போராட்டங்களை நடத்திப் பார்த்துவிட்டு, ஆயுதப் போராட்டத்திற்குத் தள்ளப்பட்ட சூழலை முன்வைத்த கவிதைப் பெருக்கத்தை இரண்டாவது கட்டமாகச் சொல்லலாம். தங்கள் நிலைப்பாடுகளை வலியுறுத்தவும் ஆயுதப் போராட்டத்திற்கு இளைஞர்களை ஈர்க்கவும் வாய்ப்பளிக்கும் கவிதை வடிவத்திலிருந்து, போர்க்களக் காட்சிகளை எழுதும் நோக்கத்தில் புனைகதைகளின் பக்கம் நகர்ந்தது. எழுத்தாளர்களும் நகர்ந்தார்கள். அது அடுத்த கட்ட இலக்கிய நகர்வு. இந்நகர்வில் பேரினவாத அரசோடும், அதற்கு உதவியாக வந்த இந்திய அமைதி காக்கும் படையென்ற பெயரில் இலங்கைத் தமிழர் பகுதிக்குள் நுழைந்த இந்திய ராணுவத்தோடும் சண்டையிட்ட போராளிக் குழுக்கள், வெவ்வேறு காரணங்களால் தங்களுக்குள்ளும் போரிட்டுக் கொண்டதையும் வாசிக்க முடிந்தது.

காரணமற்ற போர்களினால் அலைக்கழிக்கப்பட்ட மக்கள், இலங்கையின் தமிழ்ப் பகுதிகளில் உயிர்வாழ முடியாத சூழல் ஏற்பட்ட நிலையில் உள்நாட்டு இடப்பெயர்வுகள் எழுதப்பெற்றன. உடைக்கப்பட்ட பாலங்கள், போக்குவரத்தற்ற காட்டுப் பகுதிகள், அத்துவானக் காடுகளில் நீண்ட நெடிய நடைப் பயணங்கள், இடையிடையே மரணங்கள் என உள்நாட்டு இடப்பெயர்வுகளை எழுதிய புனைவுகளும் அதற்குள் எழுதப்பெற்றன; வாசிக்கக் கிடைத்தன. சொந்த வீடுகளையும் கன்று காழிகளையும் காணிகளையும் விட்டுப் பிரிய முடியாத மனத்தோடு பெயர்ந்துபோனவர்கள் கண்ட போர்க்களக் காட்சிகளையும் அழிவுகளையும் எழுதிக் காட்டிய மூன்றாவது கட்டப் போரிலக்கியம், புலப்பெயர்வு நிலையையும் பேசத் தொடங்கின. இவ்வகைப் புனைவுகளும் கட்டுரைகளும்

புலம்பெயர் தேசங்களிலிருந்தே பெரும் தொகைநூல்களாகவும் தொகுப்புகளாகவும் வாசிக்கக் கிடைத்தன.

புலப்பெயர்வை எழுதிய புனைவுகளில் பலவும், முறையான கடவுச்சீட்டும் நுழைவுச்சீட்டும் இல்லாமல் வெவ்வேறு நாடுகளுக்குப் பெயர்ந்தவர்களின் அலைவுகளையும் வலிகளையும் நெருக்கடியான வாழ்க்கை முறைகளையும் விரிவாக எழுதிக் காட்டின. முறையற்ற வழிகளில் கடவுச்சீட்டு களைத் தயார்செய்து தருவதோடு போலியான நுழைவுச்சீட்டு களையும் ஏற்பாடுசெய்து தந்து பணம் பெற்றுக்கொண்ட குற்றச்செயல் கூட்டத்தினரால் அலைக்கழிக்கப்பட்ட வாழ்வும் எழுத்துகளில் பதிவாகியுள்ளன. போதைப்பொருள் கடத்தல், பாலியல் வணிகம் என உலகம் முழுவதும் பரவிக் கிடக்கும் இருட்டு உலகத்தோடு ஆயுதக் குழுக்களுக்கு உள்ள தொடர்பு களையும், அகதிகளாகச் சென்றுசேரும் நாடுகளில் சந்தித்த துயரங்களையும், பனிப்பிரதேச வாழ்க்கையால் சந்தித்த உடல் நோவுகளையும் எழுதிய போர்க்கால இலக்கியம் இப்போது ஒருவித சமநிலைப் பார்வையை நோக்கி நகரத் தொடங்கியுள்ளது. முள்ளிவாய்க்கால் பேரழிவு நடந்து பத்தாண்டுகளுக்கும் மேல் ஆகிவிட்ட நிலையில் கடந்த காலத்தின் மனவெழுச்சிகள், ஆயுதப் போராட்டத் தயாரிப்புகள், லட்சியவாதத்தின் பேரால் நிகழ்ந்த கொலைகளும் வன்முறைகளும் மறுபரிசீலனைக்குரியனவாக மாறியிருக்கின்றன. போராடிக் களைத்ததன் விளைவுகளை நடப்பும் காட்டுகின்றன; இலக்கியப் பதிவுகளும் பேசத் தொடங்கி யுள்ளன.

போரிலக்கியத்தின் விரிவான இந்நகர்வின் பின்னணியில் ஆசி கந்தராஜாவின் 'அகதியின் பேர்ளின் வாசல்' முக்கியமான தொரு வரவாகத் தோன்றுகிறது. நாவல் உள்பட எல்லா வகைப் புனைவுகளிலும் ஈடுபடும் எழுத்தாளர்கள் காலம், வெளி, பாத்திரங்கள் என்ற மூன்றையும் தங்கள் விருப்பம்போல உருவாக்குகிறார்கள். உருவாக்கி விரிக்கும்போது இம்மூன்று கூறுகளிலுமே இரண்டு வகையான உருவாக்கம் நடக்கிறது. ஒவ்வொரு கூறிலும் நேரடியான உருவாக்கமும், நினைக்கப்படும் புனைவாக்கமும் நிகழ்கின்றன. ஒரு புனைகதையில் இடம் பெறும் பாத்திரங்களைக் குறிப்பிட்ட காலம், வெளிகளில் உலவ விடும் நோக்கம் நடக்கும்போது அந்தக் குறிப்பிட்ட எல்லைக்குள் மட்டுமே இருப்பதில்லை. எழுதுபவரின் நினைவுகள் காலத்தை முன் பின்னாகவும் அசைபோடும்; பாத்திரங்களைச் சந்தித்தவர்களாகவும் சந்தித்தவர்களால் சொல்லப்பட்டவர்களாகவும் முன்வைக்கும்; அவர்கள்

இயங்கும் வெளிகளைப் பார்த்தனவாகவும் கேட்டனவாகவும் காட்சிப்படுத்தும். இவையே எழுத்தென்னும் படைப்புச் செயலில் நடக்கும் வேதிவினை.

இந்த இடத்தில் நாவல் என்னும் இலக்கிய வகை, காப்பியமென்னும் வடிவத்திற்குள் உருவான புதிய வகை என்பதைப் புரிந்துகொள்ள வேண்டும். ஒருவருடைய நீண்ட வாழ்க்கை வரலாற்றை விரிவாகச் சொல்லும் நோக்கம் கொண்ட காப்பியத்தைப் போலல்லாமல் 'குறிப்பிட்ட' என்பதற்குள் எழுத்தாளரை நிறுத்தி அதன் மீதான சில தளங்களில் விவாதங்களையும் விசாரணைகளையும் முன்னெடுக்கும் வகையாக நாவல் இலக்கியம் உருவாகியிருக்கிறது. ஐரோப்பிய மொழிகளில் உருப்பெற்ற நாவல் வகையைத் தமிழும் அப்படித்தான் உள்வாங்கியிருக்கிறது

ஆசி கந்தராஜா இந்த நாவலில், ஜெர்மனியின் பேர்ளின் நகரத்தையும், 1982முதல் 2017வரையிலான முப்பத்தைந்து ஆண்டுக்கால அளவையும் அந்தக் 'குறிப்பிட்ட' என்பதற்குள் வைத்திருக்கிறார். பள்ளிக் கல்விக்குப் பின்னான உயர் கல்விக்காகப் பேர்ளின் நகரில் வசிக்க நேர்ந்த ஒருவனின் (பால முருகன்) தன் வரலாறு போல ஒரு வாழ்க்கைக் கதையும், இலங்கையில் உண்டான இனக்கலவரமும் அதன் தொடர்ச்சியான போர்க்காலமும் உண்டாக்கிய நெருக்கடியில் புலம்பெயர்ந்த இன்னொருவனின் (தவராசா) முன்னிலைக் கதையும் இணைநிலையாக நகர்த்தப்பட்டுள்ளன. மேல்நாட்டுக் கல்வி, அதனால் கிடைக்கும் வேலைவாய்ப்பு, அதனைக் கைப்பற்றிய ஆடவனுக்கு யாழ்ப்பாணச் சமூகத்தில் கிடைக்கச் சாத்தியமான மரியாதைகள், அதை அளிக்க நினைக்கும் குடும்பங்களின் போட்டிகள், அதனைப் பெரிதாக நினைக்காத காதல் மனம், காதலை வெளிப்படுத்தத் தயங்கும் ஆண் – பெண் மனநிலைகள் என நகரும் தனியொரு இளைஞனின் அகவாழ்க்கை ஒரு அடுக்காக நகர்கிறது. அவனது மனத்திற்குள்ளே ஒரு புறநிலை எதிர்கொள்ளலாக பேர்ளின் நகரம் இருக்கிறது. அவன் கற்கச் சென்ற காலத்தில் ஐரோப்பிய நாடுகளில் வலுப்பெற நினைத்த சோசலிசக் கட்டுமான அரசும், அதனை இல்லாமல் ஆக்க நினைத்த முதலாளித்துவப் பொருளாதாரக் கட்டுமான அரசும் எனக் கருத்தியல் / அரசியல் முரணாகப் பேர்ளின் நகரம் நாவலுக்குள் விரிக்கப்பட்டுள்ளது. கல்வி நிலையங்களில் தொடங்கும் அந்த முரணிலைக் கருத்தியல் ஒவ்வொரு நிறுவனங்களிலும் வெளிப்படுகிறது. இந்த விவாதங்களின் வழியாக ஆசி கந்தராஜா தனது நாவலை உலக இலக்கியங்களின் விவாதத்

தளத்திற்குள் நகர்த்தியிருக்கிறார். அதனாலேயே நாவலுக்குள் ஒன்றிற்கு மேற்பட்ட சொல்முறைகள் இருப்பது போன்ற வடிவம் உருவாகியுள்ளது; நேர்கோடற்ற கதைசொல்லியின் திறனைக் கொண்டிருப்பது வெளிப்பட்டுள்ளது

தனியொரு மனிதனின் அகநிலை விவாதங்களையும் புறநிலைப் பார்வைகளையும் விரிவாக எழுதும் நாவல், அதன் இணைக்கதைக்குள் கதைசொல்லியை நகர்த்துவதன் மூலம், இலங்கை அரசியலின் – ஈழத்தமிழர்களின் போராட்ட வாழ்க்கையின் சாட்சியாகக் கதைசொல்லியை மாற்றுகிறது. உரிய ஆவணங்கள் இல்லாமல் ஜெர்மனிக்குள் வந்திறங்கும் ஈழத்தமிழ் அகதிகளின் இருப்பையும் பணிகளையும் அல்லது தண்டனைகளையும் உறுதிசெய்யும் நீதிமன்ற விசாரணைக்கு உதவும் ஒருவனாகப் பாலமுருகன் கதைக்குள் இருக்கிறான். அதன் உச்சநிலையாகப் பள்ளிக் காலத்து நண்பன் தவராசாவின் கதையையும் நீதிமன்றத்தின் முன்னால் வைக்க வேண்டிய சூழல் வருகிறது. அவர்களின் சந்திப்பு உணர்ச்சிகரமான நாடகத்தின் உச்சநிலைக் காட்சியின் துயரப் படிமங்களாக எழுதப்பெற்றுள்ளது. மொழி, இனம் என்ற தனது அடையாளம் சார்ந்த அணுகுமுறையால் பலரையும் காப்பாற்றிய பாலமுருகன், நண்பன் தவராசாவையும் காப்பாற்றிப் புதியதானதொரு வாழ்க்கைக்குள் நுழைத்துச் சாட்சி ஒப்பம் இடுகிறான்.

நாற்பதாண்டுக் கால ஈழத்தமிழ்ப் போராட்ட வரலாற்றைக் குறுக்குவெட்டாக வாசிப்புக்குத் தருகின்ற இந்நாவலின் கதை சொல்லி, ஈழத்தமிழர்களின் போராட்டங்கள், போர்கள், புலம் பெயர்தலின் அலைக்கழிப்புகள் என எதிலும் நேரடி அனுபவம் இல்லாத ஒருவர் என்பதைக் குற்றச்சாட்டாகச் சிலர் கருதக்கூடும். ஆனால் ஒவ்வொன்றிலும் தொடர்புடைய மனிதர்களின் செயல்பாடுகளையும் நோக்கங்களையும் நகர்வுகளையும் விசாரித்து அறிந்து முன்வைக்கும் ஓரிடத்தில் இருந்தவர் அந்தக் கதைசொல்லி என்பதையும் அவர்கள் உணரக் கூடும். இலங்கை இனப்பிரச்சினையின் தொடக்கநிலைக் குறிப்புகள் வெளிப்பட்ட 1970களின் இறுதியாண்டுகளிலேயே – பள்ளிப்படிப்பு முடிந்தவுடனேயே – ஐரோப்பாவிற்குள் நுழைந்துவிட்டதால் இலங்கையின் போர்க்காலச் சூழலை விலகி நின்று பார்க்கும் வாய்ப்பைப் பெற்றவராகத் தன்னை இருத்திக் கொண்டு, தனது மனிதர்கள் வெவ்வேறு சுழலில் சிக்கி, அகதி வாழ்வில் படும் அவல நிலையைக் குறித்த அக்கறைகளை வெளிப்படுத்துகிறார். தனது நண்பனின் வாழ்க்கைப்பாடு களுக்காக அவர் காட்டும் பரிவு என்பது ஒருவிதத்தில் தனது

இனத்து மனிதர்கள், நீண்ட நெடிய போராட்டத்தைத் தனதாக்கிக் கொண்டு தொடரும் அலைக்கழிப்புகளையும் துயரங்களையும் சுமந்துகொண்டு அலைகிறார்களே என்ற மனக்குமுறல்களின் வெளிப்பாடும் கூடத்தான்.

போர்க்கால ஈழத்தமிழ்ப் பகுதிகளையும் புலம்பெயர் தேசத்து வெளிகளையும் எழுதிக் காட்டிய நாவல்கள் பலவும் கடந்த நாற்பதாண்டுக் காலத்தின் குறுக்குவெட்டுத் தோற்றத்தைத் தந்துள்ளன. அவற்றிலிருந்து ஆசி கந்தராஜாவின் நாவல் இரண்டு முக்கியமான விலகலைக்கொண்டிருக்கிறது. முதலாவது விலகல் ஐரோப்பிய மையவாதமாகவும் முரண்பாடாகவும் விவாதிக்கப்படும் அரசுருவாக்க முரண்பாடு. பெர்ளின் நகரை மையப்படுத்திப் பணவீக்கம், வேலைவாய்ப்பின்மை வழியாக முதலாளித்துவ நாடுகள் மேற்கொண்ட நெருக்கடிகள் இந்நாவலில் முக்கியமான விவாதப் பொருளாக்கப்பட்டுள்ளன. இந்த விவாதங்கள் உலக நாவல்கள் பலவற்றில் விவாதிக்கப்படும் சொல்லாடல்களுக்கு இணையாக எழுதப்பெற்றுள்ளது. இரண்டாவது விலகல் ஈழத்தமிழர்களின் புலம்பெயர் வாழ்வில் பம்பாயின் தாராவிப் பகுதியின் பங்கு. அகதி வாழ்க்கையில் தமிழ்நாட்டுத் தமிழர்களின் பரிவு, அரசமைப்புகளின் குரூரமான எதிர்மறைப்போக்கு போன்றன பலரால் எழுதப்பெற்றுள்ளன. ஆனால் இதில் பம்பாய் நகரத்துக் குற்றச்செயல் கும்பல்களின் இடம் விரிவாகப் பதிவுசெய்யப்பட்டுள்ளது. போலியான கடவுச்சீட்டு உருவாக்கம், விசா உரிமங்கள் தயாரித்தல், ஆள்மாறாட்டம், போதைப்பொருள் கடத்தலுக்கு அகதிகளைப் பயன்படுத்துதல், அப்பாவிப் பெண்கள் மீதான பாலியல் குரூரங்கள் என பம்பாய் நகரின் இருட்டான வாழ்க்கை இதுவரை எழுதப்படாத பகுதிகளாக இந்நாவலின் வழியாகவே வாசிக்கக் கிடைக்கின்றன.

பழைய மரபான சமூகத்தின் எதிர்பார்ப்புகளைப் புதிய மனிதனொருவன் புறங்கையால் ஒதுக்கிவிட்டு முன்னேறும் அகநிலை மாற்றத்தை விவரிப்பதில் தொடங்கி ஈழத்தமிழர்களின் வாழ்க்கைக்குள் ஆயுதப் போராட்டம் ஏற்படுத்தியுள்ள அவலத்தின் கசடுகளை விவாதித்து மறுபரிசீலனையைக் கோரும் இந்நாவலின் வரவு முக்கியமானதொரு வரவு.

அ. ராமசாமி

(‘எங்கட புத்தகங்கள்’ பதிப்பில் வெளியான முன்னுரை.)

1

கனத்த கனவுகளுடன் தவராசா பேர்ளினில் காலடி வைத்தபோது, எல்லாமே அவனுக்குப் பிரமிப்பாக இருந்தன. தான் வந்துசேர்ந்த இடம் கிழக்கு ஜேர்மனி என்பதோ, ஜேர்மன் நாடு கிழக்கு மேற்கென இரண்டு நாடுகளாகப் பிரிக்கப்பட்டிருந்ததோ அவனுக்குத் தெரியாது. தவராசாவைப் பொறுத்தவரை, அவன் ஒரு வெளி நாட்டுக்கு வந்திருக்கிறான். அதுபோதும் அவனுக்கு.

தவராசா ஜேர்மனிக்கு வந்துசேர்ந்த 1982, தை மாதம், ஐந்தாம் திகதியை அவனால் மறக்க முடியாது. அதை நினைத்தால் இதயம் ஒருமுறை நின்று துடிக்கும். அன்றுதான் அவன் மேற்கு பேர்ளின் பொலீசாரால் கைது செய்யப்பட்டு, பங்கருக்குள் அடைக்கப்பட்ட நாள்!

தவராசாவை பேர்ளினுக்கு கூட்டிவந்த ஏஜென்ட், அவனுடன் மேலும் பதினைந்து பேரைக் கூட்டி வந்தான். அனைவரும் இலங்கைத் தமிழர்கள். மும்பை விமான நிலையத்தில் தவராசாவின் பறப்பில் இணைந்தவர்கள். ஒருசிலர் தவராசா படித்த பள்ளிக்கூடத்தில் முன்னுக்குப் பின்னாகப் படித்தவர்கள். படித்தவர்கள் என்றால் வகுப்பில் உட்கார்ந்திருந்தவர்கள். குழப்படிக்காரர்கள் எனப் பெயரெடுத்தவர்கள். இவர்களுள் பாலனும் சந்திரனும் பற்பனும் பத்தாம் வகுப்புப் படிக்கும்போதே இயக்கத்துக்குப் போன ஊரவர்கள். பின்னர் குட்டித் தாதாக்கள் போல ஊரில் வலம் வந்தவர்கள். நீண்ட காலத்தின் பின்னர், தவராசா இவர்களை மும்பை தாராவியில் கண்டிருக்கிறான். மும்பை பொலீசார் துரத்த, பருத்துத் திரண்ட உடம்பைத் தூக்கிக்கொண்டு தாராவியின் மூலை முடுக்குகளுக்குள் புகுந்து ஓடிக்கொண்டிருந்தார்கள். இன்னொரு முறை சில பெண்களுடன் யாழ்ப்பாணத் தமிழில் பேசிச் சிரித்தபடி ஒரு

வீட்டுக்குள் நுழைந்ததைக் கண்டிருக்கிறான். எந்த சந்தர்ப்பத்தி லும் இவர்கள் தவராசாவைத் தெரிந்ததாகக் காட்டிக்கொண்ட தில்லை.

விமானப் பறப்புக்கு நேரமிருந்தது. விமான நிலைய கழிவறைக்கு முன்னால் அனைவரும் கூட்டமாக நின்று தமிழில் பேசிக்கொண்டிருந்தார்கள். பலர் நீண்ட காலத்துக்கு முன்பே மும்பைக்கு வந்திருக்கவேண்டுமென்பது, அவர்களின் நடவடிக்கைகளில் தெரிந்தது. அனைவருக்கும் பற்பனே கட்டளை பிறப்பித்துக்கொண்டிருந்தான். கழிவறைக்குப் போவதற்கும் அவனிடம் அனுமதி பெறவேண்டியிருந்தது. சந்திரனும் அவர்களுடன் கழிவறைக்குப் போய் வந்த காரணம் தெரியாது. இவர்களின் ஒவ்வொரு அசைவையும் நோட்டம் விட்டபடி பாலன் கமுக்கமாக ஒரு வாங்கில் அமர்ந்திருந்தான். தவராசா பலமுறை முயன்றும் அவர்கள் அவனைத் தங்களுடன் சேர்த்துக் கொள்ளவில்லை. இதனால், பாலன் அமர்ந்திருந்த வாங்கின் ஒரு அந்தலையில் அமைதியாக உட்கார்ந்திருந்தான். போர்டிங் பாஸை சரிபார்த்துப் பயணிகளை உள்ளே அனுப்பும் நேரம்தான் ஏஜென்ட் செந்தில் அங்கு வந்துசேர்ந்தான்.

தவராசாவின் தகப்பன் கந்தையா படிக்காதவர் என்றாலும் வலு சுழியன். பணத்தை எதிலே போட்டால் எதிலே பல மடங்காக அள்ளலாம் என்பது அவருக்குத் தண்ணி பட்டபாடு. எந்தவித விக்னமும் இல்லாமல், மகன் ஜேர்மனிக்குப் போய்ச் சேர்ந்தால்தான் கூடிய சீக்கிரம் உழைத்துப் பணம் அனுப்புவான், பின்னர் கொழுத்த சீதனத்தோடை அவனுக்கு கலியாணத்தைச் செய்துவைக்கலாம் என்ற நம்பிக்கையில், கேட்ட தொகை முழுவதையும் ஏஜென்ட் செந்திலிடம் பறப்புக்கு முன்னரே கொடுத்துவிட்டார். இருந்தாலும் பல மாதங்கள் தவராசாவை மும்பையில் தங்கவைத்து அலைக்கழித்த பின்னர்தான் பிளேன் ஏற்றிவிட்டான்.

செந்தில் தில்லுமுல்லுக்காரன்தான். பலரை ஏமாற்றியும் இருக்கிறான். இருந்தாலும் பெருவாரியான சனத்தை பிரச்சினை இல்லாமல் வெளிநாடுகளில் சேர்த்துமிருக்கிறான். ஈழப் போராட்ட அமைப்பொன்றுடன் அவனுக்குத் தொடர்பிருப்ப தாகவும் ஊரில் பேசிக்கொண்டார்கள். அதனால் அவன் என்ன திருகுதாளம் செய்தாலும் எவரும் கேட்பதில்லை. ஏரோபுளொட் விமானத்தில் பறந்து, பிளவுபட்ட பேர்ளின் நகர எல்லையைக் கடந்து, மேற்குபேர்ளினுக்குள் செல்லும் பாதையை தானே கண்டுபிடித்ததாக வாடிக்கையாளர்களுக்கு கதைவிடுவான். எது எப்படியோ, செந்திலுக்கு பிளவுபட்ட ஜேர்மனியின் பூகோள அமைப்பும், ஹிட்லரின் வீழ்ச்சியின் பின்னர், வல்லரசுகள்

செய்துகொண்ட பொட்ஸ்டம் உடன்படிக்கைச் சரத்துக்களும், அதிலுள்ள ஓட்டைகளும் ஆதியோடந்தமாகத் தெரிந்திருந்தன. அதனால்தான் மற்ற ஏஜென்சிமாரை விட அவனால் அதிகளவு அகதிகளை வெளிநாடுகளுக்கு அனுப்ப முடிந்தது.

விமானத்தில், தான் கூட்டி வந்தவர்களின் இருக்கைகளை, அங்கொன்றும் இங்கொன்றுமாகப் பதிவு செய்யும்படி ஏற்கனவே செந்தில், பற்பனுக்குச் சொல்லியிருந்தான். செந்தில் கனவான் போல உடையணிந்து பிஸ்னஸ் கிளாஸ் இருக்கையில் அமர்ந்து கொண்டான். எந்த இடத்திலும் அவன் இவர்களைத் தெரிந்த தாகக் காட்டிக் கொள்ளவில்லை. பேர்ளின் எல்லையைக் கடக்கும்வரை, கூட வந்தவர்களின் பின்னால் வரும்படி, முன்னரே தவராசாவுக்குச் சொல்லியிருந்தான்.

ஏரோபுளொட் விமானம் காற்றமுத்தப் பிரச்சினைகள் ஏதுமின்றி ஒரே சீராகப் பறந்துகொண்டிருந்தது. அது சோவியத் ஒன்றியத்தின் விமான சேவை. ஒப்பீட்டளவில் மலிவானது. சிறந்த சேவையை எதிர்பார்க்க முடியாது. புலம்பெயர் நாடுகளில் இன்று காலூன்றிய பெரும்பாலானோர், சோவியத் ஒன்றிய விமானத்தில் பறந்தவர்களே. விமானத்தில் உணவு பரிமாறிய சோவியத் பணிப்பெண்கள் அனைவரும் குண்டாகவும் பருமனாகவும் இருந்தார்கள். தவராசா ஒரு வெள்ளைக்காரியை, மிக நெருக்கத் தில் சந்தித்தது இதுவே முதல் முறை. விமானத்தின் உள்ளே, நடைபாதையை ஒட்டிய இருக்கையில் அவன் அமர்ந்திருந்ததால், பணிப்பெண்களின் உரசல் அவனுக்குக் கிளர்ச்சி ஊட்டியது. வெளியே அப்பாவியாக இருந்தாலும் இந்த விஷயத்தில் அவன் கொஞ்சம் அமசடக்கி. விமானப் பணிப் பெண்கள் அவனில் உரஞ்ச உரஞ்ச, உணர்ச்சிகள் கிளர்ந்து ஒரு நிலையில் காமம் சிரசிலடித்தது. மெல்ல எழுந்து ரொயிலெற்றுக்குப் போய், சுயஇன்பம் அனுபவித்துவிட்டு மீண்டும் வந்தமர்ந்தான். இவன் ரொயிலற்றுக்குப் போன அவசரமும், திரும்பி வரும்போது இருந்த சோர்வும் கூட வந்தவர்களுக்குச் சந்தேகத்தைக் கிளப்பின. பறப்பின்போது சாப்பிடக்கூடாதெனவும் ரொயிலெற்றுக்குப் போக வேண்டாம் என்றும் செந்தில் அவர்களுக்கு கண்டிப்பாகச் சொல்லியிருந்தான். இதற்கு வலுவான காரணங்களும் உண்டு. இதனால் தவராசா ரொயிலற்றுக்குப் போய் வந்த விஷயத்தை, மொஸ்கோவில் இறங்கியதும் செந்திலுக்குச் சொல்லலாம் என, அமைதிகாத்தார்கள்.

வளி மண்டலத்தில் காற்றமுத்தம் மாறுபட, விமானம் இடையிடையே குலுங்கியது. விமானத்திலிருந்த சிலர் வாந்தி எடுத்தார்கள். தவராசா விறைச்ச கட்டை. எப்பொழுதும் அவனுக்கு ஒருவழிப்பாதைதான். போன சாப்பாடு வாந்தியாகத்

திரும்பி வந்ததே கிடையாது. சாப்பாடு மற்றும் ரொயிலற் விசயங்கள் பற்றி மற்றவர்களுக்குச் சொன்னதை, செந்தில் தவராசாவுக்குச் சொல்லவில்லை. இதனால் கொடுத்த எல்லாவற்றையும் தாராளமாகச் சாப்பிட்டான். சாப்பாடு பரிமாறி முடிந்ததும் விளக்கை அணைத்தார்கள். நடுவிலிருந்த திரைகளில் படம் ஓடிக்கொண்டிருந்தது. பாஷைப் பிரச்சினை யால் அவனுக்குப் பொழுதுபோகவில்லை. சாப்பிட்ட அசதியில், இருக்கையைப் பதித்து, சாய்ந்து உட்கார்ந்தான்.

மனம் ஊரில் சஞ்சரித்தது!

யாழ்ப்பாணத்துக் கிராமம் ஒன்றில் பிறந்து வளர்ந்த தவராசா அதுவரை கொழும்புக்கே சென்றது கிடையாது. தோட்டத்துக்கு மாட்டெரு வாங்க வவுனியாவுக்குப் போய்வந்ததுடன் தவராசாவின் பிரயாணம் மட்டுப்படுத்தப்பட்டிருந்தது. தகப்பன் கந்தையா ஊரில் வட்டிக்குப் பணம் கொடுப்பவர். அவரிடம் அடமானத்துக்குப் போகும் நகை அல்லது நிலத்தைப் பொறுத்து, அவர் வட்டி வகைகளைத் தீர்மானிப்பார். உரிய நேரத்தில் அசலும் வட்டியும் கட்டி, மீளப்பெறாத காணிகளும் நகைகளும் கந்தையாவுக்குச் சொந்தமாகிவிடும். இதனால் தோட்டம், வயல், காணிகள், வீடுவளவு என ஏராளமான சொத்துக்கள் அவருக்குச் சொந்தமாகின. வீட்டில் தவராசாவும் தங்கையும்தான். தாய் அடுப்படிக்கு வெளியே அதிகம் தலைகாட்டுவதில்லை. தங்கை வயதுக்கு வந்ததும் கொழுத்த சீதனத்தை அள்ளி எறிந்து, கந்தையா ஒரு கிளறிக்கல் மாப்பிள்ளையை வாங்கிவிட்டார். செலவைக் குறைக்க, செல்வச்சந்நிதி கோவிலில் சுருக்கமாகக் கலியாணம் நடந்தது. இனி இருப்பதெல்லாம் தவராசாவுக்குத்தான்.

எவ்வளவுதான் சொத்து இருந்தாலும் கந்தையா படு கஞ்சன். சாப்பாட்டு விஷயத்தில் கசவாரம். செலவை இறுக்கிப்பிடிப்பார். கீரைப்பிடி ஒன்று வாங்கினால், ரேஷன் அரிசிச் சோற்றுடன் இலையில் ஒரு மசியல், தண்டில் ஒரு குழம்பு என இரண்டு நாட்களைக் கடத்திவிடுவார். வறுமைக்கோட்டுக்குக் கீழே உள்ளவர்களுக்கு, அரசு வழங்கும் மானியப் பொருள்கள், எப்படி கந்தையாவுக்கு கிடைக்கின்றன என நீங்கள் கேள்வி எழுப்பலாம். அரசாங்கத்தைப் பொறுத்தவரை அவரும் வறுமைக் கோட்டின் கீழ் வாழ்பவர்தான். ஏனெனில் கந்தையாவின் வருமானம் கணக்கில் வராத வருமானம்.

தவராசாவும் பாலமுருகனும் ஐந்து மைல்களுக்கு அப்பாலுள்ள அயல் கிராமத்துப் பாடசாலையில் ஒன்றாகப் படித்தவர்கள். இரண்டு கிராமங்களையும் பிரிக்கும் பரவைக் கடலை ஊடறுத்துச் செல்லும் பாலத்தைக் கடந்தே

பாடசாலைக்குச் செல்லவேண்டும். அது கிறீஸ்தவ மிஷனறிமா ரால் நடத்தப்படும் ஆங்கிலப் பாடசாலை. பாலத்தின் மேலாச் செல்லும் வீதியில் மட்டுப்படுத்தப்பட்ட பஸ் போக்குவரத்து இருந்தாலும் தவராசா நடந்தே பாடசாலைக்குப் போவான். கடல் வற்றிய கோடை காலங்களில் தரவைக்கு குறுக்காக நடந்து, சைக்கிள்காரரை முந்திவிடுவான். மாரி காலங்களில் பாலமுருகனின் சைக்கிள் கரியரில் தொற்றிக்கொள்வான். கந்தையாவிடம் இருக்கும் பணத்துக்கு மகனுக்கு ஒரு சைக்கிள் வாங்கிக் கொடுப்பது பெரிய காரியமில்லை. அந்தக் காசை வட்டிக்குவிட்டால் வரும் தொகையைக் கணக்குப் பார்த்து, தவராசாவே தனக்குச் சைக்கிள் வேண்டாம் எனச் சொல்லிவிட்டான். அவன் கணக்கில் புலி. எண்கணிதத்தில் வரும் வட்டி விகிதக் கணக்குகளை, மனக் கணக்காகப் போட்டுவிடுவான். ஆனால் ஆங்கிலம்தான் பிரச்சினை கொடுத்தது. அவனது ஆங்கில உச்சரிப்பை வைத்தே பாடசாலையில் அவனைக் கேலி செய்வார்கள். இதையிட்டு அவன் என்றுமே கவலைப்பட்டது கிடையாது. இருந்தாலும், இடையிடையே யாழ்ப்பாணம் றீகல் தியேட்டருக்குப் போய் ஆங்கிலப் படம் பார்ப்பான். எல்லாப் படங்களுமல்ல, அடல்ஸ் ஓன்லி படங்கள் மட்டும். அவனுக்குத் தேவையானது அதில்தான் இருந்தது.

தவராசா விமானத்தில் ஏறும்வரை வெள்ளைக்காரர்களின் தாய் மொழி ஆங்கிலம் என்றே நினைத்திருந்தான். அதுமட்டு மல்ல, வெள்ளைக்காரிகள் எல்லோரும் ஆங்கிலப் படங்களில் வரும் காரிகைகள் போல, ஒல்லியாகவும் நளினமாகவும் இருப்பார்கள் என்றும் எண்ணியிருந்தான். ஏரோபுளொட் விமானத்தில் அவனுக்கு உணவு பரிமாறிய பணிப்பெண்கள் ஆங்கிலம் பேசாததும் குண்டு குண்டாக இருந்ததும் அவனுக்கு ஆச்சரியமாக இருந்தன.

தவராசா பொதுவாக நல்ல பெடியன்தான்!

அவனுக்குக் 'கோழி கூவிய' பருவத்தில் அந்த அனுபவத்தை அறிமுகப்படுத்தியது பக்கத்துவீட்டு மகேஸ்வரி மாமி. மாமியின் புருசன் ஊரில் உசாரில்லாத சோணையன் எனப் பெயரெடுத்தவர். தகப்பன் இல்லாமல், கஷ்டத்தில் வளர்ந்த மாமியை, கிளிநொச்சி யிலிருந்து வந்து கலியாணம் கட்டினவருக்குப் பெரிய வருமானமில்லை. பல வருடங்களாகியும் குழந்தைகளுமில்லை. அவசரத் தேவை ஒன்றுக்காக, மாமி பெருந்தொகையான பணம் கந்தையாவிடம் வட்டிக்குக் கடன் வாங்கியிருந்தார். கந்தையா மாதாமாதம் அறா வட்டி வசூலிக்க, மாமி திக்குமுக்காடிப் போனார். கந்தையாவுக்குப் பாடம் புகட்ட, பத்தாம் வகுப்புப்

படித்துக்கொண்டிருந்த தவராசாவுக்கு ‘அந்த ருசியை’ அறிமுகப்படுத்திவிட்டார்.

ரீகல் தியேட்டர் திரையிலே தவராசா பார்த்த, அடல்ஸ் ஓன்லி வசுக்கோப்பு, நிழல். ஆனால் மாமி காட்டியது நிஜம். மாமிக்கு எதை, எந்ததளவு கொடுக்க வேண்டும் எனத் தெரியும். அதனால் அறிமுகக் காட்சியுடன் தனது தியேட்டர் கதவைச் சாத்திக்கொண்டார். மாமி, முதலில் கந்தையாவைத் தன் வழிக்குக் கொண்டுவரத்தான் முயற்சித்தார். காசுக்கு முன்னால் கந்தையாவுக்கு காமம் பெரிதாகத் தெரியவில்லை. அதனால் தவராசா மூலம் தன்னுடைய வன்மத்தைத் தீர்த்துக்கொண்டார்.

தவராசாவுக்கு விசரடித்தது. கல்லெறி வாங்கிய நாய் போலச் சிலகாலம் சுற்றித்திரிந்தான். இருந்தாலும் அப்படி இப்படியான இடங்களில் கைவைக்க அவனுக்குப் பயம். ரீகல் தியேட்டரும், சுயஇன்பமும் அவனது தவிப்புக்கு வடிகாலமைத்தன. இதன் விளைவாக பன்னிரண்டாம் வகுப்புக்குப் பாடங்கள் தவராசாவுக்கு ஒத்துக்கொள்ளவில்லை. இடையில் படிப்பை நிறுத்திவிட்டு தகப்பனுடன் வட்டிக்குக் கடன் கொடுக்கும் பிஸ்னஸில் இறங்கிவிட்டான்.

கால ஓட்டத்தில், ஈழப் போராட்டம் தீவிரமடைந்தது. மாறிமாறி இயக்கங்கள் பணம் சேர்ப்பதும் இயக்கத்துக்கு ஆட்கள் சேர்ப்பதுமாக இயங்கினார்கள். கந்தையாவால் தாக்குப்பிடிக்க முடியவில்லை. காசு கொடுக்காவிட்டால் மகனை இயக்கத்துக்கு அனுப்பு எனக் கிடுக்கிப்பிடி போட்டார்கள். இதனால் மகன் வெளிநாட்டுக்குப் போய்,இயக்கங்களின் கரைச்சல் தீரும் வரை உழைச்சுக்கொண்டு வரட்டுமென முடிவெடுத்தார்.

ஜேர்மனிக்கு ஏத்திவிடுறன் அங்கைதான் நல்ல காசு உழைக்கலாம் என, ஏஜென்ட் செந்தில் சொன்னதும் தவராசாவுக்குச் சந்தோசம். எட்டு வருடங்களுக்கு முன்னர் பன்னிரண்டாம் வகுப்பு முடித்தகையோடை பாலமுருகன் அங்குதான் போனவன் என்பது உடனே நினைவுக்கு வந்தது. ஜேர்மனி ஏதோ நாலுபரப்புக் காணி என்ற நினைப்பில், பாலமுருகனைத் தேடிப்பிடித்து அவனுடன் இருக்கலாம், தினமும் சோறு சாப்பிடலாம் எனத் தவராசா கனவு கண்டான்.

2

கந்தர் அப்பாவை இயக்கம் சுட்டுவிட்டதாக அம்மா கடிதம் எழுதியிருந்தார். அரசியல் பக்கமே தலை வைத்துப் படுக்காத, எந்தவித சோலிசுரட்டுக்கும் போகாத கந்தர்அப்பா, ஏன் சுடப்பட்டான் என்ற கேள்வி பாலமுருகனின் மூளையைக் குடைந்தது. அப்பாவியான கந்தர்அப்பாவின் மரணம் பாலமுருகனைப் பெரிதும் பாதித்ததால், மனம் கடந்த கால நினைவுகளை அசைபோட்டது.

நாலாவது பிறந்த தினத்தன்று, செல்வச்சந்நிதி முருகன் கோவிலில் அருச்சனை செய்து திரும்பும் வழியில், வாகனம் குடை சாய்ந்ததால் பெற்றோரை இழந்தவன், கந்தர்அப்பா. சிறு காயங்களுடன் வெளியே தூக்கியெறியப்பட்டு, வீதியோரப் பற்றைக்குள் அழுதுகொண்டு கிடந்த சிறுவன் கந்தரை அயலவர்கள் காப்பாற்றினார்கள். பின்னர், தாய் வழித் தாத்தா பாட்டி அவனை வளர்த்தார்கள். அவர்கள் ‘அப்பா’ எனச் செல்லமாக அழைத்ததால், அதுவே பின்னர் பெயருடன் ஒட்டிக்கொண்டு ‘கந்தர்அப்பா’ ஆகியது. தாத்தா பாட்டிக்கு வயோதிப காலத்தில் பணக் கஷ்டம். இதனால் எட்டாம் வகுப்புடன் படிப்பை நிறுத்திவிட்டு, சைக்கிள் கடை ஒன்றில் எடுபிடியாகச் சேர்ந்துவிட்டான்.

பாலமுருகன் பன்னிரண்டாம் வகுப்புப் படித்த காலத்தில், கந்தர்அப்பா சுயமாக ஊரில் சைக்கிள் பஞ்சர் ஒட்டும் கடை ஆரம்பித்துவிட்டான். ஒரு பஞ்சர் ஒட்ட முப்பந்தைந்து சதம். றீகல் தியேட்டர் கேலரி வாங்கிலிருந்து பழைய இங்கிலீஸ் படம் பார்க்கவும் முப்பந்தைந்து சதம். தோசை ஒன்று ஐந்து சதம் விற்ற காலம். கிராமங்களில் அப்போதைய பிரதானப் போக்குவரத்துச் சாதனம் சைக்கிளே. இதனால் கந்தர்அப்பாவின் பிழைப்பு சுமாராகப் போனது.

ஆயிரத்து தொளாயிரத்து எழுபதுகளின் ஆரம்ப காலம்!

சோசலிச ஜனநாயகக் குடியரசு என்ற பெயரில், இலங்கையை ஸ்ரீமாவோ பண்டாரநாயக்க அம்மையார் ஆண்ட காலமது.

சோவியத் ஒன்றியமும் அதன் ஆதிக்கத்தின் கீழிருந்த, கிழக்கு ஐரோப்பிய நாடுகளும், கம்யூனிசக் கொள்கைகளைப் பரப்பும் நோக்கத்துடன், வளர்முக நாடுகளின் மாணாக்கர்களுக்கு, தங்கள் பல்கலைக்கழகங்களில் படிக்க, புலமைப் பரிசில்கள் வழங்கினார்கள். இதற்காகவே மொஸ்க்கோவில் லுமும்பா பல்கலைக்கழகம், சோவியத் ஒன்றியத்தால் ஆரம்பிக்கப்பட்டது. ஏட்டுக் கல்வியுடன் கம்யூனிச சித்தாந்தங்களையும் கற்பிப்பதுதான் அவர்களின் நோக்கம். இந்த வகையில் சோவியத் ஆதிக்கத்தின் கீழிருந்த ஜேர்மன் ஜனநாயகக் குடியரசு என்ற கிழக்கு ஜேர்மனி யும், இலங்கைக்கு அந்த வருஷம், பத்து புலமைப் பரிசில்களை வழங்கியது.

அந்தக் காலங்களில் அரச வேலை வாய்ப்பு முதற்கொண்டு, இப்படியான தகவல்கள் எல்லாம் தபால் கந்தோர்களுக்கு வரும் அரச வர்த்தமானியில் விளம்பரப்படுத்தப்படும். கிராமங்களில் வர்த்தமானி வாசிப்பவர்கள் மிகவும் குறைவு. இதனால், தபால் அதிபர் இவற்றைப் பழைய பேப்பர் கடைக்குக் கொடுத்து, காசு பார்த்துவிடுவார். இந்தவகையில், மளிகைக்கடை ஒன்றில், சீனி பொதி செய்யப்பட்ட கடதாசியில் கண்ட விளம்பரத்தை வைத்தே, பாலமுருகன் புலமைப்பரிசில் பெற மனுச்செய்தான். பன்னிரண்டாம் வகுப்பில் நாலு பாடங்களிலும் திறமைச் சித்தி பெற்றிருப்பதுடன் நேர்காணலுக்கும் சமூகமளிக்க வேண்டுமென அதில் சொல்லப்பட்டிருந்தது. பாலமுருகன் வசதியான குடும்பத்தைச் சேர்ந்தவனல்ல. தகப்பன் விவசாயி, நேர்மையானவர். பணம் சம்பாதிக்காவிட்டாலும் நல்ல மனிதர் என்று ஊரில் பெயரெடுத்தவர். பாலமுருகன் எட்டாம் வகுப்புப் படித்தபோது வீட்டில் வளர்த்த நாம்பன் மாடு முட்டி இறந்துபோனார். தகப்பன் இறந்தபின் அவரது நினைவாக அவனுக்குக் கிடைத்த பெரும் சொத்து, அவரது ‘றலி’பைசிக்கிள். அப்போது அது இன்றைய காருக்குச் சமமான பெறுமதி வாய்ந்தது. கந்தர்அப்பாவின் உதவியுடன் சைக்கிளைக் கிரமமாகக் கழுவிப் பூட்டி ‘சேர்விஸ்’ செய்துகொள்வான். அதில்தான் தவராசாவும் அவ்வப்போது தன் அவசரத் தேவைகளுக்குத் தொற்றிக்கொள்வது. தகப்பனின் மறைவுக்குப் பின்னர் பாலமுருகனின் வீட்டில் அப்படி இப்படித்தான். உண்மையைச் சொன்னால் பெரும் பணக் கஷ்டம். இதனால் குடும்பத்துக்குச் சொந்தமான தோட்டத்தில் தாயுடன் சேர்ந்து மிளகாய் பயிர் செய்து, ரியூசன் கொடுத்து உழைத்த காசில், பன்னிரண்டாம் வகுப்புப் பரீட்சையில் திறமைச் சித்தி அடைந்தான். அரசியல் காரணங்களினாலும்

இனங்களுக்கு இடையிலான தரப்படுத்தல் முறை, அப்போது அமுல்படுத்தப்பட்டதாலும் இலங்கைப் பல்கலைக்கழக அனுமதி, தாமதமாகியது. பாலமுருகன் இதைப் பற்றி அலட்டிக்கொள்ளாது, தாயுடன் சேர்ந்து அடுத்த வயல் விதைப்புக்கு அடுக்குப் பண்ணிக்கொண்டிருந்தான். முற்றிலும் எதிர்பாராதவிதமாக கொழும்பிலுள்ள கல்வி இலாகாவில் நடக்கவிருக்கும் நேர்முகத் தேர்வுக்கு வரும்படி, பாலமுருகனுக்கு கடிதம் வந்திருந்தது. இத்தகைய புலமைப் பரிசில்களைப் பெற, கல்வித் தகுதியுடன் அரசியல் செல்வாக்கும் தேவை, எனச் சொல்லி தாய்மாமன் அப்புத்துரை வாத்தியார் அவனைப் போகவிடாமல் தடுப்பதில் குறியாக இருந்தார். இதற்கு ஒரு வலுவான காரணமும் இருந்தது. ஊரிலே, கிராமசேவகராகவோ வாத்தியாராகவோ வேலை பார்த்தால் தன்னுடைய ஒரேயொரு 'கலரான' மகளைக் கட்டிக் கொடுத்து, வீட்டோடு மாப்பிளையாக வைத்திருக்கலாமென பிளான் போட்டிருந்தார். பாலமுருகனின் தாயாருக்கு இது அரசல்புரசலாகத் தெரிந்திருந்தது. தங்களிலை பொறுத்துப் போகுமென, புருசன் செத்த நாளிலிருந்து, எட்ட நின்ற தமையன் அப்புத்துரை வாத்தியாரும் பெண்சாதியும், பாலமுருகன் பன்னிரண்டாம் வகுப்பில் சிறப்பாகச் சித்தியடைந்ததும் உறவுமுறை கொண்டாடி வந்தது, இதற்காகத்தான் என்பது பாலமுருகனின் தாய்க்குத் தெரியாததல்ல. எங்கடை கஷ்டம் எங்களோடை இருக்கட்டுமென, தனது கம்மலை அடகுவைத்து மகனை கொழும்புக்கு அனுப்பிவைத்தார்.

நேர்முகத் தேர்வு தொடர்ந்து பல நாள்கள் நடந்தது. பாலமுருகன் சென்ற அன்று அதிர்ஷ்டவசமாக, ஜேர்மன் தூதுவராலயப் பிரதிநிதி ஒருவரும் அங்கிருந்தார். இவனது திறமைச் சித்திகளும் புத்திக் கூர்மையும் சமூகப் பார்வையும் அவரால் கூர்ந்து கவனிக்கப்பட்டன. பாலமுருகன் பாடசாலை யில் படிக்கின்ற காலத்திலேயே நன்றாகப் பேசுவான். நிறைய வாசிப்பான். பாடசாலைகளுக்கு இடையே நடந்த நாடளாவிய பேச்சுப் போட்டிகளில் பல தடவைகள் தங்கப் பதக்கம் வென்றிருக்கிறான். அவன் எழுதிய கவிதைகள் பத்திரிகைகளில் பிரசுரமாகி இருந்தன. நிலப்பிரபுத்துவத்துக்கு எதிராக அவன் எழுதிய கவிதை ஒன்றை, சோஷலிசக் கொள்கைப் பிடிப்புள்ள பேராசிரியர் ஒருவர், பல மேடைகளில் சிலாகித்துப் பேசியிருக்கிறார். அந்தக் கவிதையையும் அவன் ஆங்கிலத்தில் மொழி பெயர்த்து நேர்முகத் தேர்வின்போது சொன்னான்.

சோவியத் ஒன்றியத்தின் ஆதிக்கத்தின் கீழிருந்த கிழக்கு ஐரோப்பிய நாடுகள், வளர்முக நாடுகளுக்கு வழங்கும் புலமைப் பரிசில்களுள், கிழக்கு ஜேர்மன் புலமைப் பரிசிலுக்கு மவுசு

கூட. ஏனெனில் கிழக்கு ஜேர்மனி, சோசலிச நாடுகளின் ஷோகேஷ் எனப்படும் காட்சி அறையாகப் பார்க்கப்பட்டதுடன் ஒப்பீட்டளவில் வளம் மிகுந்த நாடாகவும் கணிக்கப்பட்டது.

இலங்கையில் அப்போது கல்வி அமைச்சராக இருந்தவர் பதியுதீன் மஹ்மூத் அவர்கள். அவர், தான்சார்ந்த இஸ்லாமிய இனத்தின் நலன் கருதி ஒரு கணக்குப் போட்டார். அன்றைய இன விகிதாசாரத்தின் படி, ஏழு சிங்களவர்களும் மூன்று தமிழ்மொழி பேசுபவர்களும் கிழக்கு ஜேர்மன் புலமைப் பரிசில் பெறத் தெரிவாக வேண்டுமென முடிவெடுத்தார். இதில்தான் அவரது மனக்கணக்கின் சூக்குமம் அடங்கியிருந்தது. தமிழ்மொழி பேசுபவர்கள் என்ற வகைக்குள், 'தமிழ்மொழி பேசினாலும் தாங்கள் தமிழர்களல்ல, சோனகர்களே' என உரிமை கோரும் இஸ்லாமிய சமூகத்திலிருந்து இரண்டுபேரைத் தெரிவு செய்தார். எஞ்சிய இடத்துக்கு பாலமுருகன் தெரிவு செய்யப்பட்டான்.

பிரயாணம் பற்றிய எந்தத் தகவலும் அதன் பின்னர் தெரிவிக்கப்படாமல் கிணற்றில் போட்ட கல்லாகவே இருந்தது. பாலமுருகன் வழமைபோல அடுத்த பருவத்து மிளகாய்ப் பயிர் நடுகைக்கு ஆயத்தமானான். அதற்கு மாட்டெரு தேவை. செயற்கை உரப் பாவனை யாழ்ப்பாணத்து தோட்டங்களில் அறவே இல்லாத காலமது. கிளிநொச்சியில் மாட்டெரு மலிவென்றும், தானும் தகப்பனும் மாட்டெரு வாங்க டிராக்டரில் கிளிநொச்சிக்குப் போகவிருப்பதாகவும், செலவைச் சமனாகப் பகிர்ந்துகொண்டால் அரைவாசி எருவை பாலமுருகன் எடுக்கலாம் எனவும் டூல் போட்டான் தவராசா. அவன் கிளிநொச்சியைச் சொன்னதற்கு வேறொரு காரணமும் இருந்தது. அங்குதான் கடந்த இரண்டு வருடங்களாக மகேஸ்வரி மாமி, புருசனின் பூர்வீக வீட்டில் குடியிருக்கிறார். அறிமுகக் காட்சியின் பின்னர், மீண்டும் திரை விலகாதென்பது தவராசாவுக்குத் தெரியும். இருந்தாலும் மாட்டெரு வாங்கும் சாக்கில் கிளிநொச்சிக்குப் போய், மாமியைக் கண்ணுக்குள் வைத்துக்கொண்டு வருவதுதான் தவராசாவின் திட்டம்.

ஆயிரத்து தொளாயிரத்து எழுபத்தியோராம் ஆண்டு, சிங்கள இளைஞர்கள் 'சே குவேவரா'வின் பெயரில், ஸ்ரீமாவோ பண்டாரநாயக்க அரசுக்கெதிராகக் கிளர்ச்சி செய்தார்கள். அதனால் பல்கலைக்கழக அனுமதி தொடக்கம் அரச நியமனங்கள் வரை காலவரையின்றி தாமதமாகின. கிளர்ச்சியை அடக்க அயல் நாட்டு உதவியுடன் படை பலம் உபயோகிக்கப்பட்டது. சேகுவேராவின் இரண்டாம் மட்டத் தலைவர்கள் சிலர், பாதுகாப்புக் கருதி யாழ் மாவட்டத்துக்குள் விவசாயிகள் 'கெட்டப்'பில் டிராக்டரில் நுழைந்தபோது, ஆனையிறவு எல்லை யில் வைத்துச் சுட்டுக் கொல்லப்பட்டார்கள். அப்பொழுது

நடந்த சரமாரியான துப்பாக்கிச் சூட்டின்போது, கிளிநொச்சியிலிருந்து மாட்டெரு வாங்கிவந்த தவராசாவின் தொடையில் குண்டு பாய்ந்து, இரண்டு மாதங்களுக்கு மேலாகப் படுக்கையில் கிடந்தான். நல்ல காலம், அவனுக்குப் படக்கூடாத இடத்தில் படவில்லை. டிராக்டர் பெட்டியில் மாட்டெருவின் மேல் படுத்துக் கிடந்துவந்த கந்தையாவும் பாலமுருகனும் தப்பியது அரும்தப்பு. அதுவரை வட்டி, பணம், குடும்பம் எனக் குறுகிய வட்டத்துக்குள் சுழன்றுகொண்டிருந்த கந்தையா, அதற்கு அப்பாலும் ஒரு உலகம் இயங்குகிறது என்பதை இதன் பின்னர்தான் உணர்ந்து கொண்டார்.

முதல் கடிதம் வந்து, பதினெட்டு மாதங்களின் பின்னரே, பாலமுருகனுக்கு கல்வி இலாகாவிலிருந்து இரண்டாவது கடிதம் வந்திருந்தது. வாழைச்சேனை கடதாசி ஆலையில், வைக்கோலில் உற்பத்தி செய்யப்பட்ட பழுப்பு நிறக் கடதாசியில், கடிதம் சிங்கள மொழியில் தட்டச்சுச் செய்யப்பட்டிருந்தது. அந்தக் காலத்தில் தமிழரசுக் கட்சியின் வேண்டுகோளுக்கு இணங்க தமிழர்கள் பலர், சிங்களம் படிக்கமாட்டோம் எனத் தலையிலடித்துச் சத்தியம் செய்திருந்தார்கள். கடிதம் புலமைப்பரிசில் பற்றியதாக இருக்கலாம் என ஊகித்த பாலமுருகனால் அதில் எழுதப்பட்டிருந்த விபரத்தை வாசிக்க முடியவில்லை.

யாழ்ப்பாணத்திலே சிங்களவர்கள் சிலர் பாண் பேக்கரி வைத்திருந்தார்கள். அவர்கள் அவசரத் தேவைக்கு கடன் வாங்குவது கந்தையாவிடம்தான். அது மீட்டர் வட்டி. காலையில் பணம் கொடுத்தால் வியாபாரம் முடிந்ததும் மாலையில் இரண்டு மடங்காக வசூலிக்க, தவராசா பேக்கறிக்குப் போவான். பேக்கறியில் பாண் போட அதிகாலை இரண்டு மணிக்கே ஆரம்பித்து விடுவார்கள். காலை ஆறு மணிக்கு சைக்கிளில் தவராசாவையும் ஏத்திக்கொண்டு போய், பேக்கரி முதலாளி முன் ஆஜரானான் பாலமுருகன். ஜேர்மனிக்குப் படிக்கப்போக, மருத்துவ சோதனை செய்யும்படி கடிதத்தில் எழுதி இருப்பதாகச் சொன்ன பாண் முதலாளி, முடிவுத் திகதி மூன்று நாள்களில் முடிவடைகிறது, என்ற குண்டையும் தூக்கிப்போட்டார். ஏதோ சில காரணங்களினால் யாழ்ப்பாணத்துக்கு அனுப்பப்பட்ட கடிதம் தாமதமாக வந்திருக்கிறது. அதுபற்றி ஆராயும் நேரம் இதுவல்ல. கூடிய சீக்கிரம் மருத்துவ சோதனையைச் செய்து முடிக்க வேண்டுமென்ற அவசரத்தில் மண்டை கிறுகிறுத்தது. இப்படியான நேரங்களில்தான் தவராசாவின் குறுக்கு மூளை வெகு சுறுசுறுப்பாக வேலைசெய்யும்.

ஒண்டுக்கும் பயப்படாதை மச்சான். உன்ரை உடல் உறுப்புக்கள் எல்லாம் சரியாய் வேலை செய்யுதெண்டு, அதற்குரிய

இடங்களில் புள்ளடி போட்டு, ஒரு டாக்குத்தர் கையெழுத்து வைச்சால் சரிதானே? என வெகு இயல்பாகக் கேட்டான் தவராசா.

என்ன சொல்லுறாய்? எனக் கேட்டு, அங்கங்கே உடம்பில் தொட்டும் அழுத்தியும் பார்த்தான் பாலமுருகன்.

நான் சொல்லுறது உள்ளுக்கை இருக்கிறதை எனச் சொல்லிச் சிரித்த தவராசா மேலே தொடர்ந்தான்.

எங்கடை ஊர்ச் சிங்கப்பூர்ப் பணக்காரர், முருகேசரைத் தெரியும்தானே. அவற்றை மகன்தான் இப்ப வடமாகாண வைத்திய அதிகாரி. மகன்ரை கையெழுத்தோடை, ஒரு சீலும் குத்திவிட்டால், நாளைக்கு நீ றெயிலேறி, கொழும்பிலை கொண்டுபோய்க் குடுக்கலாம். முருகேசர் ஐயாவைக் கேட்டுப்பார், என விசயத்தை இலகுவாக்கினான் தவராசா.

முருகேசர் யாழ்ப்பாணம் மிஷனரிப் பாடசாலையில் எட்டாம் வகுப்புவரை ஆங்கிலம் படித்தவர். தெற்கு ஆசிய நாடு களைப் பிரித்தானியர் அடக்கி ஆண்ட காலத்தில், மலேயாவில் றெயில்பாதை அமைக்க, இந்திய கூலித் தொழிலாளர்கள் அழைத்துச் செல்லப்பட்டார்கள். இவர்களைக் கண்காணிக்க, அங்கு வரவழைக்கப்பட்ட, ஆங்கிலம் பேசத் தெரிந்த யாழ்ப்பாணத் தமிழர்களுள் முருகேசரும் ஒருவர். ஆயிரத்து தொளாயிரத்து அறுபத்தைந்தாம் ஆண்டு மலேயாப் பிரதேசம் சிங்கப்பூர், மலேசியா, என இரண்டு நாடுகளாகப் பிரிந்தபின் சிங்கப்பூரில் பணிபுரிந்த முருகேசர், கொழுத்த பென்சனுடன் ஊரில் வந்து செட்டிலானார். தினமும் வீட்டு முன் விறாந்தையில் இருந்து ஆங்கிலப் பத்திரிகையை உரத்து வாசிப்பதன் மூலம், தன்னை ஒரு கனவானாகக் காட்டிக்கொள்வார். ஊரில் மேட்டுக்குடி மக்களிடம் மட்டும் அவர் தொடர்பு வைத்திருந்தார். இருந்தாலும் ஊரிலுள்ள சமூக அமைப்புகளின் தலைமைப் பதவிகள் தானாவே அவரைத் தேடிவந்தன. பட்டணத்திலுள்ள மொத்த வியாபாரிகளுக்கு அவர் வட்டிக்குப் பணம் கொடுப்பதாகவும் கதை உலாவியது. உண்மையைச் சொன்னால் பண விசயத்தில் கந்தையாவுக்கும் முருகேசருக்கும் அதிக வித்தியாசமில்லை. கந்தையா லோக்கல். முருகேசர் குளோபல்.

பாலமுருகன் குடும்பமும், முருகேசர் சபைசந்தியில் கை நனைக்கிற பக்கம்தான். இருந்தாலும் பொருளாதார ஏற்றத்தாழ்வு காரணமாக பாலமுருகன் குடும்பத்துடன் முருகேசர் ஒட்டுவதில்லை. இதனால் சற்றுத் தயங்கிய பாலமுருகன், நீயும் வாறியோ? இரண்டுபேரும் சேர்ந்து போய்க் கேட்டுப்பாப்பம், என தவராசாவுக்கு கொக்கி போட்டான்.

இதோடை ஆளைவிடு மச்சான், எனக் 'காய்' வெட்டி விட்டு, மெல்லக் கழன்றுகொண்டான் தவராசா.

சங்கடப்பட்டால் காரியம் நடக்காது என, மனதைத் திடப் படுத்திக்கொண்டு, முருகேசர் வீட்டை நோக்கிச் சைக்கிளைச் செலுத்தினான் பாலமுருகன்.

முருகேசரின் பிரமாண்டமான நாற்சார் வீடு, ஆலடிச் சந்தியில், பிரதான வீதியையொட்டி இருந்தது. சிங்கப்பூர்க் காசில் கட்டிய மாளிகை அது. பாலமுருகன் போனபோது முருகேசர் மேல்மாடி விறாந்தைக் குந்தில், வரிசையாக வைக்கப்பட்டிருந்த பூமரச் சாடிகளுக்குத் தண்ணீர் விட்டுக்கொண்டு நின்றார். சாடியிலிருந்து வழிந்த தண்ணீர், சொட்டுச் சொட்டாக கீழே வழிந்து, பாலமுருகனின் தலையை நனைத்தது. வாசலில் கட்டியிருந்த உயர் சாதி நாய் இரண்டுமுறை உறுமிவிட்டு மீண்டும் சுருண்டு படுத்துக்கொண்டது. வயிறு நிரம்பியதால் ஏற்பட்ட களைப்பாய் இருக்கவேண்டும். குரைக்கப் பஞ்சிப்பட்டது. முருகேசர் மேலே நின்றபடி, வார்த்தைகளை வெளியே உதிர்க்காது, சைகை மூலம் என்ன விஷயம்? எனக் கேட்டார். வெளிநாட்டுக்குப் போகவேணும், என ஆரம்பித்து பாலமுருகன் விபரம் சொல்லி முடிக்க முன்னர், உடம்பு குலுங்கச் சிரித்தார் முருகேசர்.

ஈழப்போராட்டம் தொடங்கிய பின்னரே படிப்படியாகத் தமிழர்கள் வெளிநாடுகளுக்கு அகதிகளாகப் புலம் பெயர்ந்தார்கள். அதற்கு முன்னர் பெரும் பணம் படைத்தவர்களின் பிள்ளைகள் கப்பலில் பல நாள்கள் கடலில் பயணித்து இங்கிலாந்துச் சீமைக்குப் படிக்கச் சென்றார்கள். அரிதாக, அரச புலமைப்பரிசில் பெற்று குறுகியகால பயிற்சி பெற விமானத்தில் சென்றவர்களும் உண்டு. விமானத்தில் ஏற, ஆங்கிலம் தெரிந்திருப்பது மட்டுமல்லாது, கோட், சூட், ரை, மினுக்கிய சப்பாத்து என்பன அணிந்து கனவானாகத் தோற்றமளிக்க வேண்டுமென்ற எழுதாத விதியும் அந்தக்காலத்தில் இருந்தது. பயிற்சிக்காக வெளிநாடு செல்பவர்களின் விபரங்கள் பத்திரிகைகளில் படத்துடன் வெளிவந்தன. முருகேசரின் டாக்டர் மகன் சமீபத்தில் இரண்டு வருடப் பயிற்சிக்காக, அரச செலவில் அமெரிக்கா சென்று திரும்பியவர். இந்தவகையில் அப்போது அமெரிக்கா செல்வது மிகமிக அரிது. மகன் பயிற்சி முடித்து ஊருக்குத் திரும்பியபோது மேளதாளத்துடன் தடல்புடலான வரவேற்பளித்தார் முருகேசர். இது அயலட்டைக் கிராமங்களிலும் பெரிதாகப் பேசப்பட்டது. இந்த நிலையில், ஸ்கொலஷிப் கிடைத்து, அதுவும் ஆறு வருடங்களுக்கு ஜேர்மனிக்குப் போறன், என பாலமுருகன் உதவிக்கு வந்து நின்றால், முருகேசரால் எப்படித் தாங்கிக்கொள்ள முடியும்?

கள்ள வேலை செய்யச் சொல்லுறியோ? உதுக்கோ டாக்குத்தர் இருக்கிறார். சட்டத்துக்குப் புறம்பாக என்னுடைய மகன் எதுவும் செய்யான், எனச் சொல்லி, பாலமுருகனைத்

திருப்பிவிட்டார். அவர் அதைச் சொன்ன விதமும் அவரது உடல்மொழியும் முகத்தைப் பொத்தி அறைந்ததுபோல வலித்தது. இனி என்ன செய்யலாம் என்ற திகிலில், உடம்பெல்லாம் வியர்த்தது. மூன்று நாளைக்குள் கொழும்பு மலே வீதியிலுள்ள கல்வி இலாகாவில் மருத்துவ அறிக்கை இருக்க வேண்டும். இல்லையேல் பாலமுருகன் வாய்ப்பைத் தவறவிடுவான்.

இப்படி ஒரு நிலைமையா? எனக் கண்கலங்கி ஆலடி மதவில் இருந்து வாய்விட்டு அழுதான். குடும்பக் கஷ்டங்கள், எதிர்காலம் பற்றிய பயம் என்பன வரிசையாக மனதில் எழுந்து, எழுந்து விழுந்தன. ஆலமரத்துக்கு நேரெதிரே இருந்த சைக்கிள் கடையில் பஞ்சர் ஒட்டிக்கொண்டிருந்தான் கந்தர்அப்பா. 'எதுவும் கடந்துபோகும்' என அம்மா அடிக்கடி சொல்லும் வாசகம் நினைவுக்கு வந்தது. மெல்ல எழுந்து கந்தர் அப்பாவிடம் போய், ஐம்பது சதம் கேட்டான். அந்தத் தொகை, மூன்று பஞ்சர் ஒட்டினால் கந்தர்அப்பாவுக்கு வரும் இலாபக் காசு. மறுபேச்சு எதுவுமில்லாமல் மேசை லாச்சியைத் திறந்து ஐம்பது சதக் குத்தியொன்றை எடுத்துக் கொடுத்தான்.

ஆலடிச் சந்தியிலிருந்து யாழ்ப்பாணம் பெரிய ஆஸ்பத்திரிக்குப் போக, அப்போதைய பஸ் கட்டணம் இருபது சதம். கட்டியிருந்த லுங்கியுடனும் அழுக்குப் படிந்த சேட்டுடனும் 769 இலக்க பஸ் ஏறி யாழ்ப்பாணம் பெரிய ஆஸ்பத்திரியடியில் இறங்கினான். வெளி நோயாளர் பிரிவு, மருந்துக்கு வந்தவர்களால் பிதுங்கி வழிந்தது. டாக்குத்தரின் வாசல் கதவுக்கு முன்னால் ஊர்ச் சங்கக் கடையில் கூப்பன் அரிசி வாங்கக் கூடி நிற்பது போல, நோயாளர்கள் நெருக்கியடித்துக்கொண்டு நின்றார்கள். உருண்டு திரண்ட உடம்பைக் கஷ்டப்பட்டு யூனிபோமுக்குள் திணித்த தாதி ஒருவர், தனக்கு வேண்டியவர்களை டாக்டரின் அறைக்குள்ளே இடையிடையே அனுப்பிக்கொண்டு நின்றார். தாதியை எதிர்ப்பதற்கு காத்திருந்தவர்களுக்குப் பயம். சனம் குறையட்டுமென, பாலமுருகன் ஓரமாக இருந்த வாங்கில் அமர்ந்தான். பேரம் படியாத வெப்பிசாரத்தில் தூஷண வார்த்தைகளை உதிர்த்தபடி, காக்கிச் சட்டை போட்ட ஆஸ்பத்திரி கங்காணி ஒருவன் பாலமுருகன் இருந்த வாங்கடியில் குந்தினான்.

மதியம் இரண்டு மணியாகியும் சனம் குறைந்தபாடில்லை. பாலமுருகனுக்கு வயிற்றைப் பிறாண்டிப் பசி எடுத்தது. ஆஸ்பத்திரிக்கு முன்னால் இருந்த சிங்கப்பூர் பார்மஸிக்கு அருகே, ஒரு தேத்தண்ணிக் கடை இருந்தது. பிளேன் டீ அப்போது ஐந்து சதம் விற்றார்கள். கந்தர்அப்பா தந்த ஐம்பது சதத்தில் மிகுதி முப்பது சதம் சட்டைப்பைக்குள் இருப்பதை உறுதி செய்து கொண்டான். இதில், திரும்பிப் போகத் தேவையான இருபது

சதம் போனால், மிகுதி பத்து சதத்தில் இரண்டு முறை 'பிளேன் டீ' குடித்தான். மாலை நாலு மணியளவில் சனம் மெல்ல வடிந்தது. எழுந்து டாக்டரின் அறைக்குள் நுழைந்தான். அங்கு நாற்பது வயது மதிக்கத்தக்க ஒரு டாக்டர், கிளினிக் நேரம் முடிந்து விட்டதே என்றார்.

இல்லை ஐயா, இது வேறு விஷயம், என விபரம் சொன்ன போது பாலமுருகன் தன்னை மறந்து அழுதுவிட்டான்.

டாக்டருக்கு சிங்கள மொழி தெரிந்திருக்கவேண்டும். கடிதத்தை ஒன்றுக்கு இரண்டு முறை வாசித்தவர், பாலமுருகனை மேலும் கீழும் பார்த்துப் புன்னகைத்தார். கால நெருக்கடியை அவர் புரிந்துக்கொண்டார் போலும். தமிழர்களுக்கு இப்படி வாய்ப்புகள் கிடைப்பது மிகவும் அரிது என்றவர், சற்று நிதானித்து, உனக்கு ஏதாவது நோய்கள் இருக்கிறதா? எனக் கேட்டார்.

இல்லை எனப் பொருள்பட வேகமாகத் தலையாட்டினான் பாலமுருகன். அவர் மேலே எதுவும் பேசவில்லை. எல்லாக் கட்டங்களிலும் புள்ளடி போட்டு, கையொப்பம் இட்டு, சீல் குத்தி வாழ்த்துச் சொன்னதும், உடல் புல்லரித்து டாக்டர் முன் உறைந்துபோய் நின்றான் பாலமுருகன். நன்றி சொல்ல வாயைத் திறந்தவனுக்கு வார்த்தைகள் வரவில்லை, காற்றுத்தான் வந்தது.

டாக்டரின் மேசைமீதிருந்த தொலைபேசி சிணுங்கியது. அது அவரது தனிப்பட்ட அழைப்பாக இருக்கவேண்டும். கையை அசைத்து பாலமுருகனுக்கு விடைகொடுத்தவர், குரலைத் தாழ்த்தி மெதுவாகப் பேசத் துவங்கினார்.

பாலமுருகன் நிஜ உலகத்துக்கு வர நேரமெடுத்தது!

பல வருடங்கள் கழிந்து, பாலமுருகன் இலங்கைக்குத் திரும்பியபோது கந்தர்அப்பா கொடுத்த ஐம்பது சத நாணயம் ஒரு செல்லாக் காசு. மிதிவண்டிகள் மறைந்து வீதியெங்கும் பெற்றோல் வண்டிகள் வலம் வந்தன. கந்தர்அப்பா தொழில் இல்லாமல் நொடித்துப்போய் இருந்தான். கண் பார்வை குறைந்து, தடித்த சோடாப்புட்டி கண்ணாடி அணிந்திருந்தான். கண்களைச் சுருக்கி கண்ணாடியை உயர்த்தி சற்றுநேரம் உற்றுப் பார்த்த கந்தர்அப்பா, எப்ப வந்தனீ..? உதிலை இரு என, கடைக்கு உள்ளே கவிழ்த்துப் போட்டிருந்திருந்த கள்ளிப்பெட்டியைக் காட்டினான். நாட்டு நிலைமைகள் இப்ப நல்லாயில்லை. என்னாலை குந்தி இருந்து தொழில் செய்யேலாமல் இருக்கு, எனச் சொல்லிக் கவலைப்பட்டான். அப்பொழுது அவன் கண்களிலே லேசாக நீர் அரும்பி நின்றது, அவனது சோடாப் புட்டிக் கண்ணாடியூடாகவும் தெரிந்தது. அவன் கொடுத்த ஐம்பது சத நாணயம் அவனுக்கு நினைவிலில்லை. அந்த

மேசை லாச்சி உடைந்து உள்ளே தள்ள முடியாத நிலையில், வெளியே துருத்திக்கொண்டிருந்தது. போகும்வரை விரித்துப் பார்க்காதே எனச் சொல்லி, பாலமுருகன் ஒரு பணப் பொதியை, மேசை லாச்சிக்குள் வைத்தபோது, கந்தர்அப்பாவால் தடுக்க முடியவில்லை.

கடைக்கு முன்னால், 769ஆம் இலக்க கொடிகாமம், கீரிமலை பஸ், பயணிகளை ஏற்றி இறக்கிக்கொண்டு நின்றது. முன்னரைப்போல அது இரட்டைத்தட்டு பஸ் அல்ல. யாழ்ப்பாணம் பெரியாஸ்பத்திரிக்குப் போகவென பஸ்ஸில் ஏறினான். பல வருடங்கள் சொகுசு வாழ்க்கைக்குப் பழக்கப்பட்ட பாலமுருகனுக்கு, அந்த பஸ் பிரயாணம் உவப்பாக இல்லை. ஆளைத் தூக்கித் தூக்கி குத்தியது. இருபது சதமாக இருந்த கட்டணம், பலமடங்கு ஏறி, இரண்டு ரூபா இருபது சதமாக மாறியிருந்தது.

பாலமுருகன் தேடிச்சென்ற டாக்டர் ஆஸ்பத்திரியில் இல்லை என்றார்கள். கொழும்புக்கு மாற்றலாகிச் சென்றவர், தமிழ், சிங்கள இனக் கலவரத்தில் உயிரோடு எரித்துக் கொல்லப்பட்ட தாக, வெளிநோயாளர் பிரிவில் பணிபுரிந்த தாதி சொன்னார்.

அதிர்ச்சியில், பாலமுருகனின் பிடரியும் கழுத்தின் பின்பக்கமும் வலித்து வயிற்றை முறுக்கி வாந்தி வரும்போலிருந்தது. மெல்ல நடந்துபோய் அருகிலிருந்த வாங்கில் அமர்ந்தான். கழுத்தையும் முகத்தையும் அழுத்தி மசாஜ் செய்து, கண்களை மூடிச் சற்றுநேரம் அமைதியானான். முன்னைய காட்சிகள் மனதில் விரிந்துகொண்டு போனது. டாக்டர் கையெழுத்துப் போட்டிருக்காவிட்டால் தன்னுடைய வாழ்க்கை என்னவாகி இருக்கும் என்ற நினைவு அவன் மனதை வருத்தியது. திடீரென ஏதோ நினைத்தவன், முற்றவெளியருகே இருந்த முனியப்பர் கோவிலை நோக்கி நடந்தான்.

சைக்கிள் கடை கந்தர்அப்பா கொடுத்த ஐம்பது சத நாணயமும், முன்பின் தெரியாத டாக்டர் ஒருவரின் ஒற்றைக் கையெழுத்துமே பாலமுருகனின் தலையெழுத்தை மாற்றின. இவர்களைப் போன்றவர்களால்தான் இந்த உலகத்தில், இன்னமும் மழை பொழிகிறது, மண்ணில் ஈரம் இருக்கிறது, மரம் செடி கொடிகள் பூத்துக் காய்க்கின்றன என பாலமுருகன் தனக்குள் சொல்லிக்கொண்டான்.

3

ஏழு சிங்களவர்களுடனும் இரண்டு இஸ்லாமியர்களுடனும் பாலமுருகன் செப்டெம்பர் மாதம் 1974ஆம் ஆண்டு, கொழும்பில் விமானம் ஏறினான். எல்லோரும் கன கச்சிதமாக 'கோட் சூட்' அணிந்திருந்தார்கள். கொழும்பில் தைத்திருக்க வேண்டும் அல்லது றெடிமேட்டாக வாங்கியிருக்க வேண்டும். ஒரு சிங்களவன் மட்டும் சற்று வித்தியாசமாக இருந்தான். அவன் மகியங்கனை காட்டுப் பிரதேசத்திலுள்ள ஒரு கிராமத்தைச் சேர்ந்தவன் என்பது பின்பு தெரிந்தது. யாழ்ப்பாணத்தில் அப்போது றெடிமேட்டாக கோட்சூட் வாங்க முடியாது. தைக்க வேண்டும். அத்தி பூத்தால்போல வரும் இப்படியான ஓடரில், தையல்காரர்கள் கோட் சூட் தைக்கும் அனுபவசாலிகளாக மாறமுடியாது. துணி வாங்குவதற்கும் தைப்பதற்கும் மற்றும் பல பிரயாணச் செலவுகளுக்கும் கந்தையாவிடமே பாலமுருகன் வட்டிக்குக் கடன் வாங்கியிருந்தான். இதனால் கோட்சூட்டுக்கு அதிகம் செலவு செய்ய முடியாது என்பதால், மலிவான துணியே வாங்கினான். தையல்காரர் துணியைச் சரியாக வெட்டவில்லையோ அல்லது துணியின் அளவு குறைவோ தெரியவில்லை, கோட் இறுக்கியது, பக்கவாட்டில் இழுத்துப் பிடித்தது. மொத்தத்தில் ஒரு பொம்மைக்கு கோட் அணிவித்த கோலத்திலேயே பாலமுருகன் விமான நிலையத்துக்கு வந்தான். கொழும்பில் கிளறிக்கல் கிளார்க்காகப் பணிபுரியும் பாலமுருகனின் அக்கா முறையான ஒருவரது கணவன் அவனை விமான நிலையத்துக்கு அழைத்து வந்தார். பாலமுருகனுக்குத் தோதான குமர்ப் பிள்ளைகளை வைத்திருக்கும் பெற்றோர்களும் அவனை வழியனுப்ப விமான நிலையம் வந்தார்கள். ஒவ்வொருவர் மனதிலும் ஒவ்வொருவிதமான மனக் கணக்குகள் இருந்தன. ஜேர்மன் அரச செலவில் ஆறு வருடங்கள் உயர் கல்வி என்பது சும்மாவா?

பன்னிரண்டாம் வகுப்புவரை தாய்மொழியில் படித்த பாலமுருகனுக்கு பாஷைப் பிரச்சினை இருந்தது. வந்திருந்த சிங்களவர்களுக்கும் ஆங்கிலம் அப்படி இப்படித்தான். மகியங்கனைப் பிரதேசத்தில் இருந்து வந்தவன் தனிச் சிங்களம் பேசினான். இனத்துவேஷம் அவனது ஒவ்வொரு அசைவிலும் தெரிந்தது. இஸ்லாமியர்களுள் ஒருவன் மேட்டுக்குடி. தமிழ் பேசும் கோட்டாவில் வந்திருந்தாலும் அவனுக்குத் தமிழ் தெரியாது. ஆனால் விமானம் கராச்சியில் தரித்து நின்றபோது உருது பேசினான். ஏதோ ஒருவகையில் அவனுக்குப் பாகிஸ்தானிய தொடர்பு இருக்கவேண்டும். கூடவந்தவர்களுக்கு அவனது பின்புலம் தெரிந்திருக்கலாம். அவனுடன் மிகுந்த மரியாதையாக நடந்துகொண்டார்கள். மற்றவன் தமிழ் பேசும் இஸ்லாமியன். நல்லவன். இருந்தாலும் சிங்களவர்கள் முன்னால், பாலமுருகனுடன் தமிழில் பேசத் தயங்கினான்.

யாழ்ப்பாணத்தில் பலாலி என்னும் இடத்தில் ஒரு விமான நிலையம் உண்டு. அங்கிருந்து பெரும்பாலும் கொழும்புக்கே விமானம் பறந்தது. அரிதாக, குறிப்பிட்ட காலத்தில் மட்டும் தென் இந்தியாவுக்கும் பறப்புக்கள் இருந்தன. பாலமுருகனுக்குப் பலாலிக்கு செல்லும் தேவை இருந்ததில்லை. விமானப் பறப்புக்கள் அனைத்தும் மேட்டுக்குடி மக்களுக்கானதென்பதே அன்றைய நிலைமையாக இருந்தது.

ஏ-4 தாளை மூன்றில் ஒன்றாகக் குறுக்காக மடித்தால் வரும் நீள்சதுர வடிவ புத்தக அமைப்பை, விமானப் பயணச் சீட்டெனச் சொல்லி கொழும்பில் கொடுத்தார்கள். அதன் சிவப்பு நிற வெளி அட்டையிலே புரியாத எழுத்துக்களுடன் அரிவாளும் சுத்தியலும் இணைந்த கம்யூனிச இலச்சினை பொறிக்கப்பட்டிருந்தது. புத்தகத்துக்கு உள்ளே இருந்த இதழ்களின் கீழ்ப்புறத்தில், சிவப்பு நிறம் பூசப்பட்டிருந்தது. ஒவ்வொரு விமானப் பறப்புக்கு முன்னரும் ஒவ்வொரு இதழைக் கிழிப்பார்கள் என தமிழ் மொழி பேசிய இஸ்லாமிய மாணவன் சொன்னான். அதுவரை பஸ், றெயின் டிக்கெட்டுக்களை மட்டும் பார்த்துப் பழகிய பாலமுருகனுக்கு புத்தக வடிவிலான பயண டிக்கெட் வியப்பாக இருந்தது. இன்றைய காலத்தில் இதன் வடிவம் மாறி ஒன்–லைன் டிக்கெட்டாக வந்தது வேறு கதை.

கூடவந்த சிங்களவர்கள் தங்களுக்குள் குழு சேர்ந்து கொண்டார்கள். அவர்களுடன் இரு இஸ்லாமிய மாணவர்களும் இணைந்துகொள்ள பாலமுருகன் தனித்து விடப்பட்டான். பறப்பின்போது ஆசனப்பட்டி அணிவது முதல் எல்லாமே அவனுக்குச் சவாலாக அமைந்தன. வேறு வழியில்லாமல் அவர்கள் போகுமிடமெல்லாம் நாய்க்குட்டிபோல இவனும் போனான்,

அவர்கள் செய்ததை இவனும் செய்தான். பறப்பின்போது அவர்கள் குடித்த பானத்தை இவனும் வாங்கிக் குடித்ததான். ஒரு நிலையில் பாலமுருகனுக்குத் தலை சுற்றியது. குப்பென்று உடம்பில் வெப்பம் பரவியது. வயிறு பொருமி புதிதாகத் தைத்த கால்சட்டை இறுக்கியது. புதுச் சப்பாத்துக் கடித்தது. நீண்டநேரம் ஒரே இடத்தில் இருப்பது அவனுக்கு அசௌகரியமாக இருந்தது. சப்பாத்தைக் கழற்றி, ரை முடிச்சை அவிழ்த்து இருக்கையைப் பின்னால் சரித்தான். குப்பென்று ஒருவித மணமடித்தது. பாலமுருகனின் பாதத்திலிருந்து வந்த மணமாக இருக்க வேண்டும். பக்கத்து ஆசனத்தில் இருந்தவன் மெல்ல எழும்பி காலியாய் இருந்த இன்னொரு ஆசனத்துக்கு மாறிவிட்டான். பாலமுருகன் வசதியாகச் சாய்ந்து கண்களை மூடிக்கொண்டான்.

சோவியத் ஒன்றியத்தின் விமானம், கராச்சி, தஷ்கண்ட் ஆகிய பெரு நகரங்களில் தரித்து மொஸ்கோ வந்துசேர நள்ளிரவை நெருங்கிவிட்டது. விமான நிலையத்துக்கு அருகில் பிரமாண்டமான ஹோட்டல் ஒன்றில் ட்ரான்ஸிட் பிரயாணிகளுக்கு அறை ஒதுக்கி இருந்தார்கள். ஹோட்டல் மிக நவீனமானது. பாலமுருகன் அதுவரை ஹோட்டலில் தங்கியது கிடையாது. அறையைத் திறந்ததும் தானாகவே வெளிச்சம் வந்தது. மல்லிகைப் பூ வாசம் வீசியது. கிணத்திலிருந்து வாளியில் தண்ணீர் அள்ளி வந்து, குழிக் கக்கூசில் குந்தி இருந்து மலம் கழித்தவனுக்கு அறையுடன் சேர்ந்திருந்த கழிவறை புதுவிதமாகவும் பிரமிப்பாகவும் இருந்தது. படுக்கும் அறைபோல கழிவறைக்கும் கம்பளம் விரித்திருந்தார்கள். குளிக்கும் பகுதிக்கு மாத்திரம் அழகான மாபிள் கற்கள் பதிக்கப்பட்டிருந்தன.

ஆயிரத்து தொளாயிரத்து அறுபதுகளில் ஊரிலே பலரிடம் கழிப்பறைகள் இல்லை. காடு கரம்பைகளிலும் பனைகளுக்குப் பின்னாலும் குந்தினார்கள். இப்படிப் பலரும் பொதுவெளியை அசுத்தம் செய்ததால் மழைக் காலங்களில் கொழுக்கிப் புழுக்கள் மனித உடலுக்குள் சென்றன. இதைக் கட்டுப்படுத்த சீமெந்தால் செய்யப்பட்ட குழிக் கக்கூசுக் கல்லும், குழி வெட்டப் பணமும் அரசாங்கம் கொடுத்தது.

அந்தக் காலத்திலேதான் இந்தச் சம்பவமும் நடந்தது. வழமைபோல ஒருநாள், கிழக்கு வெளிக்க முன் நாகதாளிப் பற்றைக்குப் பின்னால் குந்திய கந்தையாவை, புடையன் பாம்பு கடித்துச் சாகக் கிடந்தார். இதோடை ஆள் முடிந்துபோவார் என நம்பியிருந்த கடன்காரர்களின் சந்தோசத்தில் மண் அள்ளிப் போட்டுவிட்டு, மூன்று கிழமைகளில் கந்தையா வட்டி வசூலிக்க ஊர்வலம் போனது தனிக்கதை. அதற்குப் பின்னர் தவராசாவும் பாலமுருகனும் சுகாதாரப் பரிசோதகரிடம் விண்ணப்பித்து,

குழிக் கக்கூசுக் கல்லு வாங்கிவந்தது, மலசலகூடம் கட்டிய சம்பவம் பிறிதொரு கதை.

ஹோட்டல் அறைக் கழிவறையில் இரண்டு அமைப்புகள் இருந்தன. ஒன்று உயரமானது. கதிரையில் இருப்பதுபோல அமர்ந்து மலம் கழிக்கலாம். மற்றது அகன்றது, ஆனால் குட்டையானது. அதன் நடுவே குமிழி போன்றதொரு அமைப்பு இருந்தது. அதன் பின்புற மேலோரத்தில் ஒரு திருகி. எதிர்ப்பக்க விளிம்பில் எழுதியிருந்த ஆங்கில எழுத்துகளை ஒன்று கூட்டி 'பிடெட்' என தனக்குள் வாசித்தான். அதன் சரியான உச்சரிப்பு 'பிடே' என்பதைப் பின்னர் அறிந்துகொண்டான். பாலமுருகனுக்கு இயல்பாகவே ஆராய்ச்சி செய்யும் குணம். இது என்னவாக இருக்கும்? என்ற யோசனையில் குனிந்து திருகியைத் திருப்பினான். குமிழியிலிருந்து தண்ணீர் சீறியடித்து முகத்தை நனைத்தது. இந்தச் சம்பவம் நடந்து பல ஆண்டுகளின் பின்னரே, இது ஆசிய நாட்டவர்கள் தங்கள் குதத்தைச் சுத்தப்படுத்தப் பாவிக்கும் அமைப்பு என்பதைத் தெரிந்துகொண்டான்.

விமானத்தில் கொடுத்த வாட்டிய கோழியும், பச்சைக் காய்கறிகளும் பாலமுருகனுக்கு ஒத்துக்கொள்ளவில்லை. வயிறு முறுகியது. ஊரில் என்றால் ஒரு விள்ளல் வெந்தயத்தை வாயில் போட்டு தண்ணி குடித்திருப்பான். மொஸ்கோவில் வெந்தயத்துக்கு எங்கே போவது? சிரமபரிகாரம் செய்யவென கொமெட்டில் அமர்ந்தான். இதுவரை காலமும் குந்தி இருந்து பழக்கப்பட்டதால் எதுவும் நடக்கவில்லை. கொமெட்டில் கால் வைத்து ஏறி இருந்து பார்த்தான். பிடிப்பதற்கு எதுவுமில்லாததால் பலன்ஸ் பிழைத்து, முழங்கால் மூட்டுகள் வலித்தன. அருகில் இருந்த 'பிடே' அமைப்பு, குட்டையாக, கணக்கான உயரத்தில் இருந்தது. நிலத்தில் பாதத்தைப் பதித்துக் குந்தியிருந்து, அதற்குள்ளே விஷயத்தை முடித்தான். வயிறு இளகி, வெறுமையானதில் பெரிய நிம்மதி. ஆனால் தண்ணீர் அடித்துக் கழிவை வெளியேற்ற முடியவில்லை. எவர் வரப்போறார்? என்ற தைரியத்தில் பத்திரமாக கழிவறைக் கதவைச் சாத்தி, அறை விளக்கை அணைத்துத் தூங்கிவிட்டான்.

காலையில் கிழக்குபேர்ளின் நோக்கிய பறப்பு!

கிழக்குஜேர்மன் 'இன்ரபுளுக்' விமானம் பதிவு செய்திருந்தார்கள். ஹோட்டல் அறையில் சாமான்கள் எல்லாம் சரியாக இருக்கிறதா எனக் கணக்கெடுக்க அதிகாலையில் குண்டான ஒரு ருஷ்யப் பெண்மணி அறைக்குள் வந்தாள். ட்ரான்ஸிட் ஹோட்டல்களில் தங்கும் விமானப் பயணிகளில் பலர், கழிவறைகளிலுள்ள துவாய், துண்டுகளை லவட்டிக்

கொண்டு போவது வழமையான சங்கதி. அதனால், கணக்கெடுக்க வந்தவள் முதலில் போனது கழிவறைக்கு. அங்கு, இருக்கக்கூடாத இடத்தில் இருந்த பாலமுருகனின் கழிவு, அவளை வரவேற்றது. போன வேகத்தில் மூக்கைப் பொத்தியபடி வெளியே வந்தவள், தடித்த குரலில் கத்தினாள். பாலமுருகனுக்கு மொழி புரிய வில்லை. சாந்தப்படுத்தும் நோக்கில் அவளைப் பார்த்துப் புன்னகைத்தான். அவளுக்கு அது மேலும் கோபமூட்டியது. ‘இதிலேயே நிண்டுகொள்’ எனச் சைகையில் சொன்னவள், யாரையோ கூட்டிவர விரைந்தாள். விஷயம் விபரீதமாவதை உணர்ந்து பாலமுருகன் பயந்துபோனான். சோவியத்தில், அதுவும் ஒரு கொம்யூனிஸ்ற் நாட்டில் சிக்குப்பட்டால் கடுமை யாக நடந்துகொள்வார்கள் என, வெளிக்கிட முன்பே பலர் கதைகதையாகச் சொல்லியிருந்தார்கள். பாலமுருகனுக்கு வயித்தைக் கலக்கியது. இம்முறை குந்தி இருக்கவேண்டிய தேவை இருக்கவில்லை. முறைப்படி கொமட்டில் இருந்து தண்ணீரை அடித்துவிட்டான். கொம்யூனிஸ்ற் நாடுகளின் சட்டதிட்டங்கள் பற்றி ஊரில் கேள்விப்பட்ட விஷயங்கள் மீண்டும் நினைவில் வந்து பாலமுருகனைப் பயமுறுத்தின. நேற்றிரவு அவன் திட்டமிட்டா குந்தினான்? அவனால் முடியவில்லை என்பதுதான் உண்மை. அதை இவர்களுக்குச் சொல்லி விளங்கவைக்க முடியாது. இந்த வில்லங்கத்தில் ஜேர்மனிக்குச் செல்லும் பறப்பைத் தவறவிட்டால்? நினைக்க, தலை கிறுகிறுத்தது. அவனிடமிருந்தது சின்னப் பைதான். பெரிய பொதிகள் கொழும்பிலிருந்து நேரே பேர்ளினுக்கு வந்து சேரும் என கொழும்பில் சொல்லியிருந்தார்கள். அறையிலிருந்து மெல்ல வெளியேறி, பயணிகளுடன் பயணிகளாக ஹோட்டல் முன் வீதிக்கு வந்தான். வெளியே உறைகுளிர். வழமைக்கு மாறாக மொஸ்கோவில் செப்டெம்பர் மாதமே ஸ்னோ கொட்டிக் கொண்டிருந்தது. நின்ற இடத்திலிருந்து பார்க்க விமான நிலையக் கட்டிடம் தெரிந்தது. குளிரையும் பொருட்படுத்தாமல் ஸ்னோவுக்குள் புதைந்த காலை இழுத்து இழுத்து நடக்கத் துவங்கி னான். காதுமடல்கள் விறைத்தன. மூச்சுக் காற்றின் உஷ்ணத்தில் ஸ்னோ உருகி மூக்கால் ஒழுகியது. விமான நிலையத்தை பாலமுருகன் அடையவும் கூடவந்த சிங்களப் பெடியன் ட்ரான்ஸிட் பஸ்ஸில் அங்கு வந்து சேரவும் சரியாக இருந்தது.

இப்பொழுதெல்லாம், நவீன கழிப்பறைகளைக் காணும் பொழுது, மொஸ்கோவில் நடந்த பழைய சம்வங்கள், பாலமுருகனின் நினைவுகளில் கறுப்பு வெள்ளை சினிமாப் படக் காட்சிகளாக ஓடும்.

4

மூன்று மணிநேரம் பறந்த பின், விமானம் கிழக்கு பேர்ளின் சோர்ணெபெல்ட் விமான நிலையத்தில் இறங்கியது. அங்கு ஜேர்மன் கல்வி இலாகா உத்தியோகத்தர் ஒருவர் காத்திருந்தார். பேர்ளினிலிருந்து நூற்றுத் தொண்ணூறு கிலோ மீட்டர் தூரத்திலுள்ள லைப்ஸிக் என்னும் பெரு நகரத்துக்குப்போக வேண்டுமென்றார். அங்குதான் வெளிநாட்டு மாணவர்கள் ஜெர்மன் மொழி கற்கும், கார்ல்மார்க்ஸ் பல்கலைக்கழகத்தின் ஹேர்டர் இன்ஸ்டிடியூட் இருக்கிறது. கார்ல்மார்க்ஸ் பல்கலைக்கழகம் முன்னர் லைப்ஸிக் பல்கலைக் கழகம் என்ற பெயருடன் இயங்கியது. இரண்டாவது உலக யுத்தம் முடிந்து, கிழக்கு ஜேர்மனி தன்னை சோசலிச நாடாகப் பிரகடனப்படுத்திய பின்னரே, இப் பெயர் மாற்றம் நடந்தது. கார்ல்மார்க்ஸ் என்பவர் ஒரு மெய்யியலாளர், சோசலிசப் பொருளாதார வல்லுனர், தலைசிறந்த ஆய்வறிஞர், எழுத்தாளர், சிந்தனையாளர், புரட்சியாளர். இந்த விபரங்களையெல்லாம் பாலமுருகன் ஊரிலே, கம்யூனிஸ்ட் வீ. பொன்னம்பலம் எழுதிய புத்தகம் ஒன்றில் வாசித்திருக்கிறான். அதுமட்டுமல்ல கார்ல்மார்க்ஸ் எழுதிய 'டஸ் – கப்பிட்டால்' (மூலதனம்) என்னும் நூலை, பின்னர் தன் துறை சார்ந்த கல்வியுடன் ஜேர்மன் மொழியில் கற்று, பரீட்சையிலும் சித்தி பெற்றிருக்கிறான்.

அலுங்காமல் குலுங்காமல் இரண்டு மணித்தியாலங்களில் இரயில் வண்டி லைப்ஸிக் நகரத்தை அடைந்தது.

மொழி கற்கும் ஹேர்டர் இன்ஸ்டிடியூடின் அடுக்குமாடிக் கட்டிடத்துக்கு நேரெதிரே, பிரமாண்டமான மாணவர்களின் விடுதி இருந்தது. ஆண்கள் பெண்கள் அனைவரும் அங்குதான் தங்கினார்கள். ஒரே கட்டிடம், ஆனால் வெவ்வேறு

அறைகள். ஆசியா, ஆபிரிக்கா, தென்அமெரிக்க நாடுகளைச் சேர்ந்த, ஐநூறு மாணவர்களுக்கு மேல் அங்கு இருந்தார்கள். ஒரு குட்டி உலகமே அங்கு குடிகொண்டிருந்தது. உலகத்திலுள்ள பல மொழிகள் பேசப்பட்டன. பல்வேறு கலாசாரங்களும் வெவ்வேறு பழக்க வழக்கங்களும் சங்கமித்தன. இதனால் ஒருவருக்கொருவர் ஒத்துப்போவதில் பல பிரச்சினைகள் கிளம்பின. வெள்ளைத் தோலில் சலிப்படைந்து, மாற்று நிறத் தோலை விரும்பிய ஜேர்மன் பெண்கள், விடுதி நிர்வாகத்துக்குத் தெரியாமல் பின்வழியால் வந்துபோனார்கள். இவர்கள் விலை மாதர்கள் அல்ல. தங்கள் உடல் இச்சையைத் தீர்க்க வந்தவர்கள். இந்த விஷயத்தில் ஆபிரிக்க இளைஞர்களுக்கு நல்ல மவுசு இருந்தது. மாநிறத் தோலை விரும்பிய பெண்களும் வந்தார்கள். பல்லு இருந்தவர்கள் பகோடா சாப்பிட்டார்கள். மற்றவர்கள் வெறுமனே வாயை ஆட்டிப் பெருமூச்சு விட்டார்கள்.

ஒக்டோபர் மாதம், புதிய கல்வி ஆண்டுக்கான பல்கலைக்கழகத் தவணை துவங்கும். ஜேர்மனியில், அது இலையுதிர் காலம். குளிர் படிப்படியாக அதிகரித்து வின்ரர் மாதங்களான டிசம்பர், ஜனவரி, பெப்ரவரியில் ஸ்னோ கொட்டும். இதனால் குளிர் உடுப்பும் வின்ரர் சப்பாத்தும் வாங்க அரசு பணம் கொடுத்தது. ஒப்பீட்டளவில், பாலமுருகன் உருவத்தில் மெலிந்தவன். கயிறுபோல உடல்வாகு இருந்தாலும் அவனில் ஒரு கவர்ச்சியும் அழகும் இருந்தன. ஜேர்மன் மக்களோ வலுவான, திடகாத்திரமான உடலமைப்பைக் கொண்டவர்கள். இதனால் கடைகளிலுள்ள ஆண்களுக்கான பிரிவில் பாலமுருகனுக்கு அளவான உடுப்புகள் இருக்கவில்லை. சிறுவர் பகுதிக்குப்போகச் சொன்னார்கள்.

வகுப்புகள் ஆரம்பமாகின. முதல் மூன்று மாதம் அன்றாடம் தேவைப்படும் ஜேர்மன் மொழி பேச, எழுதப் பழக்கினார்கள். படங்களையும் பொருள்களையும் காட்டி, அதற்கான ஜேர்மன் சொல்லை அறிமுகப்படுத்தினார்கள். அடுத்த ஏழு மாதங்கள் தொழில்நுட்பச் சொற்களுடன் அறிவியல் மொழி கற்பிக்கப்பட்டது. அதிகபட்சம் பத்து அல்லது பன்னிரண்டு மாணவர்கள்கொண்ட சிறிய வகுப்புகளில், வெவ்வேறு மொழி பேசும் மாணவர்கள் ஒன்றாக ஜேர்மன் மொழி கற்றார்கள்.

மொழிவாரியாக மாணவர்களைப் பிரித்து, அவர்களுக்குத் தெரிந்த மொழிமூலம் ஜேர்மன் மொழியைக் கற்பித்தால் என்ன? என, ஒரு சந்தர்ப்பத்தில் ஆசிரியரைக் கேட்டான் பாலமுருகன்.

உனது தாய்மொழி என்ன? என்று எதிர்க் கேள்வி கேட்டார் ஜேர்மன் ஆசிரியர்.

தமிழ், என்றான்.

குழந்தைப் பருவத்தில் நீ உனது தாய் மொழியை எப்படிக் கற்றாய்? வேற்று மொழியிலா?

இல்லை. தமிழை, தமிழ்மொழி மூலம் கற்றேன்.

அதேபோலத்தான் இங்கும். ஒரு மொழியை அதே மொழியில் கற்றால்தான் அந்த மொழியில் சிந்திக்க முடியும். ஒரு மொழியில் சிந்தித்து, மொழிமாற்றம் செய்து பேசுவது புத்தியை மழுங்கடிக்கும், என விளக்கம் சொன்னார் ஆசிரியர். பின்னாளில் இதை அனுபவ ரீதியாகவும் தெரிந்துகொண்டான் பாலமுருகன்.

ஆங்கிலம் அறவே தெரியாத, போத்துக்கீஸ் மொழி பேசும் பிரேசில் நாட்டு மாணவனுடன் பாலமுருகனுக்கு விடுதியில் அறை ஒதுக்கியிருந்தார்கள். இருவருக்கும் தொடக்கத்திலிருந்தே மெல்ல, மொழி, கலாசாரப் பிரச்சினைகள் எட்டிப்பார்த்தன. கைத்தொலைபேசி, வற்சப், வைபர் வசதிகள் இல்லாத காலமாகையால் வெளித் தொடர்புகள் எதுவும் இருக்கவில்லை. கூட இருந்தவன் தொடர்ந்து புகை விட்டுக்கொண்டிருந்தான். போத்தல் போத்தலாக பியர் குடித்தான். பியருக்கு உவப்பாக ஊரிலிருந்துகொண்டுவந்த பதப்படுத்தப்பட்ட உள்ளியும் இஞ்சியும் சாப்பிட்டான். விளைவு? அடிக்கடி வாய்வு பறிந்து அறை முழுவதும் மணத்தது. அடுத்தடுத்த அறையில் இருந்த பிரேசில் நாட்டு மாணவிகளும் இவனுடன் சேர்ந்து மது அருந்தி னார்கள். மாறிமாறிக் கட்டிப்பிடித்தார்கள், இடையிடையே உதட்டில் முத்தம் கொடுத்தார்கள். மொத்தத்தில் சொந்த அறையிலேயே பாலமுருகனை ஒரு மூலைக்குத் தள்ளி, வெப்பப் பெருமூச்சு விட வைத்தார்கள். தன்னை வேறு அறைக்கு மாற்றும்படியும், குறைந்த பட்சம் ஆங்கில மொழி பேசும் ஒருவனுடன் இருக்கவிடுமாறும் நிர்வாகத்தைக் கேட்டான். ம்ஹூம். அவர்கள் மசியவில்லை. வேவ்வேறு மொழி பேசுபவர்கள் ஒன்றாக இருந்தால், ஜேர்மன் மொழி பேச நிர்ப்பந்திக்கப் படுவார்கள், இதன் மூலம், விரைவில் ஜேர்மன் மொழி வாலாயமாகும், எனக் காரணம் சொன்னார்கள்.

மூன்று மாதங்கள் நிறைவடைந்தன! மொழி கற்பித்த ஆசிரியர்கள் கொடுத்த நெருக்குவாரம், உண்மையாகவே வேலை செய்தது. பாலமுருகன் அன்றாட வாழ்க்கைக்குத் தேவையான ஜேர்மன் மொழி பேசத் துவங்கிவிட்டான். இடையிடையே இலங்கையிலிருந்து வரும் நீலநிற விமானத் தபால்கள் அவனுக்கு மகிழ்ச்சியைத் தந்தன. நாட்கள் நகர நத்தார்க் கொண்டாட்டங்கள் துவங்கின. மூன்று வாரங்கள் விடுமுறை விட்டார்கள். வீதிகள்

அலங்கரிக்கப்பட்டன. ஊரெங்கும் நத்தார்ப் பாடல்கள் ஒலித்தன. மூலைக்கு மூலை 'பைன்' மரங்களில் வண்ண விளக்குகள் மின்னின. இடையிடையே கார்ல்மார்க்ஸ், லெனின், எங்கிள்ஸ் ஆகியோரின் கட்டவுட்டுகள் காட்சியளித்தன. நாடே கொண்டாட்ட மனநிலைக்கு வந்தது. கன்டீனில் நத்தார் ஸ்பெஷல் உணவுகள் பரிமாறப்பட்டன. இவை அனைத்தும் ஜேசுபாலன் பிறந்த தினத்துக்கானதல்ல. கிழக்கு ஜேர்மனியில் நத்தார், ஒரு சமூகக் கொண்டாட்டம். ஊரிலே, அதிகபட்சம் நல்லூர்த் திருவிழாவைப் பார்த்து மகிழ்ந்த பாலமுருகனுக்கு ஜேர்மனியில் முதன்முதலாகக் கண்டு அனுபவித்த நத்தார்க்கொண்டாட்டம், கனவுலகில் சஞ்சரிக்க வைத்தது.

நத்தார் முடிந்து புது வருட தினத்துக்கு முதல்நாள், கொழும்பிலிருந்து பாலமுருகனுக்கு ஒரு அதிசயம் வந்தது. குண்டு குண்டாக அழகான கையெழுத்தில் சித்திரலேகா புதுவருட வாழ்த்து மடல் அனுப்பி இருந்தாள். உள்ளே கடிதம் எதுவுமில்லை. மடலைப் பார்த்த போது தொண்டைக்குள் ஊர்ந்த பரவசப் பந்து பல நாள்களாக உருண்டுகொண்டே இருந்தது. முடவன் கொம்புத் தேனுக்கு ஆசைப்படலாமோ, என மூளை எச்சரித்தாலும், தலையணையின் கீழே வாழ்த்து மடலைப் பத்திரப்படுத்திக்கொண்டான். இடையிடையே வெளியே எடுத்து தடவிப் பார்த்து தனக்குள் சிரித்துக்கொண்டான். அவள் உருவமும் நினைப்பும் மனதுள் ஊறிக்கொண்டே இருந்தன. சித்திரலேகாவுக்கு பதில் எழுத பாலமுருகனுக்கு விருப்பம்தான். பயம் தடுத்தது. சுற்றிவளைத்துப் பார்த்தால் சித்திரலேகா அவனுக்கு உறவுதான். இருந்தாலும் எட்டாத உயரத்தில் இருப்பவள். தகப்பன் கொழும்பில் ஜனாதிபதி சட்டத்தரணியாகப் பணிபுரிபவர். தாய் பிரபல மகப்பேறு மருத்துவர். சித்திரலேகாதான் ஒரே மகள், நல்ல அழகி. கொழும்பில் செல்வந்தர்கள் வாழும் பகுதியில் மாளிகை போன்ற வீடு. பிரபல பாடசாலை ஒன்றில் பன்னிரண்டாம் வகுப்பு படிக்கிறாள். நன்றாகப் பாடுவாள். அவளின் பரத நாட்டிய அரங்கேற்றம் கொழும்பிலே முக்கியப் பிரமுகர்கள் முன்னிலையில் வெகு ஆடம்பரமாக நடந்ததாம். சொந்தத்தில் பணம் படைத்த பெற்றோர்கள் பலர், அவளுக்குக் காத்திருப்பதாக ஊரில் கதை உலாவியது. இத்தகைய முகவரி கொண்ட அவள், பாலமுருகனின் விலாசத்தைத் தேடிப்பிடித்து வாழ்த்து மடல் அனுப்பி இருக்கிறாள். இதை அபூர்வம் அல்லது அதிசயம் என்றுதான் சொல்ல வேண்டும்.

சித்திரலேகாவின் குடும்பத்துக்கு ஊரில் பெருவாரியான சொத்துகள் இருந்தன. குடும்பத்தின் முன்னோடி ஒருவர், போத்துக்கேயர் இலங்கையை ஆண்ட காலத்தில் நில அளவை

செய்யும் 'உலாந்தா' அதிகாரியாக இருந்தவராம். அவர் ஊரிலுள்ள பல பெறுமதிமிக்க நிலங்களைத் தனதாக்கிக் கொண்டதாக ஊரில் பேசிக்கொண்டார்கள். இதன் நீட்சியாக, பிரித்தானியர் இலங்கையை ஆண்டபோதும் அதன் பின்னரும் பரம்பரை பரம்பரையாக ஆங்கிலம் படித்து வழக்கறிஞர்களாகவும் வைத்தியர்களாகவும் உயர் அதிகாரிகளாகவும் இன்றுவரை இலங்கையில் கோலோச்சுகிறார்கள். ஊரிலுள்ள அம்மன் கோவில் தேர்த் திருவிழா இவர்களது குடும்ப உபயம். குடும்பம் முழுவதும் ஊருக்கு வரும். அந்த நாள்களில் இவர்களது பூர்வீக வீட்டில் தொடர்ச்சியான கொண்டாட்டங்கள்தான். பூங்காவனம் முடிந்தவுடன் வரும் சனிக்கிழமை பெரிய ஆட்டுக் கடா வெட்டி விருந்து நடைபெறும். குடும்பத்திலுள்ள குஞ்சு குளுவான்களுக்கு அது கொண்டாட்டமான காலம்.

தோட்டத்தில் விளைந்த மரக்கறிகளைக் கொடுக்க பாலமுருகன் அவர்களின் கிராமத்து வீட்டுக்குப் போவதுண்டு. அம்முறை போனபோது, மூத்தவளான சித்திரலேகாதான் காய் பிஞ்சுகளை வாங்க வாசலுக்கு வந்தாள். அவளின் உடம்பில் ஏதோ ஒன்று சேர்ந்துவிட்டது போலிருந்தது. முன்னர் எப்போதும் இல்லாதபடி பால்பிடித்த நெற்பயிர் போல சித்திரலேகா வனப்பாய் இருந்தாள்.

அன்று தேர்த் திருவிழா!

பத்துக் கூட்டம் தவில் நாஸ்வரம் பின்னி எடுக்க, பாட்டுக் காவடி, பால் காவடி, தூக்குக் காவடி எனத் திருவிழா வழமைபோல அமர்க்களப்பட்டது. எல்லாம் பெரிய வீட்டு உபயம். சித்திரலேகா, குடும்பத்துடன் கோவிலுக்கு வந்தாள். சிவப்புச் சரிகைக் கரைபோட்ட, மஞ்சள் நிற பட்டுப் பாவாடையும் அதற்குத் தோதாக பச்சை நிறத் தாவணியும் அணிந்து சாட்சாத் அம்மனே நிஜத்தில் வந்ததுபோல, தேரை நோக்கி நடந்து வந்தாள். அப்பொழுதுதான் தேர், வீதி வலம் முடித்து தரிப்பிடம் வந்திருந்தது. தேரில் அருச்சனை செய்ய பக்தர்கள் வரிசைகட்டி நின்றார்கள். அருச்சனைத் தட்டுகளை வாங்கித் தேரில் நிற்கும் குருக்களிடம் கொடுக்கும் பொறுப்பை கோவில் நிர்வாகம் பாலமுருகனிடம் ஒப்படைத்திருந்தது. சித்திரலேகா வரிசையில் நிற்காமல், நேரே வந்து அருச்சனை செய்திருக்க முடியும். ஏனோ அவள் அப்படிச் செய்யவில்லை. வரிசையில் காத்திருந்து அருச்சனைத் தட்டை பாலமுருகனிடம் கொடுத்தாள். போனஸ்ஸாக, 'உங்கள் கவிதைகளை நான் வாசித்திருக்கிறேன், 'சமத்துவம்' என்னும் தலைப்பில், கொழும்பு பத்திரிகையில் வந்த உங்கள் கவிதை எனக்குப் பிடித்த கவிதை' என்றாள். இதைச்

சொன்னபோது அவளின் கண்கள், ஈரம் மிகுந்து பளபளவென்று பிரகாசமாக இருந்தன.

தேரில் அருச்சனை என்பது ஒருசில நிமிடங்களில் முடிகிற சமாச்சாரம். குருக்கள் சித்திரலேகாவை இனங்கண்டு, இரண்டு மந்திரங்களைக் கூடுதலாகச் சொல்லித் தானே அருச்சனைத் தட்டை சித்திரலேகாவிடம் கொடுத்தார். தட்டை வாங்கியவள் அப்படியே போயிருக்கலாம். இரண்டடி எடுத்து வைத்தவள் டக்கெனத் திரும்பி பாலமுருகனை முழுமையாகப் பார்த்து ஒரு சிரிப்பு சிரித்துவிட்டுப் போனாள். பாலமுருகனின் மனம் பொங்கி வழிந்தது.

சித்திரலேகாவுக்கு கவிதைமேல் ஆர்வம், அதுவும் 'சமத்துவம்' பற்றிய கவிதை பிடித்திருப்பது ஆச்சரியம்தான். இருந்தாலும் எனக்கேன் பெரிய வீட்டுப் பொல்லாப்பு என அமைதியாக இருந்தான். ஆனாலும் மனம் குறுகுறுத்தது. இந்த சம்பவத்துக்குப் பின்னர், சித்திரலேகாவுக்காகவே அவன் பல கவிதைகள் எழுதினான். அவை கொழும்புப் பத்திரிகைகளிலும் பிரசுரமாகின. இருந்தாலும் சித்திரலேகாவைச் சந்திக்கும் வாய்ப்பு, பின்னர் அவனுக்குக் கிட்டவில்லை.

நத்தார் புதுவருடக் கொண்டாட்டங்கள் முடிந்து வகுப்புகள் ஆரம்பமாகின. இலங்கையிலிருந்து பொறியியல் கற்க வந்த பாலமுருகனின் அபார மொழியறிவும் கல்விப் பெறுபேறுகளும் மின் இலத்திரனியல் படிக்கத் துணைபுரிய, புகழ்மிக்க பேர்ளின் ஹூம்போல்ட் பல்கலைக்கழகத்துக்குத் தெரிவானான். தொடக்கத்தில் இவனை ஏளனம் செய்த சிங்கள மாணவர்கள் இவனது முன்னேற்றத்தைக் கண்டு மூக்கில் விரல் வைத்தார்கள். பாலமுருகன் ஜேர்மன் நாட்டில் சிறுபான்மை இனத்தவன் அல்ல. சிங்களம் அங்கு ஆட்சி மொழியுமல்ல. ஜேர்மனியில் ஜேர்மன் மொழி மட்டும்தான், ஆங்கிலம் ஒரு செல்லாக் காசு. பிரான்ஸிலும் அப்படித்தான். ஜேர்மன் மொழியை நல்லமுறையில் வசப்படுத்திய பாலமுருகன் தன் கல்விப் பயணத்தைத் தடங்கலின்றித் தொடர்ந்தான்.

இருந்தாலும் சித்திரலேகாவின் நினைவுகள் மட்டும் பாலமுருகனின் மனதைக் குழப்பின.

5

இலங்கையில் 1977 ஆகஸ்ட் மாதம் நடந்த, இனக்கலவரத்தை அடுத்தே இலங்கைத் தமிழர்களின் அகதிப் பரம்பல் ஆரம்பமாகியது. அதற்கு முன்னர், ஆயிரத்துத் தொள்ளாயிரத்து எழுபதுகளின் ஆரம்பத்தில், வளர்முக நாடுகளின் கடவுச் சீட்டு வைத்திருந்தவர்களும், விசா இல்லாமல் மேற்கு ஜேர்மனிக்குள் நுழைய அனுமதித்தார்கள். கடவையிலே மூன்று மாத சுற்றுலா விசா குத்திக் கொடுத்தார்கள். இதைப் பாவித்துப் பெருவாரி யானவர்கள் மேற்கு ஜேர்மனிக்குப் படையெடுக்கவே, இந்த நடைமுறை நிறுத்தப்பட்டது. இதன் பின்னர் கண்டுபிடிக்கப்பட்டதே மொஸ்கோ வழியாக கிழக்கு பேர்ளின் பறந்து, களவாக கிழக்கு, மேற்கு பேர்ளின் எல்லையைக் கடக்கும் பாதை. ஏஜெண்ட் செந்தில், படிக்கின்ற காலத்திலேயே குழப்படிகாரன் எனப் பெயரெடுத்தவன். பெருவாரி யான பரம்பரைச் சொத்துகள் இருந்தும் குடும்ப நிலைமை சரியில்லாததால், யாழ்ப்பாணத்தின் பிரபல பாடசாலையொன்றின் விடுதியில் இருந்து படித்தவன். நல்ல விளையாட்டு வீரன். தகப்பன் சிறுவயதில் இறந்ததால் கட்டுப்பாடின்றி வளர்ந்தவன். அடிக்கடி மதில் பாய்ந்து றீகல் தியேட்டருக்கு இரவு இரண்டாம் காட்சி ஆங்கிலப் படத்துக்குப் போய்வருவான். அத்துடன் அதை நிற்பாட்டியிருக்கலாம். அடுத்தநாள் தன் விடுதிச் சகாக்களுக்குத்தான் பார்த்த 'பலான' காட்சிகளை கண்காது மூக்கு வைத்து விபரிப்பதால், அதுவரை காலமும் விடுதியில் இருந்த கட்டுப்பாடும் சமநிலை யும் குழம்பியது. இதனால் விடுதியிலிருந்தும் பாடசாலையிலிருந்தும் வெளியேற்றப்பட்டான். ஒரு வருடம் சும்மா சுற்றித்திரிந்தவன், பின்னர் தாயாரின் தொடர்புகளால் கிறிஸ்தவ மிஷனரி நடத்தும் கிராமத்துப் பாடசாலை ஒன்றில் சேர்க்கப்பட்டான். அது ஒரு கலவன் பாடசாலை.

அங்கு அவன் சேர்ந்த வகுப்பில் சாராசரி மாணாக்கர்களின் வயதிலும் இரண்டு வயது அதிகமாக இருந்ததுடன் தோற்றத்தில் உயரமாகவும் வாட்டசாட்டமாகவும் இருந்தான். முன்னர் ஆங்கிலப் பாடசாலையில் படித்ததாலோ என்னவோ ஆங்கிலம் அவன் நாக்கில் துள்ளி விளையாடியது. கால்பந்து, கிரிக்கட் விளையாட்டுக்களிலும் முன்னிலை வகித்தான். இதனால் பாடசாலையில் அவன்தான் அன்றைய ஹீரோ. ஆடினகால் ஓயாது என்பார்கள். பத்தாம் வகுப்பு படிக்கும்போது அவனுடன் படித்த அழகான ஊர்ப்பிள்ளை ஒன்றைத் தாயாக்கிவிட்டான். அத்துடன் இருவரது படிப்பும் முடிவடைந்தது. இருந்தாலும் இந்த விஷயத்தில் செந்தில் கனவானாகவே நடந்துகொண்டான். விடலைப் பருவத்து அவசர விளைவல்ல அது, என்பதில் உறுதியாக இருந்து அவளுக்குப் பதின்பருவ வயதில் கள்ளமாகத் தாலிகட்டி ஏற்றுக்கொண்டான். இருபக்க வீட்டிலும் இவர்களைக் கலைத்துவிட அதே கிராமத்தில் பழைய வீடொன்றின் பின்பகுதியில் வாழ்க்கையை ஆரம்பித்தான். ஆனால் சீவியத்துக்கு காசு வேண்டுமே? அப்போது ஆரம்பித்ததுதான் வெளிநாடு களுக்கு ஆட்களை அனுப்பும் ஏஜென்சித் தொழில். சின்ன வயதிலேயே தில்லு முல்லு அவனுக்கு கைவந்த கலை. இயல்பாகவே அது வரும் என்பதால் குறுகிய காலத்திலேயே தொழிலில் கொடிகட்டிப் பறந்தான்.

நிலைமை எப்பொழுதும் ஒரேமாதிரி இருப்பதில்லை. பெருவாரியான தமிழர்களை மேற்கு பேர்ளினுக்குள் கொண்டு போய்ச் சேர்த்ததால் மேற்கு ஜேர்மன் பொலீசாரின் தீவிர கண்காணிப்பு வளையத்துள் செந்தில் கொண்டுவரப்பட்டான். அவர்களைப் பொறுத்தவரை அவன் ஆட்களைக் கடத்தும் சட்டவிரோதமான செயலில் ஈடுபடுபவன். அவனைப் பிடித்து சிறையில் போடத் தருணம் பார்த்துக் காத்திருந்தார்கள்.

ஆயிரத்துத் தொளாயிரத்து எண்பதுகள் வரை, இலங்கை யில் மின்னணு பாஸ்போட் பாவனையில் இல்லை. பேனாவால் பெயர் விவரங்கள் எழுதி, புகைப்படம் ஒட்டி, சீல் குத்திய கடவுச் சீட்டுடனே பிரயாணம் செய்தார்கள். இதனால் வெவ்வேறு பாஸ்போட்டில் படம் மாற்றி ஒட்டி செந்தில் பறந்து திரிந்ததால், இது ஜேர்மன் பொலீசுக்கும் அவனுக்குமான கண்ணாமூச்சி விளையாட்டாகவே மாறியது. ஒரு கட்டத்தில், கொடுக்கல் வாங்கல் பிரச்சினையால், செந்தில் பேர்ளினுக்குகொண்டுபோய்ச் சேர்த்தவர்களே காட்டிக் கொடுக்க, செந்தில் தனது தொழிலைத் தற்காலிகமாக மட்டுப்படுத்த வேண்டி வந்தது. போட்டி பொறாமை காரணமாக, மற்ற ஏஜென்ஸிமார்களும் போட்டுக் கொடுப்புக்குத் துணை நின்றார்கள். ஏற்கனவே முற்பணம்

கொடுத்தவர்களும் நிர்ப்பந்த காரணிகளால் வெளிநாடுகளுக்குச் செல்லத் துடிப்பவர்களும் சும்மா இருப்பார்களா? இவர்களது நெருக்குவாரத்துக்கு வடிகால் அமைக்க, தற்காலிகமாகச் செந்திலுக்கு கைகொடுத்த இடம்தான் தாராவி.

மும்பையில், தமிழர்கள் அதிகம் வாழும் மிகப்பெரிய, நெருக்கமான குடிசைப் பகுதிகளில் ஒன்று தாராவி, இதைக் குட்டித் தமிழ்நாடு என்றும் சொல்வார்கள். ஒருவரை கண்ணைக் கட்டி அழைத்து வந்து தாராவியில் விட்டால், நிச்சயமாக அவர் தமிழ்நாட்டில் ஏதோ ஒரு பகுதியில் இருப்பதாகவே உணர்வார். சுமார் ஐந்நூறு ஏக்கர் பரப்பளவு கொண்ட தாராவி யில், ஏழு லட்சத்துக்கும் அதிகமான மக்கள் வசிக்கிறார்கள். அதாவது பத்துப் பேர் வாழவேண்டிய இடத்தில் நூற்றுக்கும் மேற்பட்டவர்கள் வசிக்கிறார்கள். இது மும்பை நகரின் முக்கியப் பகுதியில் அமைந்திருப்பதும், நகரின் அனைத்துப் பகுதி களுக்கும் செல்லப் போதுமான போக்குவரத்து வசதி இருப்பதும், தமிழர்கள் இங்கு புலம்பெயர முக்கிய காரணமாக அமைந்தது. தமிழகத்தின் எல்லா அரசியல் கட்சிகளும் இங்கு உள்ளன. தாராவி தமிழ்நாட்டில் இல்லையேதவிர, தமிழகத்திலுள்ள எல்லாமே இங்கு கிடைத்தன. தாதாக்கள் முதற்கொண்டு பெரும் கிரிமினல் புள்ளிகளுக்குப் பாதுகாப்பான அடைக்கலம் கொடுப்பதும் தாராவி. இதேவேளை உலகிலுள்ள எந்த மூலையிலிருந்து தமிழர்கள் தவித்து வந்தாலும் தாராவி அவர்களுக்குப் பாதுகாப்புக் கொடுக்கும். அதனால் ஈழத் தமிழர் களும் தாராவியை இடைக்காலத் தங்குமிடமாக வரித்துக் கொண்டார்கள். இங்கு அட்டைப் பெட்டி அளவிலான நூறு சதுர அடி வீடுகளிலும் மக்கள் வசித்து வருகின்றார்கள். இங்குள்ள குறுகலான தெருக்களில் கையை வீசி நடந்து செல்வதே சிரமம்தான். காலப்போக்கில் பல மாற்றங்கள் ஏற்பட்டு, தாராவியிலிருந்து சிலர் நகரின் வேறு பகுதிகளுக்கு இடம்பெயர்ந்தாலும், இந்தப் பகுதியில் பெருந்தொகையான தமிழர்கள் இன்னமும் பல கனவுகளுடன் வாழ்ந்து வருகின்றனர்.

கந்தையா முழுப் பணத்தையும் முன்னரே கட்டியிருந்த போதும் செந்திலால் தவராசாவை கொழும்பிலிருந்து மொஸ்கோ வழியாக கிழக்கு பேர்ளினுக்கு நேரடியாகக்கொண்டுபோய்ச் சேர்க்க முடியவில்லை. இதனால் தவராசாவை மும்பையிலுள்ள மாத்துங்கா என்ற இடத்தில் தற்காலிகமாகத் தங்கவைத்தான்.

மாத்துங்கா மும்பையின் வளர்ச்சியடைந்த பகுதிகளில் ஒன்று. தாராவியிலும் கொஞ்சம் சுத்தமாக இருக்கும். இங்கு தமிழர்களும், மலையாளிகளும் அதிகளவில் வசிக்கின்றனர்.

மாத்துங்கா ரயில்வே நிலையம் இந்தியாவில், பெண்கள் மட்டுமே பணிபுரியும் முதல் 'லேடீஸ் ஸ்பெஷல்' ரயில் நிலையம். இந்த ரயில் நிலையத்தில் ஸ்டேஷன் மாஸ்டர், டிக்கெட் நிர்வாகி என அனைத்து ஊழியர்களும் பெண்கள்தான். மாத்துங்காவில் தோசை, இட்லி முதல் வாழை இலைச் சாப்பாடு வரை தாராளமாகக் கிடைக்கும். பழைய தமிழ்ப் புத்தகக் கடைகளும் உண்டு. பூக்கடை வைத்திருப்பவர்கள், மாலை கட்டுபவர்கள் பெரும்பாலும் தமிழர்கள் அல்லது மலையாளிகளாக இருப்பர். இவர்கள் மராத்தி, ஹிந்தி, தமிழ், மலையாளம் எனப் பல மொழிகள் பேசுவார்கள்.

கந்தையாவிடம் முன்கூட்டியே கூடக்குறைய கைநீட்டிக் காசு வாங்கியதை செந்தில் மறக்கவில்லை. அதனால் பூக்கடைக்கு அருகிலுள்ள சிறிய அறை ஒன்றிலே தவராசாவைத் தங்க வைத்தான். அங்கு கழிவறை இருந்தது ஸ்பெஷல் வசதி. அறைக்குச் சொந்தக்காரியான மனுஷியை செந்தில் வைத்திருந்ததாகவும் மாத்துங்காவில் பேசிக்கொண்டார்கள். அறைக்கு ஒரு கிழமை வாடகை செலுத்தியதுடன் சரி. மேற்கொண்டு தவராசாவே வாடகை கொடுக்க வேண்டி வந்தது. இந்தவகையில் கந்தையா ஊரில் வசூலித்த அறா வட்டி, மும்பையில் கரைந்து கொண்டிருந்தது.

தவராசாவின் பேர்ளின் நோக்கிய பறப்பு ஏனோ மேலும் தாமதமாகியது. செந்திலும் அந்தப் பக்கம் வரவில்லை. அறைக்குச் சொந்தக்கார மனுஷியும் செந்திலை விசாரித்தபடி இருந்தாள். தொலைபேசி இலக்கங்களை அவன் அடிக்கடி மாற்றிக்கொண்டு திரிவதால் தொடர்பு கொள்ளவும் முடியவில்லை. பூக்கடைகள் இருந்த தெருவின் அந்தலையில் ஒரு மெஸ் இருந்தது. அதை ஒரு மதுரைக்காரர் நடத்தினார். கூட்டு அல்லது பொரியல், சாம்பார், ரசத்துடன் வாழை இலையில் பரிமாறினார்கள். ஆனால் அளவுச் சாப்பாடு. ஒருமுறைதான் சோறு. மும்பையில் முப்பது ரூபாவுக்கு வேறு எங்கும் இப்படிச் சாப்பாடு கிடைக்காது. யாழ்ப்பாணத்திலுள்ள புடவைக் கடை முதலாளி மூலம் கந்தையா பணம் அனுப்பியதால் தவராசா, சாப்பாட்டுப் பிரச்சினையை ஒருமாதிரி சமாளித்தான். முழுக்காசையும் வாங்கிக்கொண்டு செந்தில் ஏமாத்திப்போட்டான் என ஊர் உலகமெல்லாம் சொல்லித் திரிந்த கந்தையா, அவன் ஊருக்கு வரட்டுமென கறுவிக்கொண்டு திரிந்தார். செந்திலை ஜேர்மன் பொலீஸ் பிடித்து பங்கருக்குள் அடைத்துவிட்டதாக போட்டி ஏஜென்சிகள் மட்டத்தில் கதை உலாவியது. மதுரைக்காரரின் மெஸ்ஸில் மத்தியானச் சாப்பாடும் காலையும் மாலையும் பணிஸ், டீயுடனும் தவராசாவின் காலம் கழிந்தது.

காமாத்திபுரா, மும்பையில் விபச்சாரம் நடக்கும் ஒரு பகுதி. திரைப்படங்களில் நாம் பார்க்கும் சிவப்பு விளக்குப் பகுதி இதுதான்.

பதினெட்டாம் நூற்றாண்டின் இறுதியில் போர்த்துகீசியர்கள் அப்போதைய பம்பாய் மாகாணத்தின் சில பகுதிகளை ஆட்சி செய்துகொண்டிருந்தார்கள். அவர்கள் தங்கள் ஆட்சி அதிகாரத்தை இலகுவாக்க அங்கிருந்த ஏழு தீவுகளை ஒருங்கிணைத்துப் பாலம் அமைத்து, மும்பை நகரத்தை உருவாக்கினார்கள். இதுவே நாம் காணும் இன்றைய மும்பை நகரம். பாலம் கட்டு வதற்குத் தேவையான கூலித் தொழிலாளர்கள் தெலுங்கு பேசும் ஆந்திரா பகுதியிலிருந்து அழைத்து வரப்பட்டு, லால் பஜாரில் தங்க வைக்கபட்டார்கள். அந்த இடமே பின்னாளில் காமாத்திபுரா ஆனது. பாலம் கட்டும் வேலை முடிந்ததும், வேலைக்கு வந்தவர்களுக்குச் சரியான வருமானம் இல்லை. வறுமை வாட்டியது. அதனால் சில பெண்கள் தாங்களாகவே முன்வந்து விபச்சாரத்தில் ஈடுபட்டதாகச் சொல்லப்படுகிறது. ஆரம்பத்தில் எண்ணிக்கை குறைவாகத்தான் இருந்ததாம். பின்னர் மராட்டிய மண்ணின் பல ஊர்களிலிருந்து ஏழைப் பெண்களும், குடும்பப் பெண்களும் கடத்தி வரப்பட்டு, வலுக் கட்டாயமாக பாலியல் தொழிலில் ஈடுபடுத்தப்பட்டார்கள். இக்காலத்தில் கிழக்கு இந்திய கம்பெனி அதிகாரிகளும், ஆங்கிலேய சிப்பாய்களும் அவர்களுடைய இச்சைக்காக காமாத்திபுரம் வந்துபோக, இது பாலியல் தொழிலுக்கான அதிகாரபூர்வ இடமாக மாறியது. ஆங்கிலேய அரசுக்கும் இதன் காப்பாளர்கள் மூலம் வரியும் வந்துகொண்டிருந்தது. கால ஓட்டத்தில் நேபாளம், தாய்லாந்திலிருந்து கொண்டுவரப்பட்ட பெண்களும், மற்ற வெளிநாட்டுப் பெண்களும் ஒவ்வொரு தெருக்களிலும் குடியமர்த்தப்பட்டு, செல்வந்தர்களுக்கும், ஆங்கிலேய அரச அதிகாரிகளுக்கும் விருந்தாக்கபட்டனர். ஆயிரக்கணக்கான பெண்கள் தெருவெங்கும் எல்லா வீடுகளிலும் தொழிலில் இருந்ததால், இதை முறை செய்ய பாலியல் பெண் களுக்கு அரசு அங்கீகாரம் கொடுத்து, உரிமம் வழங்கியது. பெண்களைத் தேடி வருவோர்கள், எந்தெந்த வீடுகளில் உரிம எண்ணும், சிகப்பு விளக்கும் எரிகிறதோ, அதுதான் தாசிகளின் வீடு அல்லது விடுதி என அறிந்து கொண்டார்கள். அந்தப் பகுதியில் பல வீடுகளில் சிவப்பு விளக்கு எரிந்துகொண்டிருந்த தால், அது சிவப்பு விளக்குப் பகுதி எனப் பெயர் பெற்றது. இவர்களுடைய காம இச்சைக்காகவும், பேராசைக்காகவும் பல பெண்கள் நாசமாக்கப்படும் கொடுமை, இன்று வரை தொடர்ந்து வருகிறது. சிறு வயதுப் பெண்கள் முதல், பருவ வயதுப் பெண்கள் வரை இங்கு வலுக்கட்டாயமாகவும், தெரியாமலும்

கடத்திக்கொண்டு வரப்படுகிறார்கள். இந்தியா சுதந்திரம் பெற்ற பின்னர், பாலியல் தரகர்களிடமும், தாதாகளிடமும் இந்த இடம் கைமாறியது. பெரிதாக எந்த மாற்றமும் இல்லாவிட்டாலும் இன்றுவரை அரச அனுமதியுடன் தொழில் கனகச்சிதமாக காமாத்திபுராவில் நடந்து கொண்டிருக்கிறது. இதுவே ஆசியாவின் இரண்டாவது பெரிய பாலியல் நகரமென இன்று கருதப்படுகிறது.

மாத்துங்காவிலுள்ள பூக்கடை ஏரியாவிலும் பகுதி நேரமாக விபச்சாரம் நடந்தது. பகுதிநேரம் என்பது காசு தேவைப்படும் நேரம் மட்டும் தொழிலுக்கு வந்து போவது. அதற்காக மணித்தியாலக் கணக்கில் அறைகள் புக் செய்யக்கூடிய மலிவான ஹோட்டல்கள், விடுதிகள் உண்டு. பூ வியாபாரிகள் இதைக் கண்டும் காணாமல் இருந்தார்கள். அந்த ஏரியாவை சரசக்கா தனது கட்டுப்பாட்டில் வைத்திருந்தார். அவர்தான் அங்கு பொம்பிளை தாதா. அவர் வைத்ததுதான் சட்டம். சரசக்காவுக்கும் அங்குள்ள சில கடைகள் சொந்தமானவை. தன்னுடைய கடைகளுக்குப் பின்னால் இருந்த கட்டிடத்தைப் பிரித்து சிறிய அறைகளாக்கி சரசக்கா விடுதியும் நடத்தினார். எல்லா அறைகளுக்கும் பொதுவாக, ஒரு கழிப்பறைதான். விடுதியை மாணிக்கம் என்பவன் நிர்வகித்தான். தசை நார்கள் முறுக்கேறி ஒரு பயில்வான் ரேஞ்சுக்கு அவன் காட்சி தருவான். மாலையில் மாணிக்கம் கர்லாக் கட்டை சுற்றும்போது சரசக்கா தவறாமல் ஆஜராகிவிடுவார். அப்போது அவரைப் பார்க்கவேண்டும். எல்லோரையும் அடக்கி ஆண்டு தனது கட்டுப்பாட்டில் வைத்திருக்கும் சரசக்கா, மாணிக்கம் முன்னால் கிறங்கிப்போய் உட்கார்ந்திருப்பார். விடுதியில் பெரும்பாலும் தாய்லாந்து நேப்பால் நாட்டுப் பெண்களே தங்கியிருந்தார்கள். ஒருசில இலங்கைப் பெண்களும் வந்து போவதைத் தவராசா கண்டிருக்கிறான். இவர்கள் பெரும்பாலும் ஏஜென்சிமாரால் ஏமாற்றப்பட்டு மும்பையில் அனாதரவாக விடப்பட்டவர்கள். தவராசா இருந்த அறைக்கு எதிர்ப் பக்கத்திலேயே சரசக்காவுக்குச் சொந்தமான விடுதி இருந்தது. விடுதியிலிருந்து கேட்கும் முக்கல், முனகல், கதறல் சத்தங்கள் தவராசாவை சலனப்படுத்தும். நோய் பிடித்தால் என்ன செய்வது? என்ற பயம் ஆசையை அடக்க, அவன் சுய இன்பத்துடன் திருப்தி அடைந்தான்.

6

வெளிநாடுகளுக்கு ஆட்களைக் கூட்டிச் செல்லும் ஏஜென்சிமார் மும்பையை இடைக்காலத் தங்குமிடமாகத் தெரிந்தெடுத்ததற்கு வேறொரு காரணமும் உண்டு. வளர்முக நாடுகளைச் சேர்ந்தவர்கள், ஐரோப்பிய நாடுகளுக்கு அகதி களாகச் செல்வதற்கு முன்னரே, மத்திய கிழக்கு நாடுகளில் வேலை செய்யச் சென்றார்கள். மத்திய கிழக்கில் அகதி அந்தஸ்துக் கோரமுடியாது. வீட்டுப் பணியாளர்களாகவும் தொழிற்சாலை அல்லது கட்டுமான ஊழியர்களாகவுமே பெரும் பாலும் பணியாற்ற முடியும். மத்திய கிழக்கில் தொழில் பெறுவதற்கான ஆட்சேர்ப்பு முகவர்கள், மும்பையிலேயே இயங்கினார்கள். இதனால் தொழில் தேடிச்சென்றவர்கள் முதலில் மும்பை யில் தங்க வைக்கப்பட்டார்கள். இவர்களுடன், ஐரோப்பாவுக்குச் செல்ல முயன்று, சிக்கல்களில் மாட்டுப்பட்டவர்களும், விடுதலை இயக்கங்களைச் சேர்ந்தவர்களும் கலந்துகட்டி இருந்தார்கள். நாளடைவில் இலங்கையிலிருந்து வெளிநாடு களுக்குப் போகிறவர்களின் எண்ணிக்கை அதிகரிக்க, ஏஜென்சிமார்களும் புதிசு புதிசாகத் தோன்றினார்கள். அவர்கள் ஒருபொழுதும் ஒரேயிடத்தில் தங்கிய தில்லை. சுற்றிச் சுழன்றுகொண்டு இருந்தார்கள். மும்பை நிலவரத்தைக் கையாள, தங்கள் எடுபிடிகளுக்கு டூறிஸ்ட் விசா எடுத்து, கூட்டிவரும் பிரயாணிகளுடன் தங்க வைப்பார்கள். அவர்கள் செய்யும் அலப்பறையும் அடாவடித் தனங்களும் கொஞ்ச நஞ்சமல்ல.

ஆயிரத்து தொளாயிரத்து எண்பதுகளின் நடுப்பகுதி வரை, சோவியத் ஒன்றிய விமானத்தில், கொழும்பிலிருந்து மொஸ்கோ வழியாகப் பறந்து, கிழக்குபேர்ளினில் இறங்குவதற்கு, அதிகபட்சம் முப்பது அல்லது நாற்பதினாயிரம் இலங்கை ரூபாக்களே தேவைப்பட்டது. ஒருவரைப் பார்த்து

மற்றவர்களென குடும்பம்குடும்பமாக வெளிநாடுகளுக்கு வெளிக்கிட, செக்கோசிலவாக்கியா, போலந்து போன்ற சோவியத் ஒன்றிய ஆதிக்க நாடுகளின் விமான நிறுவனங்களும், மலிவான பறப்புக்களை அறிமுகம் செய்தன. இவைகள் கொழும்பி லிருந்து பறக்காமல் மும்பையிலிருந்தே தங்கள் பறப்பைத் தொடங்கின. மும்பையில், விமானம் தரையிறங்கி ஏறுவதற் கான, 'எம்பார்கேஷன்' வரி ஒப்பீட்டளவில் குறைவென்பதே இதற்கான காரணம்.

வியாபாரப் போட்டியென்று வந்துவிட்டால் சோஷலிசம் பேசும் நாடுகளும் சும்மா இருப்பதில்லை. போட்டியாளர்களின் கழுத்தை அறுக்கவும் தயங்கமாட்டார்கள். அந்தவகையில் சோவியத் ஒன்றியத்தின் விமான நிறுவனமும் மும்பையிலிருந்து மேலதிகப் பறப்புக்களை ஆரம்பித்து, விலையைக் குறைத்தார்கள். இதனால் தமிழர்கள் வருகை பெருகவே தாராவி, மாத்துங்கா மட்டுமல்லாமல் மும்பையிலுள்ள செம்பூர், அந்தேரி போன்ற, தமிழர்கள் வாழும் இடங்களிலும் இலங்கைத் தமிழர்கள் தங்கவைக்கப்பட்டார்கள்.

மும்பைக்கு வந்துவிட்டால் எல்லாம் சுமுகமாக முடியுமென்பதில்லை. மத்திய கிழக்கு முகவர்களுடன் பேரம் படியாது. கூட்டி வந்தவர்களின் எண்ணிக்கைக்கேற்ப வேலை இருக்காது. ஏஜென்ட்டுகளுக்கு இடையே நிலவும் தொழில் போட்டி, காட்டிக் கொடுப்பு, முதுகில் குத்துதல் போன்ற இன்னோரன்ன காரணிகளாலும் ஐரோப்பாவுக்குப் போக வந்தவர்கள் உட்பட பலரின் பறப்புக்கள் மும்பையில் தாமதமாகின.

மும்பையில் நீண்டகாலம் பிரயாணிகளைத் தங்கவைத்துச் சாப்பாடு போடுவதென்பது இலேசுப்பட்ட விஷயமல்ல. இதற்கென மேலதிகப் பணம் கேட்டால் அவர்கள் கொடுக்கப் போவதுமில்லை. தொழில் போட்டியில், மட்டுமட்டாக வாங்கிய பணத்தை ஏஜென்சிமார் றோலிங்கில் விடுவதால் கையில் கடிக்கும். இதனால் கூட்டி வந்தவர்களை மும்பையில் அம்போவென விட்டுவிட்டு ஏஜென்ட் மாறிவிடுவான். மாறி விடுவான் என்றால் இலங்கை, இந்தியாவிலோ அல்லது வேறு நாட்டிலோ ஒளிந்து கொள்வான். பிடி தங்களுடன் இருக்க வேண்டுமென்பதற்காக, கூட்டி வந்தவர்களின் பாஸ்போட்டைத் தங்களுடன் எடுத்துச்செல்வதும் வழமையாக நடக்கும். கலர்கலரான கனவுகளுடன் வெளிநாடு செல்லவென்று வந்தவர்கள் பாஸ்போட் இன்றி வெளியே செல்லமுடியாமலும் சாப்பிடக் காசில்லாமலும் அந்தரித்துத் திரிவார்கள். இதைத் தங்களுக்குச் சாதகமாக்கும் ஏஜென்சி உதவியாளர்கள், பெண்கள் மத்தியில் புகுந்து விளையாடி, தவிச்சமுயல் அடிப்பதுமுண்டு.

அகதியின் பேர்ளின் வாசல்

இவை அனைத்தும், மும்பையில் தங்கியிருந்த காலத்தில் தவராசா கண்டும் கேட்டும் அறிந்து கொண்டவை.

அன்று ஞாயிற்றுக்கிழமை!

மதுரைக்காரரின் மெஸ்ஸில், தொடர்ந்து மரக்கறிச் சாப்பாடு சாப்பிட்டு நாக்குச் செத்துவிட்டதால், அடுத்த தெருமுனையில் இருந்த கையேந்தி பவனுக்கு, கறிக்குழம்பு சாப்பிட வெளிக் கிட்டான் தவராசா.

சோகம் அப்பிய முகத்துடன் ஒரு இளம் பெண், பூக்கடைக்கு முன்னால் நகத்தைக் கடித்துத் துப்பிக்கொண்டு நின்றாள்.

இந்தா, கடையை மறைக்காமல் அங்காலை தள்ளி நில், என உரத்த தொனியில் சத்தம் போட்ட மாலை கட்டும் முனியம்மா, தவராசாவைக் கண்டதும், ஏலே மக்கா, இந்தப் பொட்டைப் புள்ளயை என்னாண்ணு கேளு, யாழ்ப்பாணமாம். சரசக்காவைச் சந்திக்க, காலேல இருந்து இங்கின நிக்குது, என்றாள்.

யாழ்ப்பாணத்துப் பெட்டை ஒன்று, சரசக்காவைச் சந்திக்கக் காத்து நிக்குது, என்றதும் தவராசாவின் மூளை பல திசைகளிலும் யோசிக்க ஆரம்பித்தது. மழை வேறு தூறிக்கொண்டிருந்தது. முனியம்மாவுக்குப் பயந்து, பெட்டிக்கடையின் பக்கவாட்டுத் தாழ்வாரத்துக்குப் போய் ஒதுங்கி நின்றாள் அவள். இருந்தாலும் மழைத் தூறல்கள் அவளின் சுடிதாரை நனைக்கவே செய்தன. யாழ்ப்பாணத்துச் 'செம்பாட்டான்' மாம்பழ நிறத்தில், அவளின் அழகு தவராசாவின் கண்களைக் குத்தியது. கணக்கான அளவில், அந்தந்த இடங்களில், அம்சமாகவே பொருந்தியிருந்த உடல் பகுதிகள், மழையில் நனைந்த சுடிதாரூடாகத் துருத்திக்கொண்டு நின்றன. அழுது வீங்கிய முகத்தில் தெறித்த மழைச் சிதறல்களை, தனது துப்பட்டாவால் துடைத்தபடி ஏதோ யோசனையில் மூழ்கியிருந்தாள். மொத்தத்தில், ஒரு நடிகையின் சாயலில், வசீகரமாக இருந்த அவளைப் பாத்ததும், தவராசாவுக்கு சபலம் தட்டியது. மகேஸ்வரி மாமி ஊரில் அறிமுகப்படுத்திய காட்சிகள், ஒன்றன் பின் ஒன்றாக நினைவில் வந்து மறைவதற்குள், 'அண்ணா நீங்கள் யாழ்ப்பாணமா? என ராகமிழுத்தாள். அவளின் குரலில் ஆதரவு தேடிய சோகம் தொனித்தது.

அண்ணா என்று அவள் அழைத்தவுடன் ஊரிலிருக்கும் தங்கையின் முகம் மின்னலடித்து மறைந்தது. தவராசாவின் மனம் அத்துடன் அடங்கிவிட்டது.

மாலையில் மாணிக்கம் கர்லாக் கட்டை சுற்றும் நேரம்தான் சரசக்கா பூக்கடைப் பக்கம் வருவார் என்பது தவராசாவுக்குத் தெரியும். அதுமட்டுமல்ல, வீதியோரத்தில் ஒரு இளம் பெண், நாள் முழுவதும் காத்துநிற்பது மும்பையில் ஆரோக்கியமானதல்ல.

இவற்றைப் பக்குவமாக அவளுக்கு எடுத்துச் சொல்லி 'வா சாப்பிடுவோம்' என அழைத்தான். அவளுக்கு நல்ல பசி போலும். எதுவும் பேசாது தவராசாவின் பின்னால் நடந்தாள்.

அடுத்த தெருமுனையில் சடைபரப்பி நின்ற மகிழ மரத்தின் கீழிருக்கும் கையேந்தி பவன் அங்கு பிரபல்யம். இருவருக்கும் சேர்த்து பரோட்டாவும் கறிக் குழம்பும் வாங்கினான். பரோட்டாவைப் பிய்த்து குழம்பில் தோய்த்து ஒருவாய் வைத்தவள் பொசுக்கென்று தேம்பினாள்.

'விஷயத்தைச் சொல்லு' என்னும் பாவனையில் தவராசா அமைதி காத்தான். 'இவனை நம்பலாம்', என அவள் மனதுக்குத் தோன்றியிருக்க வேண்டும். சிறிது நேர மௌனத்தின் பின், மெல்லப் பேசத் துவங்கினாள். இருந்தாலும் வார்த்தைகள் இடையிடையே தொண்டையில் அடைத்துக்கொண்டன. விக்கிவிழுங்கி அவள் சொன்னதை வைத்து, நடந்ததை விளங்கிக் கொண்டான் தவராசா.

அவளின் பெயர் வளர்மதி. யாழ்ப்பாணப் பல்கலைக் கழகத்தில் பட்டப் படிப்பை முடித்தவளாம். தாய் தந்தை இருவரும் ஆசிரியர்கள், ஊரில் சொத்துப் பத்துக்கள் உள்ள கௌரவமான குடும்பம் அவர்களது. ஒரு தம்பி மாத்திரம். வெளிநாட்டிலிருக்கும் சோலிசுரட்டில்லாத நல்ல பெடியன் என, கலியாணப் புரோக்கர் ஒருவர், சம்பந்தம் ஒன்றைக் கொண்டு வந்தார். மாப்பிள்ளையும் யாழ்ப்பாணப் பல்கலைக்கழகத்தில் வர்த்தகம் படித்தவராம். விசாரித்துப் பார்த்ததில் எல்லோரும் நல்லவிதமாகவே சொன்னார்கள். தாய்க்குத் தன்னுடைய ஒரே பெண் பிள்ளையை கண்காணாத தேசத்துக்கு அனுப்ப விருப்பமில்லைதான். சாதகம் தொண்ணூறு வீதம் பொருந்துகிறது என்ற, காரணத்தைச் சொன்னார் அப்பா. 'இங்கையுள்ள இனப் பிரச்சினைக்குள்ளை மகளையும் மகனையும் ஊரிலை வைச்சுக்கொண்டு என்ன செய்யப் போறியள்? பிள்ளை போனால் தம்பியாரையும் வெளிநாட்டுக்கு கூப்பிடலாமெல்லே' எனக் குழை அடித்து, தாயைச் சம்மதிக்க வைத்தார் புரோக்கர்.

பிரான்ஸில் அரசியல் தஞ்சம் கோரியிருந்த மாப்பிள்ளை சுதாகரனுக்கு இன்னமும் நிரந்தர விசா இல்லை என்பது பின்னரே தெரிந்தது. அதற்கு முன்னரே இருவரும் தொலைபேசியில் சிரித்துப் பேசத் துவங்கிவிட்டார்கள். இனி முறிக்க முடியாத நிலைமை.

சுதாகரன் தாமதிக்காது இலங்கையிலுள்ள ஒரு ஏஜெண்டை தொடர்புகொண்டு வளர்மதியை பிரான்ஸுக்கு வரவழைப் பதற்கு வேண்டிய ஏற்பாடுகளைச் செய்தான். பேர்ளினுக்கு வந்து பின்னர் மேற்கு ஜேர்மன் எல்லையைக் கள்ளமாகக் கடந்து

பிரான்ஸுக்குள் நுழைய வேண்டுமென்பது, பிரயாண ஏற்பாடு. கொழும்புக்கே தனித்துப் போகாத பிள்ளை, இவ்வளவு தூரம் தனித்து வருவாளோ? எனத் தகப்பன் கேட்டதுக்கு, இப்பிடித்தான் மாமா எல்லாரும் வாறது, ஒரு பிரச்சினையுமில்லை எனத் தைரியம் கொடுத்தான் சுதாகரன்.

வளர்மதியை பிரான்ஸுக்கு எடுப்பிக்க சுதாகரன் ஒழுங்கு செய்த ஏஜெண்ட் தொழிலுக்குப் புதியவன் என்று முதலில் தெரியவில்லை. தகப்பன் கொழும்பில் செய்யும் பிரபல வியாபார நிறுனத்தின் பெயரிலே ஏஜென்சி துவங்கியவனாம். நண்பர்களுடன் சேர்ந்து கொழும்பிலே சோக்குப் பண்ணிக்கொண்டு திரிந்தவனுக்கு, தகப்பனே இந்த வழியைக் காண்பித்து, கலர்கலராகப் பத்திரிகைகளில் முழுப்பக்க விளம்பரமும் செய்தார். 'குறைந்த கட்டணத்தில், விரைவான, பாதுகாப்பான ஐரோப்பியப் பறப்பு' என நம்பிக்கை தரும் விதத்தில், கொட்டை எழுத்தில் விளம்பரம் செய்யப்பட்டிருந்தது. பாதுகாப்பான என்ற சொல்லை தடித்த எழுத்தில் போட்டிருந்தார்கள். பிரான்ஸுக்கு வரும் ஞாயிறு *வீரகேசரி*யில் பிரசுரமான மேற்படி விளம்பரத்தைக் கண்டு மயங்கியே, வளர்மதியைக் கூப்பிட, இந்த ஏஜென்டை ஒழுங்கு செய்தான் சுதாகரன்.

சம்பந்திக் கலப்பு, கை நனைப்பு, பொன் உருக்கு எல்லாம் ஊரில் முறைப்படி நடந்தன. ஒற்றைவிழ பதின்மூன்று தங்கப் பவுணில் தாலியும் கொடியும், கூறை, மாற்றுச்சீலை இத்தியாதிகளுடன் கொழும்புக்கு தகப்பனுடன் வந்தாள் வளர்மதி. கொழும்பிலேயே குளறுபடி ஆரம்பித்து விட்டது. வாங்கிய பணத்தின் பெரும்பகுதியை வேறு வழியில் செலவு செய்த ஏஜென்ட், பிரச்சினைக்குத் தற்காலிக தீர்வுகாண, மத்திய கிழக்குக்கு வேலைக்குப் போகும் குழுவுடன், ஐரோப்பா செல்ல வேண்டியவர்களையும் ஒன்றாக்கி, மும்பைக்குக் கூட்டிவந்தான்.

மத்திய கிழக்கு வேலைவாய்ப்பு அலுவலகத்துக்கு முன்னால், நம்மவர்கள் மட்டுமல்ல, தாய்லாந்து, நேப்பால் ஏஜென்சிமார்களும் வரிசை கட்டி நின்றார்கள். இதனால் வேலை வாய்ப்பு வரும்வரை அனைவரையும் செம்பூரில் தங்கவைத்துப் பராமரிக்க வேண்டியதாயிற்று. பணிப்பெண்களாக மத்திய கிழக்குக்குப் போக வந்தவர்களுள் சிலர் சரியான நாட்டுக் கட்டைகள். ஏஜென்சிகளின் பம்மாத்து வேலைகள் பற்றி ஊரிலேயே கேள்விப்பட்டதால், ஏஜென்டின் சட்டையைப பிடித்து உலுப்பிச் சண்டைபிடித்தார்களாம்.

கையேந்தி பவனில் உணவு பரிமாறும் பையன், மேலதிகமாக கறிக் குழம்பு வேணுமா? என வரிசையாகக் கேட்டுக்கொண்டு வந்தான்.

வளர்மதி விரைவாகச் சாப்பிட்டதாலோ என்னவோ, புரைக்கேறி விக்கல் எடுத்தது. முன்னால் இருந்த தண்ணீர்க் குவளையை வளர்மதி பக்கம் நகர்த்தினான் தவராசா. ஒரே மூச்சில் முழுவதையும் குடித்து முடித்த வளர்மதி, நீண்டதொரு ஏவறை விட்டாள்.

வயித்திலை வாய்வு குடி கொண்டிருக்குப்போல, நேரத்துக்கு சாப்பிடவேணும். இல்லாட்டி அல்சர் வருமெண்டு சொல்லுறவை, என நிலைமையைச் சுமுகமாக்க தவராசா முயற்சித்தான்.

ஒருகணம் நிமிர்ந்து, தவராசாவைப் பார்த்தவள், மறுகணம் குனிந்து தரையைப் பார்த்துக்கொண்டிருந்தாள். கண்களிலிருந்து வழிந்த கண்ணீர் காற்றின் வேகம் பட்டுத் தெறித்தது.

சரசக்காவை உங்களுக்கு எப்படித் தெரியும்? என, மெல்ல விஷயத்துக்கு வந்து அவளின் மனதைப் படிக்க முயன்றான்.

செம்பூரில் சொன்னார்கள், என ஏதோ சொல்லத் துவங்கியவள் முடிக்காது, நாக்கை வெளியே தள்ளி உதடுகளை நனைத்தாள்.

சரசக்காவின் விடுதியில் தங்க வந்தீர்கள் என்றால், உங்களுக்கு அது தோதான இடமில்லை. நானும் ஒரு சகோதரியுடன் பிறந்தவன்தான். என்னில் நம்பிக்கை இருந்தால் பிரச்சினை என்னவென்று சொல்லுங்கள். முடிந்தவரை உதவி செய்கிறேன், என்றான் தவராசா நம்பிக்கையூட்டும் விதமாக.

சிறிது நேரம் பரோட்டா சுடும் அடுப்பை வெறித்துப் பார்த்துக்கொண்டிருந்தவள், முகத்தைத் துப்பட்டாவால் துடைத்துக்கொண்டாள். சில விநாடி மௌனத்தின் பின்னர் சற்றுத் தயங்கி, 'எனக்கு மாதவிலக்கு வரவில்லை' என்றாள் மொட்டையாக. இதைச் சொன்னபோது அவளது முகத்தில் இயலாமையும் கோபமும் முண்டியடித்தன.

தண்ணீர் குடித்துக்கொண்டிருந்த தவராசாவுக்கு சிரசிலடித்து, குடித்த தண்ணீர் மூக்குத் துவாரங்கள் வழியாக வழிந்தது. இரண்டு தரம் தலையில் அடித்து, மூக்குத் துவாரத்துள் புல்லை நுழைத்துத் தும்மி, இயல்பு நிலைக்கு வந்தபின், 'அதெப்படி' என்று கேட்டான் அப்பாவியாக.

வளர்மதியின் சொண்டுகள் அசைந்தனவேயன்றி வார்த்தைகள் வெளியில் வரவில்லை.

வயிற்றில் கரு வளர்கிறது என நிச்சயமாகத் தெரியுமா? சோதனை செய்தீர்களா? இதற்கு யார் காரணம்? எனத் தொடர்ந்து கேள்விகளை அடுக்கினான் தவராசா.

அண்ணா, என்னோட நிலைமை யாருக்கும் வரக்கூடாது எனக் கலங்கியவள் சற்று நிறுத்தி, நிதானித்து, மும்பையில் நீண்ட காலம் தங்கவேண்டி வந்ததால், ஐரோப்பாவுக்குச் செல்ல வந்த எங்கள் பயணமும் காரணம் தெரியாமல் காலதாமதமாகியது. ஒரு நாள் செம்பூருக்கு வந்த ஏஜெண்ட், கணக்குப் பார்க்கத் தெரிந்த, படித்த பிள்ளை நீ, அனைவருக்கும் சாப்பாடு வாங்கிக் கொடுக்கும் பொறுப்பை ஏற்றுக்கொள்' என்றான். எங்கள் எல்லோருக்கும் அப்போது நல்ல பசி. அதனால் மறுப்பேதும் சொல்லாமல் சம்மதித்தேன். அவன் தரும் பணம் ஒரு கிழமைக்கே போதுமானதாக இருக்கும். அதனால் பணத்துக்காக அடிக்கடி ஏஜென்டை தொடர்பு கொள்ளவேண்டி வந்தது.

ஏஜெண்ட் உங்களுடன் செம்பூரில் தங்கவில்லையா?

இல்லை, அந்தேரியில் ஒரு ஹோட்டலில் தங்கியிருந்தான்.

மேலே சொல்லு என்னும் பாவனையில், தலையை அசைத்தான் தவராசா.

நாளாக நாளாக ஏஜென்ட் காசு தராமல் இழுத்தடித்தான். ஒரு நாள் அடுத்த வேளைக்கே சாப்பாடு வாங்கக் காசில்லாத நிலைமை வந்தது. ஏஜென்ட் தொழிலில் நானும் ஒரு பங்காளி என்ற எண்ணத்தில் மத்தியகிழக்கு நாடுகளுக்குப் போக வந்தவர்கள், பொறுமை இழந்து என்னைத் தாக்கத் துவங்கினார்கள்.

அதனால், காசு வாங்க, நீங்கள் அவன் தங்கியிருந்த ஹோட்டலுக்குப் போகவேண்டிவந்தது.

ஆமண்ணா, என்றவள் தொடர்ந்து பேசமுடியாமல் திணறியவள் வாயை இலேசாகத் திறந்து வைத்திருந்தாள் மூச்சுக்காக வேண்டி.

மகிழ மரத்துக் கொப்புகளில் குரங்குக் கூட்டமொன்று குதித்து விளையாடிக்கொண்டிருந்தது. திடீரென ஒரு வலுவான ஆண் குரங்கு, பெண் குரங்குகளின் மேலே பாய்ந்து தொல்லை கொடுக்கத் துவங்கியது. அந்தக் களேபரத்தில், மகிழம் பிஞ்சுகள் வளர்மதியின் தலையில் விழுந்து தெறித்தன. மகிழம் பூக்கள் சமீபத்தில்தான் கருக்கட்டி இருக்க வேண்டும். அல்லியும் புல்லியும் காயாமல் இன்னமும் பிஞ்சுகளில் ஒட்டிக்கொண்டிருந்தன.

ஹோட்டலில் ஏஜென்ட் மட்டும்தான் இருந்தானா? எனக் கதையை வளர்க்க, அடி எடுத்துக் கொடுத்தான் தவராசா.

இல்லை. அங்கு அவன் வேறொருவனுடன் மது அருந்திக் கொண்டிருந்தான். அவனும் ஒரு ஏஜென்ட்தான். செம்பூரில் அவனைக் கண்டிருக்கிறேன்.

தவராசாவுக்கு அங்கு என்ன நடந்திருக்கும் எனப் புரிந்தது. அவளைப் பேசவிட்டு மேலும் வதைக்க விரும்பவில்லை. கையேந்திபவன் வாடிக்கையாளர்களின் பாவனைக்கென வைக்கப்பட்டிருந்த தொட்டியில், தண்ணீர் மொண்டு வந்து, அவளை முகம் கழுவச் சொன்னான்.

தவராசா கனவானாகவே நடந்து கொண்டாலும் அவனுள் வாழ்ந்த 'யாழ்ப்பாணம்' இந்தக் கேள்வியைக் கேட்கவைத்தது.

இந்த நிலைமைக்குக் காரணம் கூட்டிவந்த ஏஜென்டா? அல்லது மற்றவனா?

ஒருவன் என்னை அமத்திப் பிடிக்க, மாறிமாறி இரண்டு பேரும் என்னை நாசமாக்கினார்கள், என்றவளின் முகம் சிவந்து உதடுகள் நடுங்கின.

நேரம் மதியம் இரண்டு மணியை நெருங்கியது. ஓட்டோ சாரதிகளும் தொழிலாளர்களும் கையேந்தி பவனுக்குத் தொடர்ச்சியாக வர ஆரம்பித்தார்கள். ஒரு இளம் பெண்ணுடன் நீண்ட நேரம் அங்கு சும்மா நிற்பது பாதுகாப்பானதல்ல என்பதை உணர்ந்தான் தவராசா.

வளர்மதி பாவம், இப்படி ஒரு இக்கட்டான நிலையில் யாருமற்ற அனாதையாக மும்பையில் நிற்கிறாள். இவளுக்கு உதவு, எனத் தவராசாவின் அடி மனது சொல்லியது. அதேவேளை அவள் அதைத் தவறாகப் புரிந்துகொள்ளவும் கூடாது என்ற எண்ணத்தில், வார்த்தைகளைக் கவனமாகத் தெரிந்தெடுத்துப் பேசினான்.

சரசக்கா பூக்கடைப் பக்கம் வர இரவு ஏழு மணியாகும். அதுவரை வீதி ஓரங்களில் நிற்பது உசிதமல்ல. பூக்கடைகளுக்கு அருகிலேதான் நான் தங்கியிருக்கிறேன். என்மீது நம்பிக்கை இருந்தால் என்னுடன் வரலாம், மேற்கொண்டு என்ன செய்யலாம் என விபரமாகப் பேசுவோம் என்றான். வளர்மதி எதுவும் பேசாது அவனுடன் போக எழுந்தாள்.

தவராசாவின் அறை என்பது, பழைய கட்டிடத்தின் ஒரு ஓடைப் பகுதியே. பாயும், தலையணையும், இலங்கையிலிருந்து கொண்டுவந்த பிரயாணப் பையுமே அவனது உடைமைகள். இருப்பதற்கு வசதியாக குறுக்குச் சுவரோரம், பூக்கள் பொதிசெய்து வரும் பிளாஸ்டிக் பெட்டிகளைக் கவிழ்த்து வைத்திருந்தான். அதிலொன்றிலே வளர்மதியை அமரச் சொன்னான். தவராசா நிலத்தில் சம்மணமிட்டு அமர்ந்து, மௌனத்தைக் கலைத்தான்.

வளர்மதி, நான் உன்னிடம் விடுப்புப் புடுங்குவதாக எண்ணவேண்டாம். உனக்கு உதவுவதாக இருந்தால் எனக்குச்

சில விபரங்கள் தேவை. அதற்காகவே இவற்றைக் கேட்கிறேன். அந்த சம்பவத்துக்குப் பிறகு என்ன நடந்தது?

என்னால் எழுந்து நடக்க முடியவில்லை. என் துடை வழியே குருதி வழிந்ததால் சுடிதார் கால்சட்டை நனைந்திருந்தது. எனது வாயை அவர்கள் துப்பட்டாவால் இறுகக் கட்டியதால் தாடையை அசைக்க முடியவில்லை. என்னை அந்த மிருகங்கள் கடித்துக் குதறியதால் உடம்பு முழுக்கக் கன்றிச் சிவந்திருந்தது. நடக்க முடியாமல் ஹோட்டல் அறைக்கு வெளியே நடைபாதையில் அமர்ந்திருந்தேன். என்னைக் கடந்து போன எவருமே, என்னிடம் என்ன நடந்தது என்று விசாரிக்கவில்லை. எமக்கேன் வீண் வம்பு, என்று எண்ணியிருக்க வேண்டும். ஒரு நிலையில் ஏஜெண்ட் வெளியே வந்தான். 'உன்னுடைய பாஸ்போட் என்னட்டை இருக்கு, அது இல்லாமல் உன்னாலை ஒண்டும் புடுங்கேலாது, பொத்திக்கொண்டு போ' என்றவன் தெரிந்த ஒரு ஆட்டோக்காரனைக் கூப்பிட்டு செம்பூரில் என்னை இறக்கிவிடச் சொன்னான்.

வளர்மதியின் கதையைக் கேட்டு தவராசா ஆத்திரப் பட்டாலும் தன்னால் அவனுக்கு எதிராக எதுவும் செய்யமுடியாது என்ற நிலையில், மேலே சொல்லு என்னும் பாவனையில் உட்கார்ந்திருந்தான்.

சாப்பாட்டுக்கு காசோடு வருவேன் எனச் செம்பூரில் காத்திருந்தவர்களுக்கு, நான் வந்த கோலம் அதிர்ச்சியாக இருந்தது. தங்களுக்குள் குசுகுசுத்துவிட்டு அடங்கிவிட்டார்கள்.

நீங்கள் தங்கியிருந்த செம்பூருக்கு ஏஜென்ட் பிறகு வந்தானா?

ஒரு தடவை வந்ததாகச் சொன்னார்கள். ஆனால் நான் காணவில்லை. அவனைப் பின்னர் எம்மால் கண்டுபிடிக்கவும் முடியவில்லை. இருக்கும் இடத்துக்கும் உணவுக்கும் காசில்லாத நிலையில் ஒவ்வொருவரும் ஒவ்வொரு திக்காகச் சிதறிப் போனார்கள்.

சரசக்கா பற்றி யார் சொன்னார்கள்? எனச் சமயம் பார்த்து அதுவரை தன் நினைவிலே அடக்கி வைத்திருந்த கேள்வியைக் கேட்டான்.

அந்த நிகழ்ச்சிக்குப் பிறகு, எனக்கு என்ன நடக்கும் என்ற பயம் வந்தது. சில வருடங்களுக்கு முன்னர், வெளிநாட்டுக்குப் போகவென மும்பைக்கு வந்து ஏஜென்ட்டால் ஏமாற்றப்பட்டு, மும்பைத் தமிழர் ஒருவரை மணம் முடித்த மன்னாரைச் சேர்ந்த அக்கா ஒருவர் செம்பூரில் குடும்பமாக வாழ்கிறார். என்னில் பரிதாபப்பட்டு, அவர்தான் எனக்கு அடைக்கலம் தந்தார்

என்றவள், சற்றுப் பொறுத்து மன்னார் அக்காவுடன் பேசியதைக் கோர்வையாகச் சொல்லத் துவங்கினாள். இடையிடையே அவளின் குரல் தளர்ந்தது.

கதையைத் தொடர தவராசா மெல்ல 'ம்' சேர்த்தான்.

பொலீசில் சொல்லி, ஏஜெண்டைத் தேடிப் பிடிக்கலாமா? என அந்த அக்காவைக் கேட்டேன்.

பிள்ளை, நீ எந்த உலகத்திலை இருக்கிறாய்? இது மும்பை. பாஸ்போட்டும் இல்லாமல் பொலீசிலை போய் நடந்ததைச் சொன்னால், என்ன நடக்கும்? இளமையாய் இருக்கிற உன்னைப் பார்த்தவுடன் அவங்கடை புத்தியும் குறுக்காலை போகும். பிடிச்சு உள்ளை வைச்சு ருசி பார்ப்பாங்கள். இப்பிடி எத்தினை எத்தினையை நான் கண்டிருக்கிறன். ஏன், என்னையே கூட்டிவந்த ஏஜென்ட் மும்பையிலை வைச்சு நாசமாக்கினான் என்றவள் அடுப்பில் கொதித்த குழம்பை இறக்கித் திருகணையில் வைத்தார்.

மன்னார் அக்கா தன்னுடைய கதையைச் சொன்னதும் வளர்மதியின் மனம் சற்று இலகுவாகியது.

மும்பையில் இப்பிடி எவ்வளவோ நடக்குது பிள்ளை. சிலர் தங்கள் பறப்பை கெதிப்படுத்த, தாங்களாகவே இசைந்து போவார்கள். வேறு சிலரை அவங்கள் வலுக்கட்டாயமாய்ப் பணியச் செய்வாங்கள். எல்லாற்ரை பாஸ்போட்டையும் தாங்களே வைத்திருக்கும் தைரியத்திலைதான் இதெல்லாம் நடக்குது. எங்களாலை அவங்ளை ஒண்டும் செய்ய முடியாதெண்டதுதான் கசப்பான உண்மை.

நானிப்ப என்ன செய்யிறதக்கா? பிரான்சிலிருந்து அடிக்கடி ரெலிபோனில் பேசுற சுதாகரனுக்கோ, இல்லை யாழ்ப்பாணத்தில் இருக்கும் எனது பெற்றோருக்கோ நடந்த விஷயத்தை எப்படிச் சொல்லமுடியும்?

வளர்மதி, நடந்ததை மறந்திடு. இதுக்கு நீயாய் விரும்பிப் போகேல்லையே. ஒரு முறையிலே வயிற்றில் கரு தங்குவற்கு வாய்ப்புக் குறைவு. இருந்தாலும் உனக்கு சத்தி, குமட்டல் என அறிகுறிகள் வந்தால் சரசக்காவைப் போய்ப் பார், என்று மன்னார் அக்காதான் இந்த விலாசம் தந்தார் என, நடந்தது அனைத்தையும் தவராசாவின் முன் கொட்டிய வளர்மதி, திடீரென வாயைப் பொத்தியபடி எழுந்து அவசரமாக வெளியே ஓடினாள்.

முற்றத்தில் நின்ற கொய்யா மரத்தின் கீழே விதம் விதமான சத்தத்தில் வளர்மதி வாந்தி எடுப்பது தவராசாவின் அறைவரை கேட்டது.

7

நீண்டகாலமாக சித்திரலேகா பற்றிய தகவல் எதுவுமில்லை. நாட்டு நிலைமை காரணமாக ஊரிலே கோவில் திருவிழாக்களும் ஆடம்பரமாக நடப்பதில்லையாம். பெரியவீட்டுக்காரர்களிடம், பெரும் தொகை பணம் கேட்டு இயக்கம் கெடு வைத்ததால், அவர்கள் இப்பொழுது ஊருக்கு வருவதில்லை. அவர்களின் குடும்ப வீட்டையும் இயக்கம் கையகப்படுத்தித் தங்கள் பாவனைக்கு வைத்திருக்கிறார்கள் என ஊர்ப்புதினங்கள் எழுதி யிருந்தார் பாலமுருகனின் அம்மா. ஒருமுறை தவராசாவுக்கு எழுதிய கடிதத்திலே, சித்திரலேகா பற்றி சாடைமாடையாக விசாரித்தபோது, இது உனக்கே அதிகமாகத் தெரியேல்லை? நினைப்புத்தான் பிழைப்பைக் கெடுக்கும். பேசாமல் படி, என முகத்திலடித்தது போலப் பதில் எழுதியிருந்தான்.

திடீரென ஒருநாள் லண்டனில் இருந்து ஒரு பிக்ஷர் போஸ்ட்காட் வந்திருந்தது. அதைப் பார்த்ததும் பாலமுருகனுக்கு ஹாட்அட்டாக் வந்திருக்க வேண்டும். வராதது அதிசயம்தான். சொன்னால் நம்ப மாட்டீர்கள். சாட்சாத் சித்திரலேகாதான், ஹேர்டர் இன்ஸ்டிடியூட் விலாசத்துக்கு அனுப்பியிருந்தாள். முன்னர், அவள் அனுப்பிய புதுவருட வாழ்த்தும் அந்த முகவரிக்குத்தான் வந்தது. அங்கிருந்து பாலமுருகன் தற்போது கல்வி கற்கும், ஹூம்போல்ட் பல்கலைக்கழகத்துக்கு திசை மாற்றப்பட்டிருந்தது. லண்டன் பாலத்தின் படம் அச்சிடப்பட்ட போஸ்ட்காட்டின் மறுபக்கத்தில், சில வரிகள் ஆங்கிலத்தில் எழுதியிருந்தாள். தான் லண்டனுக்குப் படிக்க வந்ததாகவும், பெரியப்பா வீட்டில் தங்கியிருப்பதாகவும் குறிப்பிட்டு, பெரியப்பா வீட்டு விலாசத்தையும் தொலைபேசி இலக்கத்தையும் எழுதியிருந்தாள். இதற்கான அர்த்தம் என்னவென்று புரியாமல் பாலமுருகன் குழம்பினான்.

சித்திரலேகாவின் பெரியப்பா லண்டனில் பாரிஸ்டர். பிரபல சிவில் வழக்கறிஞர். மனைவி கண்

வைத்தியர். அவர்களின் பிள்ளைகள் எல்லோருமே மிக உயர்ந்த நிலையில் உள்ளவர்கள். பாலமுருகனும் அவர்கள் பகுதியைச் சேர்ந்தவன்தான் என்றாலும் குடும்ப அந்தஸ்து என்ற ஒன்று இடித்தது. தொடர்பு கொள்ளவேண்டும் என்பதற்காக அவள் தொலைபேசி இலக்கத்தையும் விலாசத்தையும் எழுதினாளா? அல்லது கவிதைகள் மேலுள்ள அபிமானத்தில், ஒரு மரியாதைக் காக எழுதினாளா? என பாலமுருகன் பல கோணங்களிலும் யோசித்துக் குழம்பினான். எல்லைக் கோட்டைத் தாண்ட அவனுக்குத் துணிவு வரவில்லை. மனம் மெல்லத் தணிந்துவிட்டது.

இப்பொழுதெல்லாம் பாலமுருகனின் தாயால், ஊரிலே தனித்து நின்று விவசாயம் செய்யமுடிவதில்லை. பாலமுருகன் ஊரில் நின்றபோது சகல வேலைகளையும் அவனே செய்தான். நாட்டு நிலைமைகளும் இப்போது சுமுகமாக இல்லை, இயக்கங் களின் கட்டாய நிதி வசூலிப்பு வேறு. விவசாய வேலைகளுக்குக் கூலி கொடுத்தும் கட்டுபடியாகவில்லை, என அம்மா தன்னுடைய இயலாமையைச் சமீபத்தில் எழுதிய கடிதத்தில் குறிப்பிட்டிருந்தார்.

ஜேர்மனியில் பகுதி நேரமாக வேலை செய்து நிறையச் சம்பாதிக்கலாம், ஊருக்குப் பணம் அனுப்பலாம், அம்மா கஷ்டப்படாமல் காலாட்டிக்கொண்டிருந்து சாப்பிடலாம் என்ற எண்ணத்தில் வெளிநாடு வந்த பாலமுருகனுக்கு, கிழக்குஜேர்மனியின் பொருளாதாரக் கட்டமைப்பு பலத்த ஏமாற்றத்தைக் கொடுத்தது. வந்த புதிதில் அம்மாவின் பிறந்த தினத்துக்குப் பணம் அனுப்ப வங்கிக்குச் சென்றபோதுதான் சோஷலிச நாடுகளிலிருந்து வெளியே பணம் அனுப்புவதிலுள்ள சிக்கல்களைத் தெரிந்துகொண்டான்.

ஜேர்மன் ஜனநாயக் குடியரசு என அழைக்கப்படும் கிழக்குஜேர்மனி உட்பட, சோவியத் ஒன்றியத்தின் ஆதிக்கத்தின் கீழிருந்த கிழக்கு ஐரோப்பிய நாடுகளுக்குப் படிக்கவரும் மாணாக்கர்கள், தமது துறைசார்ந்த கல்வியுடன் கம்யூனிச சித்தாந்தங்களைப் பற்றியும் படிக்க வேண்டும் என பாலமுருகன் இலங்கையிலேயே கேள்விப்பட்டிருக்கிறான். சோஷலிச மற்றும் முதலாளித்துவப் பொருளாதாரக் கொள்கைகளுக்கு இடையே பாரிய வித்தியாசங்கள் உண்டு. இதை விளக்க கார்ல் மார்க்ஸ் எழுதிய பல நூல்களை ஸ்கொலஷிப் பெற்ற மாணவர்களுக்கு பல்கலைக்கழகம் இலவசமாக வழங்கியது.

பொருளாதாரக் கொள்கைகள் பற்றி கிழக்குஜேர்மன் பேராசிரியர், அமெரிக்க டொலர்களை உதாரணம் காட்டி விரிவுரைகளில் விளக்கினார். அமெரிக்க டொலர்கள் மற்றும் பிரித்தானிய ஸ்ரேலிங் பவுண்ட்ஸ் என்பன, தங்குதடையின்றி உலகமெங்கும் பரவிக்கிடக்கின்றன. அமெரிக்க டொலர்கள்

ஆபிரிக்காவில் வாழும் உகண்டா நாட்டு மக்களிடமும் இருக்கிறது. இலத்தின் அமெரிக்காவிலுள்ள வெனிசுவேலா பிரசையிடமும் இருக்கிறது. இந்தப் பணமெல்லாம் ஒருநாள் ஒரே நேரத்தில் அமெரிக்காவிற்குள் கொண்டுவரப்பட்டால் என்ன நடக்கும்? என்றொரு கேள்வியை பேராசிரியர் முன்வைத்தார்.

சடுதியான பணவீக்கம் ஏற்படும் என்றான் வியட்நாம் மாணவன்.

உண்மைதான். பணவீக்கம் என்பது சந்தையில் பொருள்கள் குறைவாகவும் மக்களிடம் பணம் அதிகமாகவும் இருப்பது. இதையே பாமரத்தனமாகச் சொன்னால், மக்களிடம் அதிக பணம் இருக்கும். சந்தையில் வாங்குவதற்குப் பொருள்கள் இருக்காது என்று விளக்கிய பேராசிரியர் இடைவேளையின் பின் மீண்டும் தொடர்ந்தார்.

பணவீக்கத்தைச் சமாளிக்கும் திறன் அமெரிக்காவிடம் உண்டு. அவர்கள் அச்சிடும் டொலர் நோட்டுகளுக்கு பெறுமதி யான பொருளாதார வலு, தங்கமாகவோ அல்லது வேறு ரூபத்திலோ அமெரிக்க நாட்டு மத்திய வங்கியில் இருக்கிறது. இது உபரியாகப் புழக்கத்துக்கு வரும் டொலர்களைச் சமாளிக்கும். இதுவே அவர்களின் பொருளாதார பலத்தின் சூக்குமம், எனப் பல மேற்கோள்களை அடுக்கி மேலதிக விளக்கம் சொன்னார் பேராசிரியர்.

விரிவுரைகளைத் தொடர்ந்து வரும் செமினார்களில் சோசலிஷப் பொருளாதாரம் பற்றி மேலும் விவாதிக்கப்பட்டது. செமினாரை நடத்தும் றொனால்ட் விஷயத்தை இலகுவாக்கி, சோசலிஷப் பொருளாதார வித்தியாசங்களைச் சொன்னார்.

கார்ல் மார்க்ஸ் சொல்லிய பொருளாதாரத் தத்துவத்தின்படி, பணம் என்பது சுற்றிச் சுழல வேண்டிய ஒரு பொருள். அது ஓரிடத்தில் அல்லது ஒருவரிடத்தில் நிரந்தரமாகத் தங்கக்கூடாது. சோசலிஷ நாடுகளில் உபயோகத்துக்கும் விற்பனைக்கும் விடப்படும் பொருள்களின் பெறுமதிக்கேற்பவே, அங்கு பணமும் புழக்கத்தில் விடப்படும் என்றவர், முக்கோண வடிவப் பொருளாதார அரியம் ஒன்றின் படத்தை வரைந்து மேலே தொடர்ந்தார்.

நாட்டின் பொருளாதாரத்துக்கும் புழக்கத்தில் விடப்படும் பணத்துக்கும் இடையில் சமநிலை பேணப்பட வேண்டும். மத்திய வங்கியில் பொன்னையும் பொருளையும் சேர்த்து வைக்கும் நிலையில் சோசலிச நாடுகள் இல்லை. அதனால்தான் கம்யூனிச, சோஷலிச நாடுகளின் பணம், உலகமெங்கும் உலவுவதில்லை என விளக்கி, செமினாரை நிறைவு செய்தார் றொனால்ட்.

பிறந்த தினத்துக்கு கிழக்குஜேர்மனியில் இருந்து தாய்க்குப் பணம் அனுப்ப முடியாமைக்குக் காரணம் என்ன? என்பது அப்போதுதான் பாலமுருகனுக்குப் புரிந்தது.

பல்கலைக்கழக விடுதியில், பாலமுருகனுடன் தங்கியிருந்த கொங்கோ நாட்டு மாணவனுடன் பிறிதொரு சந்தர்ப்பத்தில் இதுபற்றிப் பேசியபோது, இரண்டு பொருளாதாரக் கொள்கைகளினதும் இருண்ட பக்கங்களை, பக்கச் சார்பில்லாமல் விபரித்தான். அவன் கொங்கோ கம்யூனிஸ்ட் கட்சியின் இளைஞர் அமைப்புத் தலைவன். கொங்கோ நாட்டு அரசுடன் முரண்பட்டு வெளியேறியவன். கம்யூனிஸ்ட் கட்சியால் கிழக்கு ஜேர்மனிக்கு, சோஷலிசப் பொருளாதாரம் படிக்க அனுப்பப்பட்டவன்.

முதலாளித்துவத்தைப் பின்பற்றும், ஜேர்மன் சமஷ்டிக் குடியரசு எனப்படும் மேற்குஜேர்மனி, தனது பணத்தை டொயிஸ்ஸ மார்க் *(Deutsche Mark - DM)* எனப் பெயரிட்டு உலகமெங்கும் தாராளமாகப் பரவவிட்டது. இதுவே மேற்கு ஜேர்மனியின் ஆளுகைக்குட்பட்ட மேற்குபேர்ளினிலும் புழக்கத்தில் இருந்த பணம்.

இதேவேளை, சோஷலிசக் கொள்கைகளைப் பின்பற்றும் ஜேர்மன் ஜனநாயகக் குடியரசான கிழக்குஜேர்மனி, மார்க் *(Mark)* என்னும் பெயரில் தனது பணத்தை அறிமுகம் செய்தது. அந்தப் பணம்தான் உனக்கும் எனக்கும் ஸ்கொலஷிப்பாகக் கிடைப்பது.

அதுதான் தெரிந்ததே, மேலே சொல்லு எனச் சீண்டினான் பாலமுருகன்.

உனக்கு, கொழுப்புத்தான் என சிரித்த கொங்கோக்காரன் தொடர்ந்தான்.

கிழக்குஜேர்மன் அரசு தனது பணமும் மேற்குஜேர்மன் பணமும் சம வலுவுடையதென பகிரங்கமாக அறிவித்து, அதற்கேற்ப தனது பொருளாதாரத்தையும் சோசலிஷ சித்தாந்தத்தை விட்டுக் கொடுக்காது அமைத்துக்கொண்டது எனத் தான் சொல்ல வந்த விஷயத்துக்கு ஒரு முத்தாய்ப்பு வைத்தான்.

அவன் ஒரு பியர் பிரியன். கிழக்குஜேர்மன் றாடபேர்கர் பியர் போத்தலைத் திறந்து, இரண்டு முறை உறுஞ்சியவன் விட்ட இடத்திலிருந்து மீண்டும் கதையைத் தொடர்ந்தான்.

கிழக்குஜேர்மன் பொருளாதாரக் கொள்கையைப் பொறுத்துக் கொள்ளாத மேற்குஜேர்மன் நிர்வாகம் விழித்துக் கொண்டது. எனது பணமும் உனது பணமும் ஒன்றல்ல என்று முரண்டு பிடித்தது. எனது ஒரு *DM* பணத்துக்கு உன்னுடைய நாலு மார்க் *(Mark)* பணம் சமமானது எனச் சொல்லி, மேற்குபேர்ளின்

பணமாற்று நிலையங்களில், ஒன்றுக்கு நாலாக (1DM = 4Marks) மேற்குபேர்ளின் தனியார் வங்கிகளின் ஆதரவுடன் மாற்றிக் கொடுத்தது.

மேற்குபேர்ளின் பண மாற்று நிலையங்களில் வைத்திருந்த, கிழக்குஜேர்மன் பணம் அவர்களுக்கு எப்படிக் கிடைத்தது? என ஆவலை அடக்கமுடியாமல் கேட்டான்.

எல்லாமே சட்டவிரோதமாக, கிழக்குஜேர்மனியில் இருந்து கடத்தி வரப்பட்டவை.

யார் கடத்தி வந்தார்கள்? இதனால் மேற்கு ஜேர்மனிக்கு என்ன பயன்? என கேள்விகளை அடுக்கினான் பாலமுருகன்.

முதலாளிகளின் கழுத்தறுப்பு இதிலிருந்துதான் ஆரம்பமாகியது. மேற்குஜேர்மனியின் டொயிஸ்ஸ மார்க் (DM) பணம் வைத்திருக்கும் ஒருவன், மேற்குபேர்ளின் பணமாற்று நிலையத்தில், ஒன்றுக்கு நான்குமடங்காக மாற்றிய கிழக்குஜேர்மன் பணத்துடன் எல்லையைக் கடந்து கிழக்குஜேர்மனிக்கு வந்து, நாலு மார்க் (Mark) பணப் பெறுமதியான பொருள்களை, கிழக்குஜேர்மனியில் வாங்க முடியும். இது அமெரிக்க ஆதரவுடனும், மேற்குஜேர்மன் அரச ஆசியுடனும், மேற்குபேர்ளினில் பகிரங்கமாக நடந்த கறுப்புப்பண பரிவர்த்தனையாகும்.

அடேங்கப்பா, பயங்கர பிளானாக இருக்கிறதே.

இதற்கு, பிளவுபட்ட பேர்ளின் நகரம், கிழக்குஜேர்மன் பிரதேசத்துக்குள் இருந்தது வசதியாய் அமைந்தது.

கோங்கோ நாட்டவன் சொன்ன பொருளாதாரக் கணக்கு பாலமுருகனுக்கு அரைகுறையாகவே விளங்கியது. பாலமுருகன் ஊரில் பணம் பண்ணியவனல்ல. அது பற்றிச் சிந்தித்தவனுமல்ல. குறைந்த பட்சம் வட்டிக்குக் காசு கொடுத்தும் வாங்கியதும் இல்லை. அவனுக்குத் தெரிந்ததெல்லாம் அறிவியல் மட்டும்தான். இதனால் பணப் புழக்கம், சந்தை நிலைமை பற்றிய அறிவு அவனுக்கு, மட்டுமட்டாகவே இருந்தது. இதனால் மேலும் ஒரு கேள்வியை முன்வைத்தான்.

ஒரு மேற்குஜேர்மன் டொயிஸ்ஸ மார்க் (DM) பணத்துக்கு, நாலாகச் சேரும் கிழக்குஜேர்மன் பணமான மார்க்கை (Mark) ஒரே நேரத்தில் கிழக்குஜேர்மனியில் உலவ விட்டால் என்ன நடக்கும்?

புழக்கத்தில் பணம் அதிகமாகவும், வாங்குவதற்குச் சந்தையில் பொருள்கள் குறைவாகவும் இருந்தால் நாட்டின் பொருளாதாரம் ஆட்டம் காணும் என்ற கொங்கோக்காரன், போத்தலில் மிகுதியாக இருந்த பியர் முழுவதையும் ஒரே

இழுவையில் குடித்து முடித்தான். பின்னர் எழுந்து, இன்னொரு பியர்போத்தல் எடுத்துவர தன்னுடைய அறைக்குப் போனான்.

சனி, ஞாயிற்றுக் கிழமைகளில், இவன் டிரேஸ்டன் நகர எல்லையில் இருக்கும் றாடபேர்கர் பியர் தொழிற்சாலையில் பகுதி நேரமாக வேலை செய்வதால், தாராளமாக பியர் போத்தல்கள் கொண்டுவந்து அறையில் அடுக்கி வைத்திருப்பான். எவ்வளவு பியர் குடித்தாலும் அவனுக்குப் போதை ஏறாது. ஜேர்மனியர் களுக்கும் அப்படித்தான். தண்ணீருக்குப் பதிலாக பெரும்பாலும் பியரே குடித்தார்கள்.

சிகரெட் புகைத்தபடி கலந்துரையாடலைக் கேட்டுக்கொண் டிருந்த யப்பான் நாட்டு மாணவன், தங்கள் நாட்டை உதாரணம் காட்டி கொங்கோ மாணவன் சொன்னதை இலகுவாக்கினான்.

இரண்டாம் உலக யுத்தத்தின் பின் யப்பானிய அரசு, பெருமளவில் யப்பான் காசை அச்சடித்து விநியோகித்ததாம். இதனால் சந்தையிலிருந்த பொருள்களிலும் பார்க்க, மக்களிடம் பணம் அதிகமாக இருந்ததால், யப்பான் காசுக்கு அன்றைய காலத்தில் பெறுமதி இல்லாமல் போனதாகச் சொன்னான். யப்பான் காசுபற்றி ஊரில் சொல்லும் நகைச்சுவைக் கதைகளுக் கான காரணமும் பாலமுருகனுக்கு அப்போது விளங்கியது.

சோஷலிசப் பொருளாதாரம் பற்றி விரிவுரைகளில் சொல்லித்தராத விஷயங்களை அறிவதில் பாலமுருகன் ஆர்வமாக இருந்ததால், கிழக்குஜேர்மன் அரசால் பணக் கடத்தலைத் தடுத்து நிறுத்தவோ அல்லது தட்டிக் கேட்கவோ ஏன் முடியவில்லை? என மீண்டும் துருவினான்.

எல்லையில் கடுமையான கட்டுப்பாடுகளை கிழக்குஜேர்மனி விதித்த போதும் கறுப்புப்பணப் பரிமாற்ற விவகாரம் எப்படியோ தங்குதடையின்றி நடந்துகொண்டுதான் இருக்கிறது. இதே வேளை வெளிப்படையாக எதுவும் நடக்காததால் கேள்வி கேட்கவும் முடியவில்லை என்றான் கொங்கோக்காரன். இதைச் சொல்லும்போது கொம்யூனிஸ்ட் கட்சி செயற்பாட்டாளரான அவனது குரலில் இயல்பாகவே கோபம் தொனித்தது.

யப்பான் மாணவன் தொடர்ந்தான். உனக்கு நேரம் கிடைக்கும் போதெல்லாம் இங்கு பகுதி நேரமாக வேலை செய்யிறாய். உனக்கு அரசாங்கம் தரும் ஸ்கொலஷிப் பணத்துடன் உழைக்கும் பணத்தையும் வைத்து என்ன செய்வாய்?

இங்குதான் செலவு செய்யவேண்டும். நீயோ பியரும் குடிப்பதில்லை. மிஞ்சிய காசை என்னிடம் தந்தால், நான் லுணிக்கொவ் ரூஸ்ய வொட்கா வாங்குவேன் எனச் சொல்லி, வாய்விட்டுச் சிரித்தான் கோங்கோ நாட்டவன்.

இதையே, நீண்ட கோடை விடுமுறைக்கு மேற்குஜேர்மனி அல்லது இலண்டன் போன்ற முதலாளித்துவ நாடுகளுக்குப் போய் வேலை செய்தால், அங்கிருந்து ஊருக்குப் பணமனுப்பலாம், எனக் குறுக்கு வழியொன்றைக் காட்டினான் யப்பான் நாட்டவன்.

வளர்முக நாடுகளில் இருந்து மாணவர்களை வரவழைத்து, கம்யூனிசம், சோஷலிசம் போதிக்க சோஷலிச நாடுகள் முனைந்தாலும் இவர்களுள் பெரும்பாலானோருக்கு அதில் நாட்டம் இருக்கவில்லை. முதலாளித்துவம் நடைமுறையில் உள்ள நாடுகளில் பிறந்த அவர்கள் மேலதிகப் பண வருவாய்களையும் ஆடம்பரங்களையுமே நாடினார்கள்.

கிழக்குஜேர்மன் பிரஜைகள் சோவியத் சார்பு நாடுகள் தவிர்த்த முதலாளித்துவ நாடுகளுக்குப் பிரயாணம் செய்ய அனுமதி பெற முடியாதவர்களாகவே வாழ்ந்தார்கள். ஆனால் கல்வி கற்கச் சென்ற மாணவர்களுக்கு இந்தக் கட்டுப்பாடுகள் இருக்கவில்லை. இதனால் நீண்ட கோடை விடுமுறைகளிலே மேற்கு நாடுகளுக்குச் சென்று உழைத்து ஹாட்கரன்சி எனப்படும் பணம் சம்பாதிப்பதுண்டு என்ற தகவலை யப்பான் நாட்டவன் மீண்டும் முக்கியத்துவம் கொடுத்துச் சொன்னான்.

இந்த இடத்திலே கோங்கோ நாட்டவன் வெகுவாக ஆத்திரப்பட்டான். அவர்கள் இவ்வாறு உழைத்ததிலும் சம்பாதித்ததிலும் தப்பேதும் இல்லை. ஆனால், அவ்வாறு சம்பாதித்த மேற்குலகப் பணத்தைக் கள்ளச் சந்தையில் மாற்றி, தாம் கல்வி கற்பதற்கு ஆதரவளிக்கும் சோஷலிச, கம்யூனிச நாட்டின் பொருளாதாரத்திலே பணவீக்கத்தை ஏற்படுத்துவது தான் தவறான செயல் எனச் சீறினான்

கோங்கோ நாட்டு மாணவனின் கோபத்தில் நியாயமிருந்தது. சோவியத் ஒன்றியத்தின், லுமும்பா பல்கலைக்கழகத்தில் கல்வி கற்கும் மாணவர்கள் மேற்கு நாடுகளில் வாங்கிய 'ஜீன்ஸ்' கால்சட்டையை மொஸ்கோவில் விற்பதன் மூலம் தமது சொந்த நாட்டுக்கு விமானப் பயணச் சீட்டை அந்தக் காலத்தில் வாங்குவது வழமை.

சோஷலிச நாடுகளிலே நிலவிய ஆடம்பர மோகத்தை மூன்றாம் உலக மாணவர்கள் சுரண்டி ஆதாயம் கண்டமை, எத்தகைய தர்ம நியாயங்களுக்கும் ஏற்றதல்ல. இதுதான் சாப்பிட்ட சட்டிக்குள்ளேயே மலம் கழிப்பதென்பது எனப் பொருள்பட ஜேர்மன் மொழியில் சொல்லி, தனது மனக் குறுகுறுப்பினைக் கொட்டினான் கோங்கோ நாட்டவன்.

8

செம்பூரிலுள்ள மன்னார் அக்கா வீட்டில் தங்கியிருந்த வளர்மதிக்கு இரண்டாவது சுற்றிலும் மாதவிலக்கு வராததால் மிகுந்த மன உளைச்சலில் இருந்தாள். இரண்டுமுறை தற்கொலை செய்து கொள்ள முயன்றும், வீட்டிலுள்ளவர்களின் முகங்கள் நினைவில் வந்து தடுத்தன. பிரான்ஸிலிருந்து தொடர்பு கொண்ட சுதாகரன், விரைவில் வேறொரு ஏஜென்சியை ஒழுங்கு செய்வதாகச் சொன்னான். தன்னிடம் பாஸ்போட் இல்லை என்பதை அவனுக்குச் சொல்லி, அதிலிருந்து கதை வளர்ந்தால் என்ன செய்வது? என்ற பயத்தில் வளர்மதி மும்பை நிலவரம் பற்றி அதிகம் பேசவில்லை. தவராசா பூக்கடை வீதியிலிருந்த ரெலிபோன் பூத்திலிருந்து மன்னார் அக்காவின் வீட்டு எண்ணுக்குத் தொடர்புகொண்டு வளர்மதியுடன் தினமும் பேசிக்கொண்டிருந்தான். மும்பையில் ஏற்கனவே பல ஏமாற்றுக்காரர்களைச் சந்தித்த மன்னார் அக்காவுக்கு, தவராசா அடிக்கடி தொலைபேசியில் அழைப்பது நெருடலாகவே இருந்தது. கொதிக்கும் எண்ணைச் சட்டியில் இருந்து தப்ப, நெருப்புக்குள் விழுந்திடாதை பிள்ளை, என ஒரு சந்தர்ப்பத்தில் சொன்னார். இதற்குப் பிறகும் தவராசா செம்பூருக்கு வந்துபோகவே, வளர்மதியைத் தனிமையில் அழைத்தவர் 'இதோபார் வளர்மதி, என்ரை அனுபவத்தில் சொல்லுறன். பெண்கள் விஷயத்தில் ஒவ்வொரு ஆணிடமும் ஒரு விஷக்கொடுக்கு ஒளிந்திருக்கு, ஏமாந்து போகாதை, அவதானமாக நடந்துகொள்' என எச்சரித்தார்.

கடவுச்சீட்டு இல்லாமல், இந்திய விசாவும் இல்லாமல், மும்பையில் தங்கியிருக்கும் வளர்மதிக்கு, நாட்டு வைத்தியரைக் கொண்டோ அல்லது பெட்டிக்கடை மாதிரி மூலைமுடுக்குகளில் டிஸ்பென்சரி வைத்திருக்கும் வைத்தியர்களைக்

கொண்டோதான் கருக் கலைப்புச் செய்யவேண்டும். இவர்களுள் போலி வைத்தியர்களும் கலந்துகட்டி இருப்பார்கள். இவர்களின் சிகிச்சையில் உயிருக்கு ஆபத்து வந்துவிட்டால் என்ன செய்வது என்ற பயத்தில், மன்னார் அக்கா இந்த விஷயத்தில் விலகியே நின்றார். வளர்மதிக்குத் தனது வீட்டில் தங்க இடம் கொடுத்ததுடன் தன் மனிதாபிமானத்தை மட்டுப்படுத்திக் கொண்டார். மன்னார் அக்காவின் புத்திமதிகளால் மனம் சஞ்சலப்பட்டாலும் தவராசாவை நம்புவதைத்தவிர வளர்மதிக்கு வேறுவழி இருக்கவில்லை. மூன்றாவது சுற்று முடிய முன்னர் கருவைக் கலைக்கவேண்டுமென தவராசா ஏற்கனவே சொல்லியிருந்தான். சரசக்காவிடம் போனால் அவர் கைவைத்தியம் பார்க்கும் பொன்னுத்தாயிக் கிழவியைத்தான் வரவழைப்பார், என மாலை கட்டும் முனியம்மா ஏற்கனவே சொல்லியிருந்தார். பெட்டிக்கடை ஏரியாவில் பொன்னுத்தாயிக் கிழவியின் கைவைத்தியம் பற்றி சாடைமாடையாக விசாரித்தபோது, கருவுக்குக் காரணம் நீயா எனக் கேட்டுக் கண்சிமிட்டினார்கள். மும்பையில், அதுவும் வெளிநாடு போகக் காத்திருக்கும் பயணிகள் விஷயத்தில், கருக்கலைப்பு என்பது எவ்வளவு சாதாரணமாகப் பார்க்கப்படுகிறது என்பதை அறிந்து தவராசா ஆத்திரப்பட்டான். வளர்மதிக்கு உதவி செய்யவேண்டும் என்பதே தவராசாவின் உண்மையான நோக்கம். இருந்தாலும் மகேஸ்வரி மாமி முன்னர் ஊரில் அறிமுகப்படுத்திய வசுக்கோப்புக் காட்சிகள் அவ்வப்போது அவனைக் குழப்பின. இந்த அவதியை அவனுடைய அடிமனதில் படிந்துகிடக்கும் விபரிக்க முடியாதொரு உணர்வுச் சிக்கல், பட்டெனக் கிளர்ந்தெழுந்து அடக்கிவிடும். சுயஇன்பத்தின் போது சினிமா நடிகைகள் உட்பட, பலவகையான பெண்கள் தவராசாவின் நினைவில் வந்துபோவார்கள். இதிலே எந்தவித சிக்கலோ மனக்கோளாறோ அவனுக்கு இருந்ததில்லை. ஆனால், நிஜத்திலே ஒரு பெண்ணை நெருங்கும் போதுதான் தவராசாவுக்குப் பல சிரமங்கள் இருந்தன. இதயம் வேகமாகத் துடித்து, உடல் நடுங்கி, பயம் வந்து செயல் இழந்துவிடுவான். இத்தகையதொரு அசாதாரணமான நிலைமை 'அந்தப் பழக்கத்தால்' வந்ததோ? என அனுமானித்தாலும் அதிலிருந்து அவனால் வெளியே வரமுடியவில்லை.

அன்று சித்திரை மாதத்து சங்கடஹரசதுர்த்தி. இது பவுர்ணமிக்கு அடுத்து நான்காம் நாள் வருவது. துன்பங்களை, தடைகளை, கஷ்டங்களை அழிப்பதற்காக ஏற்பட்ட ஒரு சிறப்புவிரதம் இதுவெனச் சொன்னார்கள். மனிதருக்கு மட்டும் அல்ல, தேவர்களுக்கும் கஷ்டங்கள் வந்தபோது, அவர்கள் பிள்ளையாரை வணங்கி நலம் பெற்றுள்ளார்களாம். ஊரிலுள்ள பிள்ளையார் கோவிலில், சித்திரை மாதத்து சங்கடஹரசதுர்த்தித்

திருவிழா கந்தையாவின் உபயம். கடந்த சில வருடங்கள் தானே தெற்பை போட்டுத் திருவிழாச் செய்தது தவராசாவின் நினைவில் வர, மாத்துங்கா ரயில் நிலையத்துக்கு அருகே இருந்த தெருப் பிள்ளையாரைத் தரிசிக்கக் கிளம்பினான். இந்தப் பிள்ளையாரை வணங்கினால் விரைவில் வெளிநாடு போகலாம் என யாரோ கதை பரப்பிவிட பூசை நேரங்களில் தினமும் கூட்டம் அலைமோதும். கோவிலுக்கு முன்னால் இளம்பெண்களும் ஆண்களும் கூட்டமாகக் கதைத்துக்கொண்டு நின்றார்கள். யாழ்ப்பாணத் தமிழும் இந்தியத் தமிழும் கலந்து கேட்டது. அருகில் உள்ள பூக்கடைகளில் வியாபாரம் களை கட்டியிருந்தது. திடீரென ஆளையாள் இடித்துக்கொண்டு ரயில் நிலையத்தை நோக்கி, கும்பலாக ஓடினார்கள். இலங்கைப் பெம்பிளை ஒன்று ரயில்வண்டி முன்னால் பாய்ந்துவிட்டதாக அருச்சனைத் தட்டு விற்கும் கடைக்காரர் சொன்னார்.

இலங்கைப் பெண், வளர்மதியாய் இருக்குமோ? என நினைத்ததும் தவராசாவின் உடல் பதறியது. கூட்டத்தோடு கூட்டமாக ஓடிப்போய் தண்டவாளத்தை எட்டிப் பார்த்தான். தண்டவாளத்தில் சேலை அணிந்த ஒரு பெண்ணின் உடல், உருத்தெரியாமல் இரத்தச் சகதியில் சிதைந்து கிடந்தது. வளர்மதி பெரும்பாலும் சுடிதார் அணிபவள். இது அவளாய் இருக்காது. இருந்தாலும் மனம் கேட்கவில்லை. பிள்ளையார் கோவிலடி ஆட்டோ ஸ்டாண்டில் நின்ற ஆட்டோவில், பேரம் பேசாது கேட்ட காசைக் கொடுத்து செம்பூரிலுள்ள மன்னார்அக்கா வீட்டின் முன்னால் இறங்கினான். மன்னார் அக்கா வேதம். சதுர்த்தி அமாவாசையெல்லாம் அவருக்குத் தெரியாது. மத்தியானச் சாப்பாட்டுக்கு நகரை மீன் பொரித்துக் கொண்டிருந்தார். வளர்மதியைத் தேடி தவராசா வந்தது மன்னார் அக்காவுக்குப் பிடிக்கவில்லை. வெளியே காட்டிக்கொள்ளாமல் வீட்டின் பின்புறம் கையைக் காட்டினார். அங்கிருந்த தண்ணீர்த் தொட்டி அருகே, பொத்தி தள்ளிய வாழைமரத்தைப் பிடித்தபடி, குனிந்து ஓங்காளிப்பதும் வாந்தி எடுப்பதுமாக வளர்மதி அவதிப்பட்டுக்கொண்டு நின்றாள். அவளைக் கண்டதும்தான் தவராசாவின் நெஞ்சுக்குள் தண்ணி வந்தது. ஆளரவம் கேட்டுத் திரும்பிய வளர்மதி, ஓங்காளிப்புகளுக்கு நடுவே தலையை நிமிர்த்தி அண்ணா, எனக் கேவினாள். தவராசாவுக்கு என்ன பேசுவதெனத் தெரியவில்லை. மௌனமாக நின்றான். மேல் வயிற்றை இரண்டு கைகளாலும் அழுத்தி மசாஜ் செய்து ஓங்காளிப்பைக் கட்டுப் படுத்தி, 'மீன்பொரிச்ச மணம் எனக்கு ஒத்துக் கொள்ளேல்லை' என்றபோது மூச்சு முட்டியது. தவராசாவுக்கு அவளுடன் நிறையப் பேசவேண்டியிருந்தது. மன்னார் அக்கா வீட்டில் அவற்றைப் பேசுவது தோதுப்படாது என்பது அவனுக்குத் தெரியும்.

அவளை அழைத்துக்கொண்டு அருகில் இருந்த பூங்காவுக்குப் போய் அங்கு ஓரமாக இருந்த வாங்கில், இடைவெளிவிட்டு அமர்ந்துகொண்டான். வளர்மதி எதுவும் பேசாது நகங்களைப் பிய்த்தபடி நிலத்தைப் பார்த்துக்கொண்டிருந்தாள். அமைதியைக் குலைத்த தவராசா முதன்முதலாக, தங்கச்சி என அழுத்தமாக அழைத்தான். அவனது குரலில் கனிவின் ஈரம் தொனித்தது. தங்கச்சி என்ற வார்த்தையைக் கேட்டதும் கண்கள் குளமாகித் தன்னை அறியாமலே தவராசாவைக் கையெடுத்துக் கும்பிட்டு, நெருங்கி உட்கார்ந்தாள். நீண்ட நாள்களின் பின்னர் அன்றுதான் அவள் இதழ்களில் புன்னகை இழையோடியது. இருப்பினும் அந்தப் புன்னகையின் கடைக்கோடியில் மறைந்திருந்த சோகம் வெளியில் தெரியவே செய்தது. வெளியே அருகில் நின்ற மரத்தில் கூடுகட்டிக் குஞ்சு பொரித்திருந்த மைனாவை வெறித்துப் பார்த்துக்கொண்டிருந்தாள். தாய் மைனா வெகு மும்மரமாகக் குஞ்சுகளுக்கு இரை தீர்த்திக்கொண்டிருந்தது.

கதையைத் தொடர்வதற்குத் தோதாக 'ம்' சேர்த்து மௌனத்தைக் கலைத்தான் தவராசா.

என்னாலை முடியேல்லை அண்ணா. எப்பவும் அம்மான்ரை ஞாபகம்தான் வருது. திரும்பி வீட்டை போகலாம் எண்டு யோசிக்கிறன், எனக் குரல் உடைந்தாள். முகம் சோகம் மண்டிய கண்களுடன் வாடிப்போயிருந்தது.

வளர்மதி, எங்கை போறதாய் இருந்தாலும் இந்த நிலைமையிலை எப்படிப் போகப்போறாய்? எனத் தன்னை மறந்து அவளை ஒருமையில் அழைத்தான்.

பொங்கிவந்த கண்ணீரை அடக்கிக்கொண்டு, அப்ப நான் என்ன செய்யிறதண்ணா? எனத் தவராசாவின் கையைப் பிடித்துக்கொண்டு தேம்பினாள். அவளின் உள்ளக் கொதிப்பு முகத்தில் தெரிந்தது.

தவராசா ஏற்கனவே மும்பையின் புறநகர்ப் பகுதியில் கிளினிக் நடத்தும் ஒரு நேப்பாளி டொக்டரிடம் கதைத்து கருக்கலைப்புக்கு ஏற்பாடு செய்திருந்தான். நேப்பாளி வெளியே பொதுவைத்தியர் எனப் பெயர்ப்பலகை வைத்திருந்தாலும் உள்ளே செய்வது கருக்கலைப்பு மாத்திரம்தான். சம்மந்தப்பட்டவர்களுக்கு கிரமமாக மாமூல் போவதால் வியாபாரம் பிரச்சினை இல்லாமல் நடந்தது. பாதுகாப்பான கருக்கலைப்பு எனப் பலரும் சொன்னார்கள். ஆனால் அவர் அறவிடும் கட்டணம் கொஞ்ச நஞ்சமல்ல. அந்தளவு பணம் அவனிடமில்லை. சொந்தப் பணத்தை அவன் செலவு செய்யவேண்டிய அவசியமும் இல்லை. ஆத்திலை போட்டாலும் அளந்து போட்டுப் பழக்கப்பட்டவன் தவராசா.

வளர்மதியே இதற்கான ஒரு வழியைக் கண்டுபிடிக்கவேண்டும் எனத் தீர்மானித்து மெல்ல விபரத்தைச் சொன்னான்.

வளர்மதி தாமதிக்கவில்லை. கையில் இருந்த காப்பையும் கழுத்தில் போட்டிருந்த இரட்டை வடம் சங்கிலியையும் கழற்றி தவராசாவிடம் கொடுத்து இவை அம்மாவின் நகைகள் அண்ணா, எதற்குப் பிரயோசனப்படுது பாருங்கள் எனக் கலங்கினாள்.

ஊரில் பலரது அடைவு நகைகளை சர்வ சாதாரணமாக வாங்கிப் பழகிய தவராசாவுக்கு வளர்மதியின் தாயின் நகைகளை கையில் வைத்திருக்க அந்தரமாயிருந்தது.

அவனது அசௌகரியத்தைப் புரிந்துகொண்ட வளர்மதி தொடர்ந்தாள். மன்னார் அக்காவுக்கு வாடகை கொடுக்க எனது அட்டியலை ஒரு சேட்டிடம் விற்றேன் அண்ணா. அங்கு இதையும் கொடுக்கலாம். வாருங்கள் போவோம் என எழுந்தாள்.

அன்று மாலையே சேட்டின் கடையில் நகையை விற்றுக் காசாக்கினார்கள். இலங்கைப் பவுண் நல்லதல்ல என்று சாட்டுச் சொல்லி அரைவாசி விலைக்கே நகைககளை வாங்கினான் சேட். காசைப் பத்திரமாக வைத்திருக்கும்படியும் சிகிச்சைக்கு வரும்போது கொண்டு வரும்படியும் வளர்மதிக்குச் சொன்னான். மைமல் பொழுதில் மன்னார் அக்கா வீட்டில் வளர்மதியை விடும்போது அங்கு எவரும் இருக்கவில்லை. இதுவே சரியான தருணம் என நினைத்து அதுவரை தனது மனதைக் குடைந்த விஷயத்தைப் பக்குவமாகச் சொன்னான்.

வளர்மதி, மன்னார் அக்கா மட்டுமல்ல நீயும், நான் ஏதோ உள்நோக்கத்துடன் பழகுவதாக எண்ணலாம். அது ஒருவகையில் நியாயமானதும்கூட. பிரச்சினைகளுக்கு மத்தியில், உச்சக்கட்ட மனக்குழப்பத்தில் இருக்கும்போது இப்படிப்பட்ட எண்ணங்கள் வருவது இயல்பு. ஆனால் நீ என்னை நம்பலாம், என்றவனின் தொண்டை கட்டி குரல் கம்மியது. பொக்கற்றுக்குள் இருந்த மெந்தோல் சுவிங்கம் ஒன்றை எடுத்து வாயில் போட்டுக்கொண்டு மேலே தொடர்ந்தான்.

கருவைக் கலைத்த பின் மும்பையில பாஸ்போட் ஒழுங்கு செய்ய இடங்கள் இருக்கு. நீ பிரான்சுக்கு சுதாகரனிடம் போவதுதான் நல்லது. மனதைப் போட்டுக் குழப்பாமல் மன இறுக்கத்தோடு இரு, என நம்பிக்கை ஊட்டினான்.

வளர்மதி விஷயத்தில் தவராசாவின் அக்கறை அவனுக்கே விசித்திரமாகவும் விநோதமாகவும் இருந்தது. அதேவேளை தான் இவ்வளவு நல்லவன்தானா? என்ற சந்தேகமும் இடையிடையே வந்தது. எது எப்படி இருந்தாலும் நிஜமாகவே வளர்மதியை

இந்தச் சிக்கலில் இருந்து வெளியே கொண்டுவர ஏனோ அவன் விரும்பினான்.

கடவுளே தவராசா ரூபத்தில் தன் முன்னே நிற்பதாக எண்ணி, அவனையே பார்த்துக் கொண்டு நின்றாள் வளர்மதி. பின்னர் சற்றுப் பொறுத்து, வார்த்தைகளைப் பொறுக்கியெடுத்து, என்னைப் போன்ற ஒரு கெட்டுப்போன பெண்ணை நீங்கள் ஏற்று, மணம் முடிப்பீர்களா அண்ணா? எனக் கேட்டாள். திடுதிப்பென்று இப்படி ஒரு கேள்வியை அவளிடமிருந்து தவராசா எதிர்பார்க்கவில்லை. கேள்வியின் முடிவில், அண்ணா என்ற வார்த்தையை அவள் ஸ்பெஷலாக அழுத்திச் சொன்னதையும் அவன் அவதானித்தான்.

வளர்மதி, நீ கெட்டுப் போகவில்லை. கெடுக்கப்பட்டாய். ஊரிலே எவ்வளவோ பேருக்கு எவ்வளவோ நடந்திருக்கு. இன்னும் நடந்துகொண்டுதான் இருக்கு. வாழ்க்கையில் சில விஷயங்களை ஏற்றுத்தான் வாழவேணும். சிலவற்றை மறக்கவும் தெரியவேண்டும். இது நீயாக விரும்பித் தேடிக்கொண்டதல்ல. மாறாக இது ஒரு விபத்து, கெட்ட கனவு என்று நினைத்துக்கொள், எனச் சொன்னவன், மேலும் கதையை வளர்க்க விரும்பாது விடைபெற்றான்.

அந்த நாளும் வந்தது. நேப்பாளி டாக்டரின் கிளினிக்கில் வளர்மதிக்கு எந்தவித விக்னமுமின்றி கருக்கலைப்பு நடந்தது. கருக் கலைந்தபின் இரத்தப்போக்கு நிற்காததால் ஒருநாள் மேலதிகமாக கிளினிக்கில் வைத்திருந்தே துண்டுவெட்டி வளர்மதியை அனுப்பினார்கள். எல்லாம் நல்லபடியாக முடிந்ததையிட்டு மன்னார் அக்காவும் சந்தோஷப்பட்டார். அடுத்ததாக ஒரு பாஸ்போட் ஒழுங்கு செய்யவேண்டும். இதற்கு மன்னார் அக்காவின் கணவர் உதவி செய்ய முன்வந்தார். அவருக்குத் தெரிந்த ஒருவர் தலை மாற்றி ஒட்டுதல் என, லோக்கல் பாஷையில் சொல்லும் படத்தை மாற்றி ஒட்டுவதை மும்பையிலே கனகச்சிதமாகச் செய்பவர். அவரிடம் பல நாட்டு பாஸ்போட்டுக்கள் கைவசம் இருந்தன. இவை எல்லாமே மும்பைக்கு வரும் இலங்கை, மலேசியா, சிங்கப்பூர் அல்லது முன்னரே புலம்பெயர்ந்தவர்களிடம் விலைக்கு வாங்கியது அல்லது களவெடுத்தவை. அதிர்ஷ்டவசமாக பாண்டிச்சேரியைச் சேர்ந்த ஒரு பெண்ணின் பிரான்ஸ் நாட்டுப் பாஸ்போட் சமீபத்தில் அவரிடம் வந்துசேர்ந்தது. அது வளர்மதியின் வயதுக்கு கனகச்சிதமாகப் பொருந்தியது. ஆனால் நெருப்பு விலை சொன்னார். இதற்காக வளர்மதி ஊரிலிருந்து கொண்டு வந்த மிகுதி நகைகளும் விற்கப்பட்டன.

அப்பொழுது இலத்திரனியல் பாஸ்போட் அமுலில் இருக்கவில்லை. பாஸ்போட்டில் படத்தை ஒட்டி சீல் அடித்திருப்பார்கள். படம் மாற்றுபவர்கள் செய்வதெல்லாம் இதுதான். பாஸ்போட்டில் ஒட்டப்பட்ட படத்தின் மேற்பக்க அரைவாசி அடுக்கை நீராவி உதவியுடன் கவனமாகப் பிரித்தெடுப்பார்கள். பின்னர் வளர்மதியின் படத்தின் கீழ்ப்பக்க அடுக்கைக் கிழித்த பின், மேற்பக்க அடுக்கிலுள்ள படத்தை பாஸ்போட்டில் படம் இருந்த இடத்தில் ஒட்டிவிடுவார்கள். படம் காய்ந்தவுடன் படத்துக்கு மேலே, நெருப்புக் குச்சியைப் பாவித்து அச்சொட்டாக சீல் கீறுவார்கள். இந்த வகையில் பாண்டிச்சேரியைப் பூர்வீகமாகக்கொண்ட ஒரு பிரெஞ்சுக் குடிமகளின் பாஸ்போட் வளர்மதியின் கைவசம் வந்தது. நகை விற்ற மிகுதிக் காசில் பிரான்ஸ்க்கு நேரடியாகப் பறக்க ரிக்கற்றும் வாங்கியாயிற்று.

அன்று வளர்மதியின் பிரான்சுக்கான பறப்பு!

சுதாகரனுக்கு ஏற்கனவே பறப்பு விபரங்கள் அறிவிக்கப் பட்டன. தவராசா, மன்னார் அக்கா, கணவன் என மூவரும் விமான நிலையம் வந்திருந்தார்கள். மன்னார் அக்காவின் கணவன் பாஸ்போட் செக்கிங்கில் பிரச்சினை வராதபடி ஒழுங்குகள் செய்திருந்தார். எல்லா இடங்களிலும் வளர்மதியின் நகை விற்ற காசு வேலை செய்தது. உள்ளே செல்லும் நேரம் வந்தது. உணர்ச்சிகள் பொங்க, முழங்காலை மடித்து மண்டியிட்டு மூவரின் கால்களைத் தொட்டு வணங்கி, உங்களை என் வாழ்நாளில் மறக்கமாட்டேன் என உணர்ச்சி வசப்பட்டாள்.

இல்லைப் பிள்ளை, என மன்னார் அக்கா இடைமறித்தார். எங்களை இந்த விமான நிலையத்துடன் மறந்துவிடு. அதுதான் உன் எதிர்கால வாழ்க்கைக்கு நல்லது. எங்களுடன் தொடர்பு இருக்கும்வரை, உன்னுடைய கசப்பான அனுபவங்கள் நினைவுக்கு வரும். அது நல்லதல்ல, எனச் சொல்லிக் கட்டிப்பிடித்துக் கொஞ்சினார்.

இரண்டாம் முறையும் பயணிகளுக்கான அறிவித்தல் ஒலித்தது. கண்கள் பனிக்க சட்டென்று தவராசாவின் கையைப் பிடித்துக்கொண்டு அண்ணா என ஏதோ சொல்ல முயன்றாள். ஆனால் வார்த்தைகள் வரவில்லை.

ஒன்றுக்கும் யோசியாதை வளர்மதி. மும்பை விமான நிலையத்தில் எல்லா ஒழுங்குகளும் செய்திருக்கிறம். பாரிஸ் இமிக்கிரேசஷனிலை ஏதாவது சிக்கல் எண்டால் கலியாணம் கட்ட வந்தனான் எண்டு மாத்திரம் சொல்லிப்போடாதை. இலங்கை

இனப்பிரச்சினை காரணமாக அரசியல் தஞ்சம் கோரி வந்தனான் எண்டு சொல்லு, என்றான் தவராசா.

எல்லாவற்றுக்கும் பெருமாள் மாடு மாதிரி தலையாட்டிய வளர்மதி, முடிவில், என்ன நடந்தது எனப் போய்ச் சேர்ந்த பிறகு அறிவிக்கிறேன் என்றாள்.

இஞ்சை பாரக்கா இந்தப்பிள்ளையை. நீங்கள் சொன்ன பிறகும் போய் அறிவிக்கிறன் எண்ணுது. பூக்கார முனியம்மா விலாசத்துக்கு மட்டும் போய்ச் சேந்திட்டன் எண்டு காட் போடு. அதோடை மும்பையை மறந்திடு என்ற தவராசா, என்னுடைய ஏஜென்ட் செந்திலும் மும்பைக்கு வந்திட்டானாம். நானும் கனநாள் மும்பையில் இருக்கமாட்டன். நல்லபடியாய்ப் போய், சந்தோஷமாய் சுதாகரனுடன் வாழ்க்கையைத் துவங்கு, என ஆசீர்வதித்து, இமிகிரேஷன் வரை சென்று வழியனுப்பி வைத்தான்.

ஏதோ நல்லகாலம், கெட்டதிலும் நல்லதாய் இந்தப்பிள்ளை நேராகப் பரிசுக்குப் போகுது. இப்பிடி எத்தினையெத்தினை பிள்ளையள் மும்பையிலை பரிசுகெட்டுச் சீரழியுதுகள், என மன்னார் அக்கா தனக்குள் சொல்லிக் கவலைப்பட்டார்.

9

பாலமுருகன் ஜேர்மனிக்குப் போகும்வரை அந்த நாட்டின் பூகோள அமைப்புப் பற்றி எதுவும் தெரியாது. ஜேர்மனியிலும் அங்கிருந்து மற்ற நாடுகளில் காலூன்றிய பலரும் ஜேர்மன் சரித்திரம் பற்றி அறியாதவர்களே!

ஜேர்மன் ஜனநாயகக் குடியரசு என அழைக்கப்படும் கிழக்கு ஜேர்மனிக்கு, ஸ்கொலஷிப் பெற்றுவரும் மாணாக்கர்கள், முதலாவது வருடம் கண்டிப்பாக ஜேர்மன் வரலாறு கற்கவேண்டும் என ஏற்கனவே சொல்லி இருந்தார்கள். இந்தப் படிப்பில் ஜேர்மனி பிரிந்ததற்கான காரணத்தையும், எதற்காக சோஷலிச அமைப்புடன் கூடிய ஜேர்மன் ஜனநாயகக் குடியரசு உருவானது? என்பதையும் கற்பித்தார்கள்.

அடுத்தடுத்த வருடங்கள் துறைசார்ந்த கல்வியுடன் கார்ல்மார்க்ஸ் எழுதிய மூலதனம் என்ற புத்தகம் அடங்கலாக, சோஷலிச கம்யூனிச சித்தாந்தங்கள், தத்துவங்கள் பற்றிப் படித்து பரீட்சையிலும் சித்தி பெறவேண்டும் என்பது பல்கலைக்கழக விதிமுறை. இந்த வகையில் முதலாவது வருடத்தை பாலமுருகன் பூர்த்தி செய்தபோது ஜேர்மனி பற்றி நிறையவே அறிந்திருந்தான்.

அடொல்வ் ஹிட்லர்! இருபதாம் திகதி, ஏப்ரல் மாதம், 1889ஆம் ஆண்டு, ஆஸ்திரியா நாட்டில் பிறந்தவர். 1933 தொடக்கம் 1945 வரை, ஜேர்மன் நாட்டின் தலைவராக இருந்தவர், நாசிசக் கொள்கை களைக் கடைப்பிடித்த, ஒரு சர்வாதிகாரி.

நாசிசம் என்பது ஆரியர்களே உயர்ந்தவர்கள், ஆரிய இனமே உலகை ஆளத் தகுந்தது. மற்ற இனங்கள் அனைத்தும் அழகிலும், அறிவிலும்

ஆரியர்களுக்குக் குறைந்தவை போன்ற இனவெறிக் கருத்துகளை அடிப்படையாகக் கொண்டது. ஹிட்லரின் இந்த நாசிசக் கொள்கையே இரண்டாம் உலகப் போருக்கு வித்திட்டது. போருக்குப் பின்னர், ஜேர்மன் மக்கள் இவரை முற்றாக வெறுத்தார்கள். ஜேர்மனி அழிவதற்கும் பிளவடைவதற்கும் இவரே காரணமெனச் சபித்தார்கள். இருந்தாலும் ஈழத் தமிழர்கள் ஐரோப்பா எங்கும் பரவ, வழிசெய்தவர் இவரே.

ஊரிலும் ஒரு சிலருக்கு ஹிட்லர் என்ற பட்டப் பெயர் உண்டு. அடங்காத மனைவிகளையும் ஹிட்லர் பெம்பிளை என்பார்கள். பாலமுருகன் படித்த பள்ளிக்கூடத்திலும் ஒரு வாத்தியாருக்கு ஹிட்லர் என்று பெயர். ஆனால் அவர் சர்வாதிகாரியல்ல. ஹிட்லர் மீசை வைத்திருந்தார். மீசையின் பயன் நாம் உள்ளிழுக்கும் சுவாசக் காற்றில் உள்ள தூசிகளைத் தடுப்பது மட்டுமே என ஹிட்லர் கருதியதால், மூக்கு துவாரங்களுக்குக் கீழே மட்டும் மீசை வைத்திருந்தாராம். அதுவே அவரது அடையாளமாகி, நாளடைவில் ஹிட்லர் மீசையாகியது. அந்தக் காலத்தில் திரைப்பட உலகில் முடிசூடா மன்னராக விளங்கிய சார்லி சாப்ளினும் இப்படித்தான் மீசை வைத்திருந்தார். ஹிட்லர், சார்லி சாப்ளினின் பெரிய ரசிகர். எனவே சார்லி சாப்ளின் தாக்கத்தால் அப்படி மீசை வைத்துக்கொண்டதாகவும் சொல்லப்படுவதுண்டு. பின்நாளில் புரட்சிக்கவிஞர் பாரதிதாசனும் அப்படி மீசை வைத்திருந்தவர்தான்.

கிழக்கு ஜேர்மன் பல்கலைக்கழகங்களிலே, சோஷலிசம் போதிக்கும் பேராசிரியர்கள், வெளிநாட்டு மாணவர்களுடன் நட்பாகப் பழகுவார்கள். இடையிடையே தங்கள் வீடுகளுக்கு விருந்துக்கும் அழைத்து உபசரிப்பார்கள். விருந்தின்போது கலந்துரையாடுவதன் மூலம், சோஷலிச, கம்யூனிச கொள்கைப் பிடிப்பை படிப்படியாக ஏற்படுத்த முடியும் என நம்புபவர்கள். அந்தவகையில் பாலமுருகனும் ஒருநாள் விருந்துக்கு அழைக்கப்பட்டான். உருளைக்கிழங்கே ஜேர்மன் மக்களின் பிரதான உணவு. ஆனாலும் இவனுக்கென்று ஸ்பெஷலாக அன்று சோறு சமைத்திருந்தார்கள். விருந்தின்போது குடும்ப உறவுகள் பற்றிப் பேச்சு வந்தது.

ஹிட்லரின் படையில், குறிப்பிட்ட வயதுக்கு மேலே எல்லா ஆண்களும் இணைய வேண்டிய நிர்ப்பந்தம் ஏற்பட்டதால், தன்னுடைய தந்தை சகோதரர்கள் உட்பட, பல சொந்தங்கள் போரில் மடிந்ததாகச் சொன்னார். பதின்பருவ காலத்தில், யுத்தம் நடந்தபோது தான் பட்ட இன்னல்களைப் பேராசிரியரின் மனைவி சொல்லிக் கவலைப்பட்டார். இவை அனைத்தும் திகில் நிறைந்த சோகக் கதைகள்.

உரையாடல் இரண்டாவது உலகயுத்தம் பற்றித் திரும்பியது. இதுபற்றிப் பேராசிரியர் சொல்லத் துவங்க, பாலமுருகன் ஆர்வமானான்.

மார்ச் மாதம், பதினைந்தாம் திகதி, 1939ஆம் ஆண்டு, செக்கோசிலவாக்கியா மீதும், அதே ஆண்டு செப்டம்பர் மாதம் முதலாம் திகதி போலந்து மீதும் அடொல்வ் ஹிட்லர் படை எடுத்ததைத் தொடர்ந்து, இரண்டாம் உலக யுத்தம் துவங்கியது.

ஆறு வருடங்கள் நடந்த கொடூர யுத்தமது. ஜேர்மனி, இத்தாலி, யப்பான் ஆகிய மூன்று நாடுகளும் ‘அச்சு நாடுகள்’ அணியிலே இணைந்து கொண்டன.

இதற்கு எதிரான அணியாக ‘நேச நாடுகள்’ என்கிற அணி, அமைக்கப் பட்டது. பிரித்தானியாவும் அதன் குடியேற்ற நாடுகளும், பிரான்சும் இந்த அணியில் இணைந்துகொண்டன. நேச நாடுகள் அணியினை, அமெரிக்கா இணைந்து பலப்படுத்தியது. ஈற்றிலே சோவியத் ரூஷ்யாவும் இந்த அணியிலே இணைந்தது.

குடியேற்ற நாடுகள் ?

குடியேற்ற நாடுகள், தனி நாடுகளாகக் கணக்கெடுக்கப் படவில்லை. பிரித்தானியா, அமெரிக்கா, பிரான்ஸ், ரூஷ்யா ஆகிய நான்கு நாடுகளும் ஜேர்மனி மீது நடாத்திய படையெடுப்பால் 1945ஆம் ஆண்டு, யுத்தம் ஐரோப்பாவில் முடிவுக்கு வந்தது.

ஜேர்மனியப் படைகள் சரண் அடைந்ததால் யுத்தம் முடிவுக்கு வந்தது எனச் சொல்வதே சரியாக இருக்கும், என்று தான் வாசித்து அறிந்ததை இடையிலே அவிட்டுவிட்டான் பாலமுருகன்.

ஆம். நீ சொல்வது சரிதான். முப்பதாம் திகதி ஏப்பிரல் மாதம் 1945ஆம் ஆண்டு, ஹிட்லரின் மரணத்தை அடுத்து, அதே ஆண்டு மே மாதம் எட்டாம் திகதி ஜேர்மனியப் படை சரணடைந்தது என்று, சரணடைந்ததற்கான காரணத்தைப் பேராசிரியர் திகதிவாரியாகச் சொன்னார். விழுந்தாலும் மீசையில் மண்படவில்லை என்ற சாயல் அவரின் பேச்சில் தொனித்தது. என்னதான் அவர் சோஷலிசம் பேசினாலும் அவருடைய உடம்பில் ஓடிய ஆரிய இரத்தம் மெல்ல அவரது பேச்சில் எட்டிப் பார்த்தது.

சிறிதுநேர இடைவெளி விட்டு, பேராசிரியர் மீண்டும் தொடர்ந்தார். ஹிட்லரின் படை சரணடைந்து தோல்வியைத் தழுவ, பிரித்தானியா, அமெரிக்கா, பிரான்ஸ், ரூஷ்யா ஆகிய நான்கு நாடுகளும் பொட்ஸ்டம் (Potsdam) என்ற இடத்தில் கூடி, உடன்படிக்கை ஒன்றின் மூலம் ஜேர்மனியை, நான்காகப் பங்கு பிரித்துக்கொண்டன.

யுத்த இடிபாடுகளையும் சீரழிவுகளையும் செப்பனிடும் வேலை, 1949ஆம் ஆண்டுவரை நடந்தது. உடைந்த கட்டிடங்களைத் திருத்துவதற்காகவும், வீதிகளைச் செப்பனிடுவதற்காகவும் துருக்கியிலிருந்து கூலிகளை வரவழைத்தார்கள்.

இரண்டு மூன்று தலைமுறைகள் கடந்த பின்பும் அவர்களில் பெரும்பாலானோர் இன்றும் ஜேர்மனியில் கீழ்த்தட்டு வாழ்வு வாழ்கிறார்கள் என்பது பாலமுருகனுக்குத் தெரியும். இருந்தாலும் நாகரிகம் கருதி அதைச் சொல்லாமல் தவிர்த்தான்.

பேராசிரியரின் மனைவி, மிகுந்த நகைச்சுவை உணர்வு மிக்கவர். வேடிக்கையாகப் பேசுவார். ஜேர்மனியில் மானிடவியல் பட்ட மேற்படிப்புப் படித்தவர். திருமணத்துக்கு முன்னர் ஸ்ரீலங்காவில் கிழக்கு ஜேர்மன் தூதுவராலயத்தில் பணிபுரிந்ததால், இலங்கை வாழ்க்கைமுறையை நன்கு அறிந்தவர். கம்யூனிசக் கொள்கைகள் அனைத்தையும் அவர் கண்ணை மூடிக்கொண்டு ஆதரிப்பவர் அல்ல. நல்லது கெட்டதைப் பகுத்தறியக் கூடியவர். கணவர் விட்ட இடத்திலிருந்து நகைச்சுவை கலந்து சொல்லத் தொடங்கினார்.

பங்கு பிரித்தபின் பிரச்சினை ஆரம்பித்தது. முதலாளித்துவப் பொருளாதார அமைப்பினை முன்னெடுத்து வாழும் அமெரிக்கா, பிரித்தானியா, பிரான்ஸ் பெரியண்ணர்களால் கம்யூனிச சித்தாந்தங்களில் ஊறிய ரூஷ்யாவுடன் ஒத்துப்போக முடியவில்லை. பெரியண்ணர்கள் ஆதிக்கம் செலுத்தப் பார்த்தார்கள். விவசாய நாடாக இருந்த ரூஷ்யாவைத் தொழில் வள நாடாக மாற்றுவதிலே, இரும்புக் கரம் கொண்டு அப்போது ஆட்சி செய்த இரும்பு மனிதன் ஸ்டாலினிடம் பெரியண்ணர்களின் பூச்சாண்டி பலிக்கவில்லை.

ஓ..!

வேறு வழியில்லை. அமெரிக்கா, பிரித்தானியா, பிரான்ஸ் மூவரும் தமது பகுதிகளை ஒன்று சேர்த்து மே மாதம், 1949ஆம் ஆண்டு, 'ஜேர்மன் சமஷ்டிக் குடியரசு' என்ற பெயரில் மேற்குஜேர்மனி என்னும் நாட்டை உருவாக்கினார்கள். லோக்கல் பாஷையில் சொல்வதானால் மேற்கு ஜேர்மனி, மூன்று பங்காளிகளுக்குச் சொந்தமான சொரியல் காணியாக இருந்தது. இருப்பினும், அமெரிக்க, பிரித்தானிய, பிரான்ஸ் அரசுகள் தங்கள் எல்லைகளைத் தெளிவாகவும் கனகச்சிதமாகவும் வரைந்து பதிவு செய்துகொண்டன.

ஓஹோ! உஷாரான ஆக்கள்தான்.

பார்த்தது சோவியத் ரூஷ்யா, அதே ஆண்டு ஏழாம் திகதி ஒக்டோபர் மாதம் தனது கால் பங்கு பிரதேசத்தை, ஜேர்மன் ஜனநாயகக் குடியரசாகப் பிரகடனப்படுத்திக் கொண்டது. இதுதான் நீ இப்போது கல்வி கற்கும் கிழக்குஜேர்மனி என மேற்குலகால் அழைக்கப்படும் பிரதேசமாகும் என்று நிறுத்திய பேராசிரியரின் மனைவி, சாப்பிட்ட கோப்பைகளைச் சேகரித்துக் கொண்டு சமையல் அறைக்குள் சென்றார்.

அப்புறம் நடந்தது என்ன? என பேராசிரியரைக் கேட்டான் பாலமுருகன்.

கிழக்குஜேர்மனி தன்னைத் தன்னாதிக்கம் கொண்ட தனி நாடாகப் பிரகடனப்படுத்திய போதும், பொட்ஸ்டம் உடன்படிக்கையின்படி மட்டுமல்லாமல், பாதுகாப்பு நலன்கள் கருதியும் ரூஷ்யாவின் மேலாதிக்கத்தை ஏற்று நடக்க வேண்டிய தாயிற்று என்றவர் மேசைமேல் கொட்டுண்டு கிடந்த சோற்றுப் பருக்கைகளைப் பொறுக்கிச் சுத்தப்படுத்த ஆரம்பித்தார்.

இந்த இடத்தில் பேராசிரியரின் மனைவி சமையல் அறையிலிருந்து டெஸேட்டுடன் வந்தார். ஜேர்மனியில் பலவகையான ருசிமிக்க கேக் வகைகளைச் செய்வார்கள். *Torte* எனப்படும் அதிலொரு வகையை, பாலமுருகன் விரும்பிச் சுவைப்பான். கேக் மாவின் மேலே பலவகை பழத் துண்டுகளைப் போட்டு, அதன்மேல் ஜெலி ஊற்றிக் கேக்கை சுவையுள்ள தாக்குவார்கள். அன்று பேராசிரியரின் மனைவி வாழைப்பழ '*Torte*' செய்திருந்தார்.

வாழைப்பழத் துண்டுகளைக் கேக்கின்மேல் பார்த்ததும் பாலமுருகன் புன்னகைத்தான். அவனது புன்னகையின் அர்த்தத்தைச் சரியாக ஊகித்த பேராசிரியரின் மனைவி, 'உண்மைதான், சோசலிஷ ஆட்சியில், வாழைப்பழம் எமக்கெல் லாம் ஆடம்பரப்பொருள். வாழைப்பழத்தை நாம் பெருமளவில் இறக்குமதி செய்வதில்லை' என அதற்கான காரணத்தையும் சொன்னார்.

மனைவியை இடைமறித்தார் பேராசிரியர். வாழைப்பழத்தை விடவும் அருமையான பழங்கள் எமது நாட்டில் விளைகின்றனவே? அப்பிள், பியேர்ஸ், பீச், பிளம்ஸ், தோடை, திராட்சை என எத்தனை வகையான பழங்கள் இங்கு இருக்கின்றன, என்று வாழைப்பழ இறக்குமதிக் கட்டுப்பாட்டை நியாயப்படுத்தினார் பேராசிரியர்.

உனக்கு எது தேவையோ அதை மாத்திரம் தேடு என்பதுதான் நமது கொள்கை. சோசலிஷ சித்தாந்தத்தில் பகட்டுக்கும்

ஆடம்பரத்துக்கும் இடமில்லை. சவர்க்காரமா? தலைக்கு வைக்கும் ஷம்புவா? இதில் எதற்கு பலவகைகள்? எனவேதான் இங்கு ஒருவகை மாத்திரம் உற்பத்தி செய்யப்படுகிறது என்றார்.

கருமமே கண்ணாக இருந்த பாலமுருகன், கிழக்குஜேர்மனி மீதான ரூஷ்யாவின் மேலாதிக்கம் பற்றிச் சொல்லுங்கள், என விட்ட இடத்தை நினைவுபடுத்தினான்.

கேக்கைச் சுவைத்தபடி பேராசிரியரின் மனைவியே தொடர்ந்தார். சோவியத் ரூஷ்யா தனது ஆதிக்கத்தின் கீழ்வந்த ஜேர்மன் பகுதியைத் தனிநாடாகப் பிரகடனப்படுத்தும் என பெரியண்ணர்கள் சற்றும் எதிர்பார்க்கவில்லை. பங்காளிகள் சொத்தைப் பங்கு போட்டபின் வேண்டாத பங்காளிக்குத் தொல்லை கொடுப்பதில்லையா. அதேபோல் ஜேர்மனியிலும் நடந்தது. கிழக்குஜேர்மனியை உய்ய விடக்கூடாது எனத் தீர்மானித்து, எப்படித் தொல்லை கொடுக்கலாம் என ஆராயத் துவங்கினார்கள். அவர்களின் கண்ணில் பட்டது ஜேர்மனியின் தலைநகராயிருந்த பேர்ளின் நகரம். அதுவே அடொல்வ் ஹிட்லரின் காலத்தில் மட்டுமல்ல, பன்னெடுங்காலமாக ஜேர்மன் நாட்டின் தலைநகராகப் பெருமை பெற்றிருந்தது.

பங்காளிகள் நால்வரும் ஜேர்மன் நாட்டைத் தமக்குள் பங்கு போடும்போது, பேர்ளின் நகரம் ரூஷ்ய ஆதிக்கத்துக்கு விடப்பட்ட கிழக்குப் பகுதியிலே இருந்தது. பழைமை வாய்ந்த அந்த பேர்ளின் நகரை, ரூஷ்ய ஆதிக்கத்துக்கு விட்டுவிட பெரியண்ணர்கள் விரும்பவில்லை.

பேர்ளின் நகரை வைத்து இவர்கள் என்ன செய்ய நினைத்தார்கள்? புரியும்படி சொல்லுங்கள் எனக் கேட்டான் பாலமுருகன்.

பேராசிரியரின் மனைவி தூதுவராலயத்தின் சார்பில், இலங்கையின் வடமாகாணத்திலே பல அபிவிருத்தித் திட்டங்களை முன்னெடுத்தவர். கிராமங்களில் குழாய்க் கிணறுகளைத் தோண்டுவித்தவர். யாழ்ப்பாணப் பழக்க வழக்கங்கள் அனைத்தும் தெரிந்தவர். பாலமுருகனை விருந்துக்கு அழைத்ததற்கு அவன் யாழ்ப்பாணத்தான் என்பதும் ஒரு காரணம். அதனால் அவர் யாழ்ப்பாணத்து உதாரணம் ஒன்றைச் சொல்லி பாலமுருகனின் கேள்விக்குப் பதில் சொன்னார்.

உங்கள் ஊரில், சொரியல் காணியிலுள்ள பொதுக்கிணறு, காணி பங்கு பிரிக்கும்போது அடுத்தவன் பங்குக்குள் வந்து விட்டால் என்ன செய்வீர்கள்?

கிணற்றில் பங்கும், வழிவாய்க்கால் பாதையும் வேண்டுமென அடம்பிடிப்போம்.

அதுபோலத்தான் இங்கும். தலைநகராக இருந்த பேர்ளின் நகரத்தையும் நான்காகப் பிரிக்க வேண்டுமென பெரியண்ணர்கள் மூவரும் வாதாடிப் பிரித்துப் பெற்றுக்கொண்டார்கள். பல்வேறு நிலைப்பாடுகளின் நிர்ப்பந்தம் காரணமாக, இதனை ஏற்றுக் கொள்வது சோவியத் ரூஷ்யாவுக்குத் தவிர்க்க முடியாத தாயிற்று. அமெரிக்க, பிரித்தானிய, பிரான்ஸ் பெரியண்ணர்களின் பங்குகள் ஒன்றாகச் சேர்ந்து மேற்குபேர்ளினாயிற்று.

மேற்குஜேர்மனியில் செய்தமாதிரி மூவரும் தங்கள் எல்லைகளை இங்கு கீறவில்லையா?

எல்லைகளை இங்கும் வகுத்தார்கள். அது உறுதியில் உண்டு, ஆனால் பகிரங்கப்படுத்தவில்லை. வெளியில் தெரிவது, அவர்களின் பகுதியில் இன்றும் நிலைகொண்டுள்ள அவர்களது இராணுவமே.

அடடே, கில்லாடிகள்தான். பின்னர்?

சோவியத் ரூஷ்யாவின் கால் பங்கு, கிழக்குபேர்ளினாகி 'பேர்ளின்' என்ற பெயரில் ஜேர்மன் ஜனநாயகக் குடியரசின் (கிழக்குஜேர்மனி) தலைநகராகியது. அதுமட்டுமல்ல பெரியண்ணர்களைப் போலவே இவர்களும் இன்றுவரை தங்கள் ரூசியப் படைகளை கிழக்குஜேர்மனி எங்கும் வைத்திருக்கிறார்கள்.

ரூசியப் படைகள் கிழக்கில் நிற்பது பற்றி, மனைவி சொன்னது பேராசியருக்குப் பிடிக்கவில்லை என்பது அவரின் முகத்தில் தெரிந்தது. நிலைமையைச் சுமுகமாக்க பாலமுருகன் புதிதாக ஒரு கேள்வியை எடுத்துவிட்டான்.

மேற்குபேர்ளின் என்பதுபோல, கிழக்குபேர்ளின் என்றில்லாமல் 'பேர்ளின்' என்று ஏன் பெயர் வைத்தார்கள்?

'பேர்ளின்' என்ற பாரம்பரியம் மிக்க பெயரில், கிழக்கு ஜேர்மனியின் தலைநகராக அது தொடருதல், சோவியத் ரூஷ்யாவின் பெருமைக்கு உகந்தது என சோவியத் ஆட்சியாளர் கருதியதால் என்றார் பேராசிரியரின் மனைவி.

எங்கள் ஊர்ப் பாஷையில் 'வழிவாய்க்கால் பாதை' என நான் ஒரு உதாரணம் சொல்ல, அதை ஆமோதித்தீர்களே, அது பேர்ளின் நகரைப் பொறுத்தவரை எங்கே பொருந்துகிறது?

அடுத்தவன் காணியின் நடுவே நமக்கொரு சிறுதுண்டு நிலம் இருந்தால் எப்படி இருக்குமென்று யோசித்துப்பார். அல்லது

அடுத்தவன் காணியின் நடுவே எமக்குச் சொந்தமான கிணறு அல்லது ஒரு மலசலகூடம் இருந்தால், அங்கு போவதற்கு பாதை விடவேண்டுமல்லவா?

புரிகிறது. இதன் மூலம் நிறையவே பங்காளிக்குத் தொல்லை கொடுக்கலாம் என முடித்தான் பாலமுருகன்.

அதேதான். மேற்குபேர்ளின் நகரப் பகுதியை கிழக்கு ஜேர்மன் நகருக்குள் வைத்திருப்பது பரம எதிரியை, நடு வீட்டுக்குள் வைத்திருப்பது போன்ற அவஸ்தையை ஏற்படுத்தும்.

கிழக்குஜேர்மனியில் சோவியத் ரூஷ்யாவின் நண்பனாய் ஆட்சியில் அமர்ந்த சோசலிஷ ஆட்சியாளர்களுக்குத் தொல்லை கொடுக்கும் முதல்படியாக, மேற்கு பேர்ளின் நகரத்தில் ஆடம்பரமான கார்களும், கவர்ச்சிகரமான நுகர்பொருள்களும் குவிக்கப்பட்டன. சோஷலிச ஆட்சியில் ஆடம்பரத்துக்கு இடமில்லை. ஒவ்வொருவரின் தேவைக்கும் ஆற்றலுக்கும் ஏற்ற ஊதியம் என்பதும், எல்லாமே பொதுவானது என்பதும் சோஷலிச விளக்கம். ஆனால் ஆடம்பரத்தை விரும்பும் மக்கள் மத்தியில் திருப்தியின்மை தலைதூக்கியது.

சோறும் சீலையும் குறையாமல் இருந்தால் ஒரு மனிதனுக்கு வேறை என்ன வேணும்? என்ற நம்மூர் சொல்லடை அப்போது பாலமுருகனுக்கு நினைவில் வந்தது.

இப்படியாகப் பல்வேறு விடயங்களை அறிந்துகொண்ட பாலமுருகன் அவர்களுக்கு நன்றி சொல்லி, இலங்கையிலிருந்து வரும்போது, கொண்டு வந்து பத்திரமாகப் பாதுகாத்த, விசேஷ இலங்கைத் தேயிலை அடைத்த ரின் ஒன்றைப் பரிசளித்து, அவர்களிடமிருந்து விடைபெற்றான்.

10

லண்டனிலிருந்து சித்திரலேகாவின் பிக்ஷர் போஸ்ட்காட் வந்ததிலிருந்து பாலமுருகன் உட்காய்ச்சலாகவேதான் கிடந்தான். நெஞ்சிலே அவளின் நினைவு கொழுந்துவிட்டு எரிந்துகொண்டிருந்தது. எப்படா இந்த நெருப்பை இறக்கி வைக்கப்போகிறோம் என்று மனம் குமைந்து சூடாகியது. அவனால் இதைத் தொடர முடியவில்லை. திடீரென்று ஒருநாள் விழிப்பு வந்தது. லண்டனுக்குப் போயே ஆகவேண்டும் என்று தீர்மானித்தான்.

கிழக்கு ஜேர்மன் அரசு தரும் ஸ்கொலஷிப் பணத்தில் எவ்வளவுதான் மிச்சம் பிடித்தாலும் இங்கிலாந்து, பிரான்ஸ், மேற்கு ஜேர்மனி போன்ற நாடுகளுக்கு ரிக்கற் வாங்கமுடியாது. போலந்து, பல்கேரியா, செக்கோசிலவாக்கியா போன்ற சோவியத் ஒன்றியத்தின் ஆதிக்கத்துக்கு உட்பட்ட சோஷலிச நாடுகளுக்கே பயணச்சீட்டு வாங்கலாம். அந்த நாடுகளிலேதான் கிழக்குஜேர்மன் பணத்தை லோக்கல் கரன்சியாக மாற்றிச் செலவு செய்யலாம். சித்திரலேகாவைச் சந்திக்க, லண்டனுக்குப் போவதாக இருந்தால், ஹாட்கரன்சி எனப்படும் மேற்குலகப் பணம் தேவை. இங்கிலாந்து உயர் ஸ்தானிகராலயத்துக்கு விசாவுக்குப் போனால் செலவுக்கு ஹாட்கரன்சி வைத்திருக்கிறாயா? திரும்பி வர ரிக்கற் இருக்கிறதா? என்றுதான் முதலில் கேட்பார்கள்.

என்ன செய்யலாம்?

கிழக்குஜேர்மனியின் தலைநகரமான பேர்ளினில் (கிழக்கு) கல்வி கற்கும் பாலமுருகனுக்கு, ஹாட்கரன்சி சம்பாதிக்கத் தோதான இடம், மேற்குபேர்ளின் நகரம்தான். இது கிழக்குஜேர்மன் நிலப் பரப்புக்குள் இருப்பது மேலதிக வசதி.

ஆனால் கிழக்கு பேர்ளினிலிருந்து, எல்லைச் சுவரைக் கடந்து, மேற்கு பேர்ளினுக்குப், போவதாயின் சில நடைமுறைகளைப் பின்பற்ற வேண்டும். இவைகளைப் பற்றி அறிந்துகொள்ளச் சரியான பேர்வழி யப்பான்காரன்தான். போருக்குமுன், போருக்குப்பின் என்னும் தலைப்பில், ஜேர்மன் சரித்திரத்தை முன்வைத்து அவன் டாக்டர் பட்டத்துக்குரிய ஆராய்ச்சி செய்கிறான். கொங்கோக்காரன்போலச் சோஷலிசக் கொள்கைப் பிடிப்புடையவனல்ல. ஒவ்வொரு கோடை விடுமுறைக்கும், மேற்கு பேர்ளினுக்குச் சென்று அங்குள்ள யப்பான் றெஸ்ரோரண்ட் ஒன்றில் வேலை செய்வதாக போதையில் ஒருமுறை அவிட்டு விட்டிருக்கிறான். அவன் ஒரு றைஸ்வைன் பிரியன்.

போலந்து நாட்டில் தயாரிக்கப்படும் சுப்ரவோவ்கா வொட்கா, யப்பானிய றைஸ்வைனுக்குச் சமமான அல்ககோல் செறிவு கொண்டது. இந்த மதுப் போத்தலுக்குள் பைசன் புல்லின் நீண்ட இலையொன்று, மேலதிக வாசனை ஊட்டப் போட்டிருப்பார்கள்.

பாலமுருகனைப் போலவே, போலந்து நாட்டு அரசின் புலமைப் பரிசில் பெற்று, கிறக்கௌவ் நகர பல்கலைக்கழகத்தில் படிக்கும் இலங்கை மாணவன் ஒருவன் மேற்குபேர்ளின் செல்லும் வழியிலே, ஓரிரு நாள்கள் கிழக்கு பேர்ளினில், பாலமுருகனின் விடுதி அறையில் தங்கியிருந்தான். அவன்தான் சுப்ரவோவ்கா வொட்காவை பாலமுருகனுக்குப் பரிசளித்திருந் தான். யப்பான்காரன் ஓய்வாக இருக்கும் நேரம் பார்த்து வொட்காவை அளவாக ஊற்றிக்கொடுத்து மெல்ல பேர்ளின் விபரத்தை நோண்டினான். ஜேர்மன் குளிருக்கு போலந்து வொட்கா இதமாக இருந்திருக்கவேண்டும். விரிவான முன்னுரையுடன் யப்பான்காரன் ஆரம்பித்தான்.

ஜேர்மனி பிரிக்கப்பட்ட பின், கிழக்குஜேர்மனியில் பெரிய வசதிகளென்று எதுவும் இருந்ததில்லை. மனித மனம் இயல்பாக ஆடம்பரப் பொருள்களுக்கு அங்கலாய்க்குமென, சரியாகவே மேற்குலக முதலாளிகள் புரிந்துவைத்திருந்தார்கள். இதனால் மேற்கு ஜேர்மனியிலும் மேற்குபேர்ளின் நகரத்திலும் சகல உணவுப் பொருட்களும் விதம்விதமாகவும் சகாய விலையிலும் கிடைக்கச் செய்தார்கள். அத்துடன் ஆடம்பரப் பொருள்களையும் கொண்டுவந்து குவித்து, கலர்கலராக விளம்பரமும் செய்தார்கள். இதன் தொடர்ச்சியாக, வசதியான வாழ்வு தேடிய மக்கள், கிழக்குஜேர்மனியில் இருந்து மேற்குபேர்ளின் நகரத்துக்குத் தப்பியோடத் துவங்கினார்கள் எனச் சொல்லி நிறுத்தியவன், கழிவறைக்குச் செல்ல எழுந்தான். வயிற்றின் அலைக்கழிவிலிருந்து

மீண்டு திரும்பிய அவனுக்குப் போதை குறைந்திருக்கவேண்டும். மேலும் கொஞ்சம் வொட்காவை ஊற்றி உறுஞ்சியவன் தொடர்ந்தான்.

கிழக்குஜேர்மன் மக்கள் தப்பியோடுவது, நம் ஆட்சிக்கு சரிப்பட்டு வராது என்று எண்ணிய ரூஷ்யசார்பு கிழக்கு ஜேர்மன் அரசு, பதின்மூன்றாம் திகதி ஆகஸ்ட் மாதம் 1961ஆம் ஆண்டு இரவோடிரவாக மேற்குபேர்ளின் நகரத்தைச் சுற்றி உயர்ந்த மதில் சுவரை எழுப்பியது. அத்துடன் கிழக்கு, மேற்கு ஜேர்மனிகளின் எல்லைகளுக்கும் முட்கம்பி வேலி அமைத்து, கடுங்காவல் போட்டது.

அடடே, எனக் கதையை வளர்த்தான் பாலமுருகன்.

கட்டுக்காவலையும் மீறிப் பாய்ந்தோடிய கிழக்கு ஜேர்மன் மக்களை குருவி சுடுவது போல கிழக்குஜேர்மனியின் காவல் படைகள் சுட்டு வீழ்த்துவதாய் மேற்கு நாடுகள் பிரசாரம் செய்தார்கள். இது, கிழக்குஜேர்மனியின் நற்பெயருக்கு களங்கம் ஏற்படுத்த உதவியது.

நிஜமாகவே சுட்டார்களா?

ஆம். எல்லையிலும் அதை அடுத்து, கிழக்கு ஜேர்மன் பக்கமிருந்த சூனியப் பிரதேசத்திலும் தப்பியோடிய பலர், கிழக்குஜேர்மன் படையினரால் சுட்டுக் கொல்லப்பட்டார்கள். இதற்கான புகைப்பட ஆதாரங்களும் வெளிவந்தன.

ஆண்டவா! உலக நாடுகள் எதுவும் இதைத் தட்டிக் கேட்க வில்லையா?

இன்னும் கேள் என்றவன் ஒரு சிகரட்டைப் பற்றவைத்து, புகை நடுவே பேசத் துவங்கினான். மேற்குபேர்ளின் நகரம் ஒரு திறந்த வெளி மறியல் சாலைபோல் ஆக்கப்பட்டுவிட்டது எனக் கூப்பாடு போட்டது மேற்குஜேர்மன் முதலாளித்துவ அரசு. மேற்குபேர்ளின் நகர மக்கள் மேற்கு ஜேர்மனிக்குள் செல்ல உரிமை உண்டு, என வாதிட்டன அமெரிக்க, பிரித்தானிய, பிரான்ஸ் அரசுகள். இந்த வாதத்தினை சர்வதேச சமூகமும் ஏற்றுக்கொண்டது என்றவன், இதனைத் தீர்க்க இரண்டு வழிகள்தான் இருந்தன என்றான் சுட்டுவிரலையும் நடுவிலையும் உயர்த்திக் காட்டி.

சொல்லு!

ஒன்று, ஆகாய மார்க்கமாக விமானத்தில் செல்ல வேண்டும் அல்லது மேற்குபேர்ளின் நகரத்தில் இருந்து மேற்குஜேர்மனிக்குச் செல்ல கிழக்குஜேர்மனியின் தரை

வழிப்பாதையைக் கடந்து செல்லவேண்டும். இதற்கு பொட்ஸ்டம் உடன்படிக்கை இடம் கொடுத்தது.

இந்தவகையில், கிழக்குஜேர்மனி ஊடாக, மேற்குபேர்ளி னுக்கு, மேற்குஜேர்மன் மக்கள் வந்துபோவதை கிழக்குஜேர்மன் அரசு எப்படிக் கண்காணித்துக் கட்டுப்படுத்தியது? என்ற ஒரு லொஜிக்கான கேள்வியை முன்வைத்தான் பாலமுருகன்.

கிளாஸில் எஞ்சியிருந்த வொட்காவை அண்ணாந்து வாயில் ஏந்திய யப்பான்காரன், உதட்டின் ஒருபக்க ஓரத்தில் வழிந்ததை புறங்கை விரல்களால் துடைத்தபடி, பாலமுருகனின் கேள்விக்குப் பதில் சொன்னான்.

மேற்குபேர்ளினில் வசிக்கும் தோமஸ், மேற்குஜேர்மனியில் வசிக்கும் தனது தாயிடம் செல்லவேண்டுமானால், முதலில் மேற்குபேர்ளினையும் கிழக்குஜேர்மனியையும் பிரிக்கும் எல்லைச்சாவடியையும், பின்னர் கிழக்கு, மேற்கு ஜேர்மன் எல்லைச்சாவடியையும் கடக்கவேண்டும். இரண்டு எல்லைச் சாவடியையும் தோமஸ் கடக்கும்போது, நேரத்தைக் குறித்து, சீலும் குத்திவிடுவார்கள்.

ம்...

இந்த இரண்டு கடவைகளையும் கடக்கும் நேர வித்தியாசத்தை வைத்து, தோமஸ் நேரடியாக வந்தாரா? அல்லது கிழக்குஜேர்மனிக்குள் அனுமதியின்றி சுற்றித்திரிந்தாரா? என்பதைக் கண்டுபிடித்துவிடுவார்கள் என, யப்பான்காரன் முடித்தபோது முழுப் போத்தலையும் காலிசெய்திருந்தான். பின்னர் எந்தவிதத் தள்ளாட்டமும் இன்றி எழுந்து மீன் வாங்கக் கடைக்குப் போனான். எவ்வளவுதான் குடித்தாலும் யப்பான்காரனின் குச்சி உடம்பு நின்று பிடிக்கும். இதற்குக் காரணம் குடிக்கும்போது இடையிடையே அவன் சாப்பிடும் ஜேர்மன் நாட்டுத் தவிட்டுப் பாண். இது குடிக்கும் அல்கஹோலை உறிஞ்சி மெதுவாக வெளியே விடுமென அவன் ஒருமுறை விளக்கம் சொல்லியிருந்தான்.

கிழக்குஜேர்மனி, உருவாக்கிய இந்த நடைமுறையைத்தான், புலிகளும் ஸ்ரீலங்கா அரசும் தமக்குள் செய்துகொண்ட சமாதான உடன்படிக்கைக் காலத்தில், புலிப் போராளிகள் பின்பற்றியதைத் தனது கொழும்பு யாழ்ப்பாணப் பிரயாணத்தின் போது பாலமுருகன் அவதானித்தான். சமாதான உடன்படிக்கைக் காலத்தில் யாழ்ப்பாணத்திலிருந்து கொழும்பு செல்வதாயின் ஏ–9 பாதையூடாக, புலிப் போராளிகளின் ஆதிக்கத்திலிருந்த வன்னி நிலப்பரப்பைக் கடந்து செல்ல வேண்டும், அல்லது விமானத்தில் பறக்க வேண்டும்.

யாழ்ப்பாணத்தில் இருந்து கொழும்புக்குத் தரைமார்க்க மாகப் போக, முகமாலையில் ஆமியும் புலிப்போராளிகளும் செக்கிங், வன்னியைக் கடந்த பிறகு ஓமந்தையை அடுத்துள்ள விளக்குவைத்த குளத்தடியில் இன்னுமொரு செக்கிங் என, இரண்டு சோதனைச் சாவடிகள் இருந்தன.

கொழும்பிலிருந்து வந்த ஒரு சிங்கள உளவாளி, விளக்கு வைத்த குளத்தடி செக்கிங் முடிந்து, புலிப்போராளிகளின் ஆதிக்கத்துக்கு உட்பட்ட வன்னிப் பிரதேசத்துக்குள் வந்தவன், முகமாலையைக் கடந்து யாழ்ப்பாணம் வராமல், வன்னிக்குள் உளவறிய நின்றதாகவும் அதைப் புலிப்போராளிகள் கண்டுபிடித்தாகவும் பாலமுருகன் அறிந்தான். இது எப்படிச் சாத்தியமானது என விசாரித்தபோது இந்தத் தகவல் கிடைத்தது.

கொழும்பில் இருந்து வந்து, வன்னிப் பிரதேசத்துக்குள் சிங்கள உளவாளி நுழைந்தபோது புலிப்போராளிகள், விளக்குவைத்த குளத்தடிக் கடவையில், சீல் குத்தி நேரத்தைக் குறித்தார்களாம். உளவாளி நேர்ப்பாதையில் போகாமல், வன்னிப் பிரதேசத்துள் சுற்றித்திரிந்ததை, முகமாலை சோதனைச் சாவடிக்கு அவன் வந்து சேர்ந்த நேரத்தை வைத்துக் கண்டு பிடித்தார்களாம். புலிகளின் இந்த நடைமுறையை, கிழக்குஜேர்மன் அரசு நீண்டகாலமாகவே அமுல்படுத்திய எல்லை விதிகளுடன் ஒப்பிட்டுப்பார்த்து, பாலமுருகன் தனக்குள் சிரித்துக்கொண்டான்.

என்னதான் பாலமுருகன் ஜேர்மன் வரலாறுபற்றி அறிவதில் ஆர்வம் காட்டினாலும் சித்திரலேகாவின் உருவமும் நினைப்பும் மனதுள் ஊறிக்கொண்டே கிடந்தன. அவளுக்கு, கடிதம் எழுதினால் அது வீட்டில் உள்ளவர்களின் பார்வையில் படலாம். எனவே தொலைபேசியில் அழைப்போம் எனத் தீர்மானித்தான், சித்திரலேகா அல்லாத வேறுயாராவது அழைப்பை ஏற்றால், பட்டென வைத்துவிடுவோம் எனவும் தனக்குத்தானே சமாதானம் செய்துகொண்டான்.

அது, கைத்தொலைபேசி இல்லாத காலம்!

நேரடியாக எண்களை அழுத்தி தொலைதூரத் தொடர்பு களை ஏற்படுத்திப் பேசமுடியாது. வெளிநாட்டுத் தொலைபேசித் தொடர்புகளுக்கு எக்ஸ்சேஞ்ஜில் ட்ரங்கால் புக் பண்ண வேண்டும். கட்டணமும் அதிகம். சோவியத் ஒன்றிய ஆதிக்கத்தின் கீழிருந்த சோசலிச நாடுகளில் அந்தந்த நாடுகளில் உள்ளவர்களுடன் தொடர்புகொள்வதையே விரும்புவார்கள். லண்டனுக்குத் தொடர்புகொள்வதானால் தபால் கந்தோருக்குப் போய் எக்ஸ்சேஞ்ஜில் ட்ரங்கால் புக் பண்ணிவிட்டுக் காத்திருக்க வேண்டும். பெரும்பாலும் ஒருமுறையில் மூன்று

நிமிடங்கள் மட்டுமே பதிவு செய்யலாம். ஒருநாளைக்கு எத்தனை முதலாளித்துவ நாடுகளுக்கான அழைப்புகளை, எக்ஸ்சேஞ்ஜ் ஊடாக அனுமதிக்கலாம் என்ற கட்டுப்பாடும் அவர்களுக்கு உண்டு. இதனால் அழைப்புக்கான காத்திருப்பு மூன்று நான்கு மணித்தியாலங்களுக்கு மேல் போவதும் உண்டு.

காதலுக்கு முன்னால் இந்தக் காத்திருப்பு ஒன்றும் பெரிதல்ல!

தபால் கந்தோருக்குப்போய் ட்ரங்கால் புக் பண்ணிவிட்டு பாலமுருகன் காத்திருந்தான். இந்தமுறை எப்படியும் காதலுக்குச் சமிக்ஞை காட்டிவிட வேண்டுமென்று தீர்மானித்தான். மூன்று நிமிடங்களுக்குள் எப்படி, என்னென்ன விஷயங்கள் பேச வெண்டும் என்பதைப் பலவிதங்களில் யோசித்துத் தனக்குள் பேசிப் பார்த்துக்கொண்டான். அந்தக் காத்திருப்பு சுமையானதாகவும் இடையிடையே சுகமானதாகவும் இருந்தது. ஒவ்வொருமுறையும் ட்ரங்கால் மணி ஒலிக்கும்போது நெஞ்சுக்குழிக்குள் தண்ணீர் வற்றியது.

நீண்ட நேர காத்திருப்புக்குப் பின் பாலமுருகனின் ட்ரங்கால் இணைப்புக் கொடுக்கப்பட்டது. இன்னாருடன் பேசுவதற்கென்று சித்திரலேகாவின் பெயரைக் கொடுத்து அழைப்பைப் பதிவு செய்திருந்ததால், மறுமுனையில் சித்திரலேகாவே ஹலோ என்றாள். குரலைக் கேட்டதும் பாலமுருகனின் இதயம் ஒருமுறை நின்று துடித்தது. பதட்டத்தில், எப்படிப் பேசவேண்டுமென்று யோசித்தவை எல்லாவற்றையும் மறந்து, ஜேர்மனியிலிருந்து பாலமுருகன் பேசுகிறேன் என்றான் மொட்டையாக. அவன் குரலில் நடுக்கம் தெரிந்தது.

வாவ், பாலமுருகன் என இழுத்து, என்ன அதிசயம்? எனக் குரலைப் பொங்கவிட்டாள் சித்திரலேகா,

பாலமுருகனுக்கு மனசு படபடவென உதறல் எடுத்தது. மனம் வேறொரு நிலைக்குத் தாவியது. வார்த்தைகள் வரவில்லை.

எப்படி இருக்கிறீர்கள்? என மீண்டும் சித்திரலேகாவே மறுமுனையில் கலகலத்தாள். அவள் பேசிய தொனியிலிருந்து அருகில் யாருமில்லை என்று தெரிந்தது. அடுத்து என்ன பேசுவதென்பதை பாலமுருகன் மறந்துவிட்டான். பதிவு செய்த மூன்று நிமிடங்களில் நாற்பத்தைந்து விநாடிகள் கழிந்ததை முன்னாலிருந்த மணிக்கூடு காட்டியது.

நீங்கள் இப்பொழுது கவிதை எழுதுவதில்லையா? என மறுமுனையிலிருந்து சித்திரலேகாவே மீண்டும் மௌனத்தைக் கலைத்தாள்.

ஜேர்மனிக்கு வந்த பின்பு எதுவும் எழுதவில்லை. அதற்கான சூழல் அமையவில்லை என்றான், தந்தி அடிக்கும் தமிழில்.

கவிதை பின்னரும் எழுதலாம், இப்போ படிப்பைக் கவனியுங்கள் என்றவள், சற்றுத் தயங்கி சமீபத்தில் நான் ஒரு கவிதை வாசித்தேன். கவிஞர் செல்லையா சுப்ரமணியம் எழுதியது என்றாள்.

கவிதை பற்றி பேச்சுத் திரும்பியதும் பாலமுருகனின் மனம் லேசாகியது. தாமதிக்காது, என்ன கவிதை? என்றான்.

சித்திரலேகாவின் மனதில் அந்தக் கவிதை நன்கு ஊறி இருந்திருக்க வேண்டும். படபடவெனக் கவிதை வரிகளைச் சொல்லத் துவங்கினாள்.

எட்டாத தூரத்தில் நிலவிருக்க,
கிட்டாதா காதலென்று புவியிருக்க,
வியப்புத் துளிகளாய் விண்மீன்கள்,
களிக்கும் காலம் என்று வரும்?

கவிதையைக் கேட்டதும் பாலமுருகனின் மனசு சிலிர்த்தது. நல்ல கவிதை, உங்களுக்குப் பிடித்திருக்கிறதா? என்றான்.

பிடிக்காமலா சொன்னேன்? எனச் சொல்லிச் சிரித்தவள் ஒரு கணம் நிறுத்தி, நீங்கள் ஜேர்மனியிலிருந்து அழைத்ததும் பிடித்திருக்கிறது என்றாள் குரலைத் தாழ்த்தி. அப்பொழுதுதானா, பதிவுசெய்த மூன்று நிமிடங்கள் முடிந்தன என, எக்ஸ்சேஞ்ஜிலிருந்து குரல் ஒலிக்க வேண்டும்? நடந்தது நிஜம்தானா? என பாலமுருகன் தன்னைத்தானே கிள்ளிப்பார்த்தான். எத்தனை நாள்? நாள் கணக்கா அது? கனவிலும் இப்படி நடக்கும் என்று அவன் எதிர்பார்க்கவே இல்லை. என்ன பேசினோம் என்றே அவனுக்கு நினைவில்லை. ஆனால் அவளின் உள்ளத்தைத் திறந்து பார்த்துவிட்டோம் என்ற திருப்தியும் நிம்மதியும் ஏற்பட்டது. அவள் சொன்ன கவிதை மனதில் தீராத சலனங்களை எழுப்பிக் கொண்டே இருந்தது.

பாலமுருகன் பல்கலைக்கழக விடுதியை நோக்கி மிதந்தான்!

11

இலங்கையில் நடந்த இனக் கலவரத்தின் பின்னரும் விடுதலைப் போராட்டக் காலத்திலும் இலங்கைத் தமிழர்கள் பெருமளவில், மேற்கு ஐரோப்பாவை நோக்கி வரத் துவங்கினார்கள். இதற்கு வசதியாக அமைந்தது உலக அகதிகள் இறங்கு துறையாக அந்தக் காலத்தில் செயற்பட்ட கிழக்குபேர்ளின் நகரம். ஆயிரத்து தொளாயிரத்து எண்பதுகளில் இங்கு பெருவாரியாக இறங்கியவர்கள் இலங்கைத் தமிழர்கள் மட்டுமல்ல. ஈரான், ஈராக் ஆப்கானிஸ்தான் உட்பட வளைகுடா நாட்டவர்களும் வந்தார்கள். பெரும்பாலானோர் பொருளாதார அகதிகளே. வேலை செய்து பணம் சம்பாதிக்க வந்தவர்கள். உண்மையான அரசியல் அகதிகளும் இவர்களுடன் கலந்து கட்டி இருந்ததால், இவர்களையும் பொருளாதார அகதிகளாகவே நிர்வாகம் பார்த்தது. விமானப் பறப்புக்கு, ஏஜென்சிக்கு, காசு கொடுக்க வழியில்லாத பல உண்மையான அரசியல் அகதிகள் ஊரில் தங்கி வதைபட்டார்கள். சிலர் தமிழ்நாட்டுக்குப் படகு மூலம் தப்பி வந்து முகாம்களில் தங்கினார்கள்.

கிழக்குஜேர்மனியின் பொருளாதாரத்திலும், மக்களின் ஆடம்பர மோகத்திலும் மேற்குஜேர்மனி புகுந்து விளையாடி நெருக்கடி கொடுக்க, பெருவாரியாக கிழக்குஜேர்மன் விமான நிலையத்தில் வந்திறங்கும் அகதிகள் மூலம், மேற்குஜேர்மனிக்குத் தொல்லை கொடுத்து, கணக்கைச் சரிசெய்யும் முயற்சியில் கிழக்குஜேர்மன் அரசு ஈடுபடலாயிற்று. இதற்கு, பிளவுபட்ட ஜேர்மனியின் பூகோள அமைப்பும், பேர்ளின் நகரம் குறித்த பொட்ஸ்டம் உடன்படிக்கை விதிகளும், வசதியையும் வாய்ப்பையும் ஏற்படுத்திக் கொடுத்தன.

பாலமுருகன் கிழக்குஜேர்மனியில் பங்கு கொண்ட சோசலிச அரசியல் கருத்தரங்குகளிலும்

விரிவுரைகளிலும் பொட்ஸ்டம் உடன்படிக்கை பற்றி அடிக்கடி பேசப்பட்டன. பிளவுபட்ட ஜேர்மனியின் கம்ப சூத்திரம் இதுவே எனவும் அங்கு சொல்லப்பட்டது. ஆனால் அதற்குச் சோவியத் சார்பான விளக்கங்களையே கொடுத்தார்கள். இதனால் அதன் மறுபக்க விஷயங்களை அறியும் தேடலில் பாலமுருகன் இறங்கினான்.

இரண்டாம் உலகப்போரில், அடொல்வ் ஹிட்லரின் தோல்வியைத் தொடர்ந்து, நிபந்தனையின்றி சரணடைய ஒப்புக்கொண்ட ஜேர்மனியை, எவ்வாறு நிர்வகிப்பது? என்று முடிவு செய்ய, வல்லரசுகள் தங்களுக்குள் செய்துகொண்ட இணக்கப்பாடே பொட்ஸ்டம் உடன்படிக்கை.

கிழக்குபேர்ளின் நகரை அண்டியுள்ள பொட்ஸ்டம் என்னும் புற நகரத்தில் 17ஆம் திகதி ஜூலை 1945 தொடக்கம் 2ஆம் திகதி ஆகஸ்ட் மாதம் வரை, இந்த மாநாடு நடந்தது.

மாநாட்டில், ஹிட்லரின் நாசிப் படைகளை மண் கவ்வச் செய்த, இங்கிலாந்து, அமெரிக்கா, பிரான்ஸ் மற்றும் சோவியத் நாடுகளின் பிரதிநிதிகள் பங்குகொண்டனர். அன்றைய சோவியத் ஆட்சியாளர் ஸ்டாலின், இங்கிலாந்து பிரதமர் சர்ச்சில், அமெரிக்க ஜனாதிபதி ட்ரூமன் ஆகியோர் கலந்துகொண்டவர்களுள் முக்கியமானவர்கள். ஜேர்மனியை வெற்றிகொண்டபின், அதை நான்காகப் பிரிக்கும் கைங்கரியத்தில் பிரான்ஸுக்கும் சமமான பங்குண்டு. இருந்த போதிலும் அமெரிக்கா கொடுத்த அழுத்தம் காரணமாக அப்போதைய பிரான்ஸ் அதிபர் சார்ல்ஸ் டி கோல், மாநாட்டுக்கு அழைக்கப்படவில்லை. இதையே சாக்காக வைத்து அவர் மாநாட்டைக் குழப்பியிருக்க முடியும். ஆனால் அவர் அதைச் செய்யவில்லை. அதற்கான அரசியல் காரணங்கள் பிறிதொரு கதை!

போருக்குப் பிந்திய ஒழுங்கை நிலைநாட்டுதல், சமாதான உடன்படிக்கைப் பிரச்சினைகள் மற்றும் போரின் பின் விளைவுகளை எப்படி எதிர்கொள்வது? என்பன மாநாட்டின் முக்கிய குறிக்கோள்களாக அமைந்தன. இருந்தாலும் நான்காகத் துண்டாடப்பட்ட ஜேர்மன் பிரதேசங்கள், தங்கள் தங்கள் இராணுவ ஆக்கிரமிப்பு மண்டலங்களாக, தங்களின் மேலாதிக்கத்தின் கீழ், தொடர்ந்தும் இருக்கவேண்டும் என மாநாட்டின் இறுதியில் உறுதிப் பத்திரம் எழுதிக்கொண்டார்கள்.

இது பயங்கரமான பிளானாக இருக்கிறதே என பாலமுருகன் தனக்குள் எண்ணிக்கொண்டான்.

பொட்ஸ்டம் உடன்படிக்கையின் ஒரு சரத்தின்படி, அகதி அந்தஸ்துக் கோரி, ஜேர்மனிக்கு எவர் வந்தாலும் அவரது

கோரிக்கையைப் பரிசீலிக்க வேண்டிய கட்டாயத்தில், ஜேர்மனி தள்ளப்பட்டிருந்தது. இது மேற்குஜேர்மனிக்கு மட்டுமல்ல, ரூஸ்ய ஆதிக்கத்தின் கீழிருந்த கிழக்குஜேர்மனிக்கும் பொருந்தும். ஆனால் கிழக்குஜேர்மன் பணத்தை, வெளிநாடுகளுக்கு அனுப்ப முடியாது என்பதால், பணம் பண்ணும் எண்ணத்துடன் வரும் எவரும் அரசியல் தஞ்சம் என்ற பெயரில் கிழக்கு ஜேர்மனியில் தங்க முயற்சிப்பதில்லை. முதலாளித்துவ அரசுகளால் பாதிக்கப்பட்ட தன்னைப் போன்ற கம்யூனிசப் பிடிப்புள்ள ஒருசிலரே, கிழக்குஜேர்மனியில் அரசியல் தஞ்சம் கோரியுள்ளார்கள் என, கொங்கோ நாட்டவன் முன்னர் ஒருமுறை சொன்னது பாலமுருகனுக்கு நினைவில் வந்தது.

இந்திய கம்யூனிஸ்ட் கட்சியைச் சேர்ந்த தலைவர் ஒருவரின் மகள் நந்தினி, கிழக்குபேர்ளின் நகரிலுள்ள ஹும்போல்ட் பல்கலைக்கழகத்தில் முதலாம் ஆண்டு மருத்துவம் படிக்கிறாள். தமிழ்நாட்டைச் சேர்ந்தவள். ஒருமுறை பார்த்தால் மீண்டும் பார்க்கத் தூண்டும் அழகி. இந்தியாவில் பத்தாம் ஆண்டை முடித்தவள், தந்தையின் செல்வாக்கால் நேரடியாகப் பல்கலைக் கழக புகுமுக வகுப்புக்கே வந்துவிட்டாள். அவளது தந்தை கிழக்குபேர்ளினில் நடைபெறும் கம்யூனிஸ்ட் கட்சியின் வருடாந்த மாநாட்டுக்குத் தவறாது வருவார். சென்ற தடவை வந்திருந்த போதுதான் நந்தினிக்கும் மருத்துவப் படிப்புக்கு பல்கலைக் கழகத்தில் இடம் கிடைத்தது. அவளுக்கும் பாலமுருகன் தங்கியிருந்த விடுதியையே நிர்வாகம் ஒதுக்கி இருந்தது. மகளை, பாலமுருகனுக்கு அறிமுகம் செய்தவர் முடிந்தவரை அவளுக்கு உதவியாய் இருக்குமாறு கேட்டுக்கொண்டார். நாளடைவில், பல்கலைக்கழக கன்ரீனில் சந்தித்து விருத்தியான நட்பு, சனி, ஞாயிற்றுக் கிழமைகளில் கூட்டாகச் சோறு சமைத்துச் சாப்பிடுமளவுக்கு வளர்ந்தது.

கட்சியின் சார்பில் நந்தினி படிக்க வந்ததால் ஜேர்மன் கம்யூனிஸ்ட் கட்சியின் தொழிற்பாடுகளிலும் பிரத்தியேக வகுப்புகளிலும் அவள் தீவிரமாகப் பங்குகொண்டாள். இது கட்சியின் எதிர்பார்ப்பு என்றும் சொல்லலாம். இதனால் பிளவு பட்ட ஜேர்மனியின் சரித்திரம் மற்றும் பூகோள அமைப்பு என்பன பற்றி, நந்தினி ஆதியோடந்தமாகத் தெரிந்து வைத்திருந்தாள்.

அன்று தீபாவளி. சனிக்கிழமைவேறு. விருந்து சமைப்போம் எனத் தீர்மானித்து, விடுதி சமையல் அறையில் நந்தினியும் பாலமுருகனும் சமையலை ஆரம்பித்தார்கள். இவர்களை அடிக்கடி சமையலறையில் காண்பவர்கள், ஒன்றாகச் சேர்ந்து வாழும் காதலர்கள் என நினைத்தார்கள். காரணம், திருமணம் முடிக்காது ஒன்றாக வாழுதல் ஜேர்மனியில் இயல்பானதே!

கிழக்கு ஜேர்மனியில் ஒருவகையான அரிசியே கிடைக்கும். அது சோவியத் ஒன்றியத்தின் உலர் வலயத்திலிருந்து இறக்குமதி யாகும் வெள்ளைப் பச்சை அரிசி. இடையிடையே உடைந்த அரிசியும் கடைக்கு வருவதுண்டு. இது குருவிகளுக்குப் போடுவது. அளவாகத் தண்ணிவிட்டுச் சமைத்தால் பச்சை அரிசியிலும் தூக்கலாக இருக்கும். பச்சை அரிசியை எப்படித்தான் கவனமாகச் சமைத்தாலும் சோறு குழைந்துவிடும். இதைச் சமாளிக்க, நந்தினி ஊர் ரெக்னிக்கைப் பாவித்து, கஞ்சியை வடித்து அகற்றி விடுவாள். கஞ்சி வடிப்பதை வேடிக்கை பார்ப்பவர்கள், சத்தை யெல்லாம் வீசிவிட்டு சக்கையைச் சாப்பிடுகிறீர்களே, எனக் கொமென்ட் அடித்தால் ‘அறிந்தவன் அறிவான் அரியாலைப் பினாட்டை’ என்ற அர்த்தத்தில் ஜேர்மன் மொழியில் பாலமுருகன் பதில் சொல்வான்.

சோசலிச நாடுகளிலுள்ள கடைகள் எல்லாமே அரசுக்குச் சொந்தமானவை. வீடுகள் மற்றும் தொடர் மாடிக் குடியிருப்பு களும் அப்படித்தான். சாப்பாட்டுச் சாமான்கள் உட்பட அத்தியாவசியப் பொருள்கள் அனைத்தும் மானிய விலையில் கடைகளில் கிடைக்கும். ஒரு பொருளில் ஒருவகைதான் இருக்கும். பல பிராண்ட் எதற்கு? என்பது அவர்களின் வாதம்.

யப்பான் நாட்டு மாணவன் சமீபத்தில் மேற்குபேர்ளினுக்குச் சென்றபோது பாக்கிஸ்தான் பஸ்மதி அரிசி கொண்டு வந்திருந்தான். அவ்வப்போது அவன் ஷம்பு, வாசனைத் திரவியங்கள், மேற்குலக மியூசிக் றைக்கோட் என்பவற்றையும் கொண்டுவந்து பலமடங்காய் விலை வைத்து விற்பான். அவன் மட்டுமல்ல வெளிநாடுகளிலிருந்து படிக்க வந்த பெரும்பாலான மாணாக்கர்கள் செய்யும் கள்ள வியாபாரமும் இதுதான். உண்ட வீட்டுக்கு வஞ்சகம் செய்வதென்பது, இதுவே எனச் சொல்லி, கொங்கோ நாட்டு மாணவன் அவர்களைத் திட்டுவான்.

யப்பான்காரனிடம் வாங்கிய பஸ்மதி அரிசியில் சமைத்த சோறு, பருப்பு, கூட்டு, பொரியல், வத்தல் குழம்பு, சாம்பார், அப்பளம் என நந்தினியும் பாலமுருகனும் அமர்க்களமாகத் தீபாவளி விருந்து சமைத்திருந்தார்கள். இத்துடன் ஜேர்மன் கட்டித் தயிரும் உருளைக் கிழங்கு சிப்ஸூம் சேர்ந்துகொண்டன. பஸ்மதி அரிசி அவிந்தபோது வெளிவந்த மணம் வயிற்றைக் கிள்ளியது. யாழ்ப்பாணத்தில் குத்தரிசிச் சோறும் கிழக்குஜேர்மனியில் பச்சை அரிசியும் சாப்பிட்டுப் பழகிய பாலமுருகனுக்கு நந்தினி சமைத்த பஸ்மதி அரிசிச் சோறு ஒரு புது அனுபவமாக இருந்தது.

ஒரு சந்தர்ப்பத்தில் இலங்கை இனப்போராட்டம் பற்றியும் இலங்கைத் தமிழர்களின் ஜேர்மன் வருகை பற்றியும் பேச்சு வந்தது.

மேற்குபேர்ளின் நகரம் கிழக்கு ஜேர்மனிக்குள் இருந்தாலும், அது மேற்குஜேர்மனியின் ஆளுகைக்கு உட்பட்டதால், மேற்கு பேர்ளின் நகரத்துக்குள் வந்து சேர்ந்துவிட்டால், மேற்குஜேர்மனி யில் வசிப்பதற்கான அகதி அந்தஸ்துக் கோருதல் சாத்தியமாக அமைந்துவிடும். பின்னர் அங்கிருந்து வேறுபல மேற்கு ஐரோப்பிய நாடுகளுக்கும், தரை எல்லையைக் கடந்து சென்றடைதல் சாத்தியமாக இருந்தது என வரைபடத்தை விரித்து வைத்து நந்தினி விளக்கினாள்.

பாலமுருகன் வந்த நாள் முதல் படிப்பிலேயே புலனைச் செலுத்தியதால் அகதிகள் பற்றிய பல விஷயங்களை அறியாதவனாகவே இருந்தான். அதனால் மேலதிகத் தகவல்கள் அறிவதிலே ஆர்வமானான்.

1980ஆம் ஆண்டுகளில் ஐரோப்பிய நாடுகளின் குடிவரவு விதிகளில், அதற்குப் பின்னர் புகுத்தப்பட்ட கெடுபிடிகள் இருக்கவில்லை. எனவே அகதிகள் பிரான்ஸ், சுவிஸ், ஒல்லாந்து, டென்மார்க் நோர்வே என்றும், பின்னர் அங்கு தமது வாழ்க்கையை ஸ்திரப்படுத்திக் கொண்டு பிரித்தானியா, கனடா என ஆங்கிலம் பயிலும் நாடுகளுக்கும் புலம்பெயர்தல் சாத்தியமாயிற்று. பிளவுபட்ட இரு ஜேர்மனிகள் 1990ஆம் ஆண்டு இணையும் வரை, பூமிப்பந்தெங்கும் தமிழன் புலம்பெயர்வதற்கு நுழை வாயிலாக அமைந்தது கிழக்குபேர்ளினும், அதனுடன் இணைந்த மேற்குபேர்ளினின் பூகோள அமைப்புமே என்ற பலருக்குத் தெரியாத உண்மையை பேர்ளின் சுரங்க மற்றும் தரைவழி இரயில் பாதைகளை மேற்கோள் காட்டி விபரித்தாள் நந்தினி.

பாலமுருகனுக்கு மேற்குபேர்ளின் நகரத்திலிருந்த இரயில் பாதைகளின் பெயர்கள் இடியப்பச் சிக்கலாக இருந்ததால், நாடியைச் சொறிந்தான்.

நந்தினிக்கு விளங்கிவிட்டது. மற்ற மாணவர்களும் உணவு தயாரிக்க சமையல் அறைக்குள் வந்துவிட்டார்கள். ஒவ்வொரு வருக்கும் தங்கள் சாமான்கள் பாத்திரங்கள் வைப்பதற்கு சமையல் அறையில் சிறிய அலுமாரி அறைகள் ஒதுக்கி இருந்தார்கள். தீபாவளிக்கு இந்தியாவிலிருந்து பெற்றோர் அனுப்பிய பலகாரங்களை நந்தினி தனது அலுமாரி அறைக்குள் பத்திரப்படுத்தியிருந்தாள். பலகாரங்களையும் தன்னுடைய அறையிலிருந்த பேர்ளின் இரயில்பாதை வரைபடத்தையும் எடுத்துக்கொண்டு, விடுதியிலுள்ள பொது அறையில் இருவரும் வசதியாக அமர்ந்துகொண்டார்கள். பாலமுருகன் தேன் குழல்

முறுக்கு ஒன்றை எடுத்துக் கடித்தான். நந்தினி மைசூர் பாகைச் சுவைத்தபடி வரைபடத்தை விரித்து விளக்க ஆரம்பித்தாள்.

மேற்குபேர்ளின் ரேகல் *(Tagel)* என்னுமிடத்தில் துவங்கும் ஆறாம் இலக்க சுரங்க இரயில் பாதையொன்று, கிழக்கு பேர்ளின் நிலப்பரப்பின் கீழாகச்சென்று, மேற்குபேர்ளினிலுள்ள அல்ட் மறீன் கிராமத்தில் *(Alt Marien dorf)* முடிவடைந்தது. (இப்பாதையில் தற்போது மாற்றங்கள் செய்யப்பட்டுள்ளன). இந்தப் பாதையில் மேற்குபேர்ளின் சுரங்க இரயில்கள் மாத்திரம் ஓடின. இச் சுரங்க இரயில் பாதையில், கிழக்கு பேர்ளின் நிலப் பரப்புக்குள் இருக்கும் ஒருசில சுரங்க இரயில் நிலையங்களுள், ப்பிறீட்றிஸ் வீதி *(Friedrich Strasse)* என்னுமொரு நிலையத்தைத் தவிர, மற்றைய நிலையங்களை கிழக்குஜேர்மன் அரசு மூடி, காவலும் போட்டது.

ப்பிறீட்றிஸ் வீதி சுரங்க நிலையத்தையும் இரண்டாகப் பிரித்து, கடவையை அமைத்து, அதனூடாக வெளிநாட்டவர்களும், அனுமதிபெற்ற, அறுபத்தைந்து வயதைத் தாண்டிய கிழக்கு ஜேர்மன் முதியவர்களும் மாத்திரம், மேற்குபேர்ளினுக்குச் சொந்தமான இரயில் வண்டிகளில் ஏறி மேற்குபேர்ளின் நகருக்குப் பிரயாணம் செய்ய அனுமதிக்கப்பட்டார்கள்.

அப்படியென்றால், கிழக்குபேர்ளின் நிலப்பரப்பில், இரண்டாகப் பிரிக்கப்பட்டிருந்த ப்பிறீட்றிஸ்வீதி சுரங்க இரயில்நிலையத்தின் ஒருபக்கத்தில், கிழக்குபேர்ளின் இரயில்கள் ஓடின. மறுபுறத்தில் மேற்குபேர்ளின் இரயில்கள் ஓடின. அப்படித்தானே?

ஆம். அப்படித்தான். இதேவேளை மோட்டார் வண்டிகளில் செல்வதற்கான சில கடவைகளும் இருந்தன. கடவைகளினூடாக, கிழக்குஜேர்மன் அரசின் அனுமதியின்றி மேற்குபேர்ளின் நகருக்குச் செல்ல முயன்றவர்கள் கைது செய்யப்பட்டுச் சிறையில் அடைக்கப்பட்டார்கள்.

ஓஹோ!

பெரும்பாலும் ரூஷ்ய விமானங்கள் மூலம் பெருந்தொகை யாக, கிழக்குபேர்ளின் சோர்ணபெல்ட் விமான நிலையம் வந்திறங்கும் உலக அகதிகளைக் கிழக்குஜேர்மனியில் தங்கவிட வில்லை. ஒரு நாள் ட்ரான்சிட் விசா கொடுத்து, ப்பிறீட்றிஸ் வீதி *(Friedrich Strasse)* சுரங்க நிலையக் கடவை ஊடாக, மேற்குபேர்ளினுக்குள் செல்ல அனுமதித்ததுடன், கடவைக்கு நேராகப் போகிறார்களா என கண்காணிப்பிலும் ஈடுபட்டார்கள். போக வழி தெரியாது, கிழக்குபேர்ளினுக்குள் அலைந்து திரிந்த

அகதிகளை, ஒருநாள் விசா காலவதியாக முன் தேடிப்பிடித்து ப்பிறீட்றிஸ்வீதி சுரங்க நிலையத்திற்கு கூட்டி வந்து, வழிகாட்டும் பொறுப்பினையும் கிழக்குஜேர்மன் பொலீசாரே ஏற்றுக் கொண்டார்கள்.

என்ன சொல்கிறீர்கள்? இது எப்படி உங்களுக்குத் தெரியும்? என விழிகளை உயர்த்தினான் பாலமுருகன்.

சமீபத்தில் குழந்தைகளுடன் வந்த யாழ்ப்பாணத்துக் குடும்பம் ஒன்று ப்பிறீட்றிஸ்வீதி கடவைக்குச் செல்லும் வழியில், பாதையைத் தவறவிட்டு கிழக்குபேர்ளினுக்குள் அலைந்து திரிந்தார்கள். வழமைபோல அவர்களுக்கும் கிழக்குபேர்ளின் விமான நிலையத்தில் ஒருநாள் டிரான்ஸிட் விசாவே கொடுத்திருந்தார்கள். இருபத்திநாலு மணித்தியாலங்கள் முடிவடையும் நேரம் நெருங்கியும் தமிழ்க்குடும்பம் ப்பிறீட்றிஸ்வீதி கடவைக்கு வந்து சேராததைக் கண்டுகொண்ட கிழக்குஜேர்மன் எல்லைப் பொலீசார் இவர்களைத் தேடிக் கண்டுபிடித்தார்கள்.

அடடே, அப்புறம்? என்றவன் மைசூர் அல்வாவில் ஒரு துண்டு எடுத்து வாயில் போட்டான்.

குழந்தைகள் குளிராலும் அலைச்சலாலும் பசியாலும் சோர்ந்து மயங்கிவிட்டன. மருத்துவ உதவி தேவைப்பட்டது. குளிர் உடுப்புக்களும் அவர்களிடமில்லை. அவர்களுக்குத் தமிழைத்தவிர வேறு எந்த மொழியும் தெரியாது. மொழிபெயர்க்க, கட்சி அலுவலகத்தைப் பொலீசார் தொடர்புகொண்டபோது அவர்கள் எனது விபரத்தைக் கொடுத்ததாகச் சொல்லி, என்னை அழைத்தார்கள்.

சிகிச்சைக்குப் பின் என்ன நடந்தது?

மருத்துவ சிகிச்சைக்குப் பின் வழமைபோல அவர்களை எல்லைக்கு அழைத்துப்போய் கடவையைத் தாண்டி மறுபக்கம் செல்ல வழிகாட்டினார்கள்.

கடவைக்கு அடுத்த பக்கத்தில் மேற்குபேர்ளின் எல்லைப் பொலீசார் நிக்கமாட்டார்களா? கள்ளமாக, மேற்குபேர்ளினுக்கு விசா இல்லாமல் தங்கள் பிரதேசத்துக்குள் வருபவர்களைப் பிடிக்கமாட்டார்களா?

பாலமுருகன், இதுவரை மேற்குபேர்ளினுக்கோ அல்லது மேற்கு ஜேர்மனிக்கோ போனதில்லை. அதனால் இந்தக் கேள்வியைக் கேட்டான்.

மேற்குபேர்ளின் எல்லைப் பொலீசார் அங்கு நிற்க முடியாது. காரணம் ப்பிறீட்றிஸ் வீதி சுரங்க நிலையம், கிழக்குபேர்ளின்

நிலப்பரப்பில் உள்ளது, அதாவது கிழக்குஜேர்மன் அரசின் ஆளுகைக்கு உட்பட்டது.

ஓஹோ, புரிகிறது. மேலே சொல்லுங்கள்.

ஐந்து நிமிடங்களுக்கு ஒன்றாக, ஆறாம் இலக்க சுரங்கப் பாதையூடாகச் செல்லும் மேற்குபேர்ளின் சுரங்க இரயில்களிலும், எஸ்–பான் *(S-Bahn)* எனப்படும் மேற்குபேர்ளின் தரைவழி இரயில்கள் மூலமாகவும், மேற்குபேர்ளின் மக்களோடு மக்களாகச் செல்லும் அகதிகளை, மேற்கு பேர்ளின் எல்லையில் தடுத்து நிறுத்த, மேற்குபேர்ளின் அரசால் முடியவில்லை.

காரணம் என்ன?

அகதிகளின் வரவைத் தடுத்து நிறுத்துவதாயின் மேற்கு பேர்ளின் ஆறாம் இலக்க ரேகல் *(Tegal)*, அல்ட்மறீன் கிராம *(Alt Marien dorf)* சுரங்கப் பாதையில் ஓடும் இரயில்களிலே பிரயாணம் செய்யும் எல்லாப் பயணிகளையும் சோதனையிட வேண்டும். ஐந்து நிமிட இடைவெளியில் வரும் இரயில்களிலே முழுமையான தேடுதல் சாத்தியமில்லை.

பேர்ளின் நகரம் பற்றிய பொட்ஸ்டம் உடன்படிக்கையில் உள்ள ஓட்டைகள், அகதிகளின் இலகுவான புலப்பெயர்வுக்குப் பின்நாளில் வழிவகுக்குமென, கொள்கை வகுத்தோர் அன்று உணர்ந்திருக்க நியாயமில்லை.

உண்மைதான்!

நந்தினி தொடர்ந்தாள். சோவியத்யூனியனும் கிழக்கு ஜேர்மனியும் அகதிகள் விடயத்தில், ஒரே கல்லில் இரண்டு மாங்காய்கள் அடித்ததை ஊன்றிக் கவனித்தால் விளங்கும். பெருந்தொகை அகதிகள் ரூஷ்ய விமானமான *Aerofolt*–இல் பறந்ததின் மூலமும், ஒருநாள் கடவை விசாவுக்கு கிழக்குஜேர்மன் அரச நிர்வாகம் பணம் அறவிட்டதின் மூலமும் பெருந்தொகையான வருமானம் பெற்றார்கள். அதுமட்டுமல்ல கிழக்கு ஜேர்மனிக்குள் இருக்கும் குப்பைத்தொட்டியாக மேற்கு பேர்ளினைப் பாவித்து, பல்லாயிரக்கணக்கான உலக அகதிகளை வகை தொகையின்றி மேற்கு பேர்ளினுக்குள் தள்ளித் தொல்லை கொடுத்தார்கள்.

அரச மட்டத்தில் ஆடப்படும் ஒருவிதப் பகடை ஆட்டம்தான் இதுவென, இந்த இடத்தில் தன்னுடைய கருத்தைச் சொன்னான் பாலமுருகன்.

இதனால்தான் சுற்றி வர மதில் சுவரால் தனிமைப்படுத்தப் பட்ட மேற்கு பேர்ளின் நகரம் இப்பொழுது அகதிகளால் நிரம்பி

வழிகிறது. அகதிகளின் இத்தகைய படையெடுப்பு, மேற்கு ஜேர்மன் அரசுக்குப் பெரும் தலையிடியைக் கொடுத்ததால் அங்குள்ள வெளிநாட்டவர்கள் எல்லோரையுமே ஒருவித வெறுப்புணர்வுடன் ஜேர்மன் மக்கள் பார்ப்பதை நான் மேற்குபேர்ளினுக்குச் சென்றபோது அவதானித்தேன், என்றாள் நந்தினி.

என்ன? மேற்கு பேர்ளினுக்குப் போனீர்களா? அதுவும் ஒரு கொம்யூனிஸ்ட் கட்சி முக்கியஸ்தரின் மகள்? என நந்தினியைச் சீண்டினான் பாலமுருகன்.

ஏன்? போவதில் என்ன தப்பு? அடக்குமுறையின் கீழ் சோசலிச உணர்வை ஒருபோதும் உருவாக்க முடியாது பாலமுருகன். இயல்பாகவே அது வரவேண்டும் என்றவள் கதையை மேலும் வளர்க்க விரும்பாது வேறொரு விஷயத்துக்குத் தாவ முயன்றதை அவளது உடல் மொழி காட்டியது.

என்ன சங்கதி? என்னும் பாவனையில் பாலமுருகன் தலையை அசைத்தான்.

நீங்கள் என்னை ஒருமையில், நீ என்று அழைக்கலாமே? என்றாள், யன்னலுக்கு வெளியே பார்த்தபடி. அப்போ, ஏதோ ஒரு எதிர்பார்ப்பு அவளின் முகம் முழுவதும் பரவிப் படர்ந்தது.

பாலமுருகன் இதை எதிர்பார்க்கவில்லை. சித்திரலேகாவின் முகம்தான் நினைவில் வந்து மறைந்தது. தான் இன்னமும் அவளை, நீங்கள் என்றே அழைப்பதை நினைத்தான். முன்னால் கிண்ணத்திலிருந்த கேசரியில் ஒரு விள்ளல் எடுத்து வாயில் போட்டு, என்ன பதில் சொல்லலாமென யோசித்தான். பின்னர் சற்றுத் தாமதித்து, யாழ்ப்பாணத்தில் வயதில் குறைந்தவர்களையும் குறிப்பாக வயதுக்கு வந்த பெண்களை, நாம் நீங்கள் என்றுதான் அழைப்போம் என்றான்.

அப்படியென்றால் சரி எனப் பொருள்பட, நந்தினி சிரிப்பையே பதிலாக்கினாள்.

ஜேர்மன் நாட்டின் சரித்திரம், பூகோள அமைப்பு பற்றி நீண்டநேரம் பேசிக்கொண்டிருந்ததால் நேரம் போனது தெரியவில்லை. இரவு எட்டு மணியாகிவிட்டதை, சுவர் மணிக்கூடு காட்டியது. விடுதியின் உச்சியிலுள்ள ஸ்டுடண்ட் கிளப்பிலிருந்து மேற்கத்திய இசை ஒலித்தது. இது வழமையான டிஸ்கோவுக்கான அழைப்பு. பல்கலைக்கழக விடுதிகளில் புதன், வெள்ளி, சனி இரவுகளில், ஸ்டுடண்ட் கிளப் டிஸ்கோ நிகழ்ச்சி நடத்தும். அங்கு சகலவகையான மதுவகைகள் சிற்றுண்டிகள் அனைத்தும் குறைந்த விலையில் கிடைக்கும். டிஸ்கோ நிகழ்ச்சி, பல்கலைக்கழக

இளைஞர் யுவதிகள் சந்திக்கும் இடமாகவும் சோடி பிடிக்கும் நிகழ்வாகவும் இருந்தது.

நந்தினி டிஸ்கோவுக்கு இரண்டு டிக்கெட்டுகள் வாங்கி யிருந்தாள். பாலமுருகனால் அவளின் அழைப்பைத் தட்ட முடியவில்லை. டிஸ்கோவுக்குள் நுழைந்தபோது மேற்கத்திய துள்ளல் இசை ஒலித்துக்கொண்டிருந்தது. கிழக்குஜேர்மனி யில் நாட்டுப் பாடகர்களின் இசைத்தட்டுக்களே கிடைக்கும். மேற்குலக இசைக்குழுவினர்களான பொணி–எம், அபா, பிங்–புளொயிட் போன்றவர்களின் இசை, கிழக்கு நாடுகளிலும் வெகு பிரபல்யம். இவர்களின் இசைத்தட்டுகள் கிழக்கு நாடுகளுக்குப் பெரும்பாலும் கடத்திவரப்படுபவை. இக்கைங்கரியத்தைச் செய்பவர்கள் பெரும்பாலும் கிழக்கு நாடுகளுக்கு ஸ்கொலஷிப் பெற்றுப் படிக்கவந்த மாணவர்களே.

நந்தினியும் பாலமுருகனும் டிஸ்கோவுக்குள் நுழைந்த போது பொணி–எம் குழுவினரின் பை த றிவர்ஸ் ஒவ் பாபிலோன் *(By the rivers of Babylon)* பாடல் ஒலித்துக்கொண்டிருந்தது. இது அந்தக் காலத்தில் உச்சம் தொட்ட மிகப் பிரபல்யமான பாடல். குத்தாட்டம் போடச் சோக்கான மெட்டு. மேற்கத்திய இசைக்கு டிஸ்கோ நடனமாடுவது, அதுவும் பெண்களுடன் சோடி சேர்ந்து ஆடுவது, ஒரு கலை. பாபிலோன் பாடலுக்கு தோளில் ஒரு இடி, மார்பின் பக்கவாட்டில் அடுத்த இடி, பின்னர் சுழன்றடித்துப் பிட்டத்தில் இடி என ஆட்டம் அமர்க்களப்படும்.

பாலமுருகன் சிறுவயதிலேயே கோலாட்டம், பாட்டுக்காவடி என்று ஊரில் ஆடி அசத்தியவன். தாளம் அவனுக்கு இயல்பாகவே வரும். பாடசாலை நாட்களில் பைலா நடனம் ஆடியதும் உண்டு. இதனால் கிளப்பில் டிஸ்கோ நடனத்தில் பின்னி எடுப்பான். ஜேர்மனிக்கு வரும்போது கயிறுபோல இருந்த அவனுடைய தேகம், ஜேர்மன் சாப்பாட்டாலும் ஒழுங்கான உடற்பயிற்சியாலும் மூன்றடுக்கு உடம்புக்கு மாறியிருந்தது. இதனால் பல ஜேர்மன் பெட்டையள் போட்டி போட்டுக்கொண்டு அவனுடன் நடனமாட விரும்பினார்கள்.

இன்றும் அப்படியே! கிளப்பில் டிஸ்கோ ஆட்டம் உச்சம் தொட்டது. நந்தினி அவனை அரக்கவிடாமல் மிகவும் பொஸஸிவ்வாக நெருங்கி ஆடினாள். கிளப் சூடு, மங்கிய விளக்குகளின் வர்ண ஜாலங்கள், துள்ளல் இசை, வைன் தந்த கணகணப்பு எல்லாம் கலவையாக ஒன்று சேர, ஆட்டத்தின் பின்னர் நந்தினி பாலமுருகனின் தோளில் தலையைச் சரித்து மயங்கிக்கிடந்தாள். அவளின் மூச்சுக்காற்று பாலமுருகனின்

காதுக்குள் புகுந்து ஏதோ செய்தது. புதிய வாசனை மூக்கைத் துளைத்தது. அது அவன் அதுவரை நுகராதது.

டிஸ்கோ முடிந்த பின்னிரவில், ஆணும் பெண்ணும் சோடி சேர்ந்து விடுதி அறையில் படுக்கையை, பாதுகாப்பாகப் பகிர்ந்துகொள்வது ஜேர்மனியில் ஒன்றும் புதிதல்ல. பாலமுருகன் சுதாகரித்துக்கொண்டான். சித்திரலேகா என்னுடன் இருந்திருந்தால், என்ற ஏக்கம் மனதை அரித்தது. அடிக்கடி அவளுடன் தொடர்பில் இருந்தாலும் வார்த்தைகளில்கூட இருவரும் எல்லை தாண்டியது கிடையாது. இருந்தாலும், இந்தப் பின்னிரவுச் சூழலில் அவளின் நினைவு ஏன் வரவேண்டும்? என தனக்குள் நொந்துகொண்டான்.

பேர்ளின் குளிர்க் காற்று முகத்தில் அடித்தது.

பைன் மரங்களின் மறைவில் இரண்டு காட்டு முயல்கள் தங்களை மறந்து காதல் புரிந்துகொண்டிருந்தன. கலவையான உணர்வுகள் கிளர்ந்தெழ, பாலமுருகன் தன் விடுதி அறையை நோக்கித் தனியாக நடந்தான்!

12

கிழக்குஜேர்மனியில் சோசலிஷ ஆட்சியின் கீழ் கல்வி கற்ற மாணவர்களுள், திறமைச் சித்தியடைந்தவர்களுக்கு குறிப்பிட்ட துறையில் பட்டப் பின் படிப்புக்கு, மேற்குஜேர்மனியில் வாய்ப்பிருந்தது. இதற்கான புலமைப்பரிசிலை மேற்குஜேர்மன் அரசு வழங்கியது. இது ஒரு வகையில், கம்யூனிசம் படித்த மாணவர்களின் பொதுவுடைமைக் கொள்கையை மாற்றியமைக்க எடுத்த முயற்சியாகவும் கருதப்பட்டது. கிழக்கு ஜேர்மன் பல்கலைக்கழகப் பட்டங்கள் மேற்கு ஜேர்மனியில் அங்கீகரிக்கப்பட்டிருந்தன. இந்த வகையில் டாக்டர் பட்ட ஆராய்ச்சிக்கான மேற்கு ஜேர்மன் அரசின் ஸ்கொலஷிப், பாலமுருகனுக்குக் கிடைத்தது.

பாலமுருகன் மேற்குபேர்ளின் தொழில்நுட்பப் பல்கலைக்கழகத்தில் சேர்ந்து ஆராய்ச்சியைத் தொடர்ந்தான். இவனது புத்திக் கூர்மை, ஆராய்ச்சித் திறமை, பரந்த சிந்தனை என்பனவற்றைக் கருத்தில் கொண்ட பல்கலைக்கழகப் பேராசிரியர்கள், மக்ஸ் பிளங் *(Max Planck Institute)* ஆராய்ச்சி நிலையத்தில் ஆய்வுகளை மேற்கொள்ள வசதி செய்து கொடுத்தார்கள். ஜேர்மனியின் அதியுயர் ஆராய்ச்சி மையமான இந்த நிலையத்தில், பயிற்சி பெறுவது பெரும் கௌரவமாகக் கருதப்பட்டது. இங்கு பட்டம் பெற்றவர்கள் உலகமெங்கும் உன்னத நிலையில் இருப்பவர்கள். இது எப்படியோ கசிந்து, இலங்கைப் பத்திரிகைகளில் செய்தியாகவும் வந்திருந்தது. இதனால் படிப்பு முடிந்தவுடன் ஊருக்கு வந்துவிடு மகனே, உனக்காக நான் காத்திருக்கிறேன் என அம்மா உருக்கமாகக் கடிதம் எழுதியிருந்தார்.

அப்பொழுதுதான் இது நடந்தது!

அதிகாலை, பனங்காணிக்குள் பனங்காய் பொறுக்கச் சென்ற பாலமுருகனின் தாய், இயக்கம் தாட்டுவைத்த சக்தி வாய்ந்த கண்ணிவெடியில் கால் வைத்ததால் தூக்கியெறியப்பட்டார். உடல் உருத் தெரியாமல் சிதறிவிட்டது. துண்டுகளைப் பொறுக்கி எடுத்தார்கள். அப்போது ஊரடங்கு வேறு. பாலமுருகனை லான்ட்லைன் தொலைபேசியில் தொடர்புகொள்ள முடிய வில்லை. தந்தி அடித்தும் தகவல் இல்லை. தாய்மாமன் அப்புத்துரை வாத்தியார் விஷயத்தை முடித்து, தானே கொள்ளி வைத்ததற்குச் சாட்சியாக வீடியோவும் எடுப்பித்தார். இதைவைத்து பாலமுருகனை மடக்கலாம் என்பதே அவரின் எதிர்காலத் திட்டம். காடாத்து, எட்டு எல்லாம் முடிந்தபின் நிலைமையை விளக்கி, முப்பத்தோராம் நாள் கீரிமலையில் அஸ்தியைக் கரைத்து அந்தியேட்டியைச் செய், எனக் கடிதம் எழுதினார்.

அந்தியேட்டி கிரியை செய்ய பாலமுருகன் இலங்கைக்கு வந்த காலத்தில் ஊரடங்கு நீக்கப்பட்டிருந்தது. பாலமுருகனைத் தவிச்ச முயல் அடிக்க விரும்பிய பெண்களைப் பெற்ற பெற்றோர்கள் சிலர் விமான நிலையத்துக்கு வந்து, ஊரடங்கு காரணமாக ஊரில் நடந்த மரணச்சடங்கில் பங்குகொள்ள முடிய வில்லை என, கவலையைப் பதிவு செய்தார்கள். இவர்களுள் ஒருவர் ஒருபடி மேலேபோய் தனது குளிரூட்டப்பட் பென்ஸ் காரிலேயே கட்டுநாயக்க விமான நிலையத்திலிருந்து நீர்கொழும்பு வழியாக யாழ்ப்பாணம் போக ஒழுங்கு செய்து அவரும் பின்சீற்றில் அமர்ந்துகொண்டார். இவர் வேறுயாருமல்ல. பாலமுருகனின் கிராமத்தைச் சேர்ந்த பொன்னையா முதலாளி. பாலமுருகன் வீட்டுக்கு அருகில் குடியிருந்தவர். கையெழுத்து மட்டும் போடத் தெரிந்தவர். சிறுவயதில் சிங்களப் பிரதேசத்தில் இருந்த றைஸ் மில் ஒன்றுக்குச் சமையல் வேலைக்குச் சென்றவர் அங்குள்ள சிங்களவர்கள் சிலரின் பினாமியாக மாறி படிப்படியாக வளர்ந்து இப்பொழுது கொழும்பில் பிரபல்யமான மொத்த வியாபாரி. நகைக்கடை, புடவைக்கடை, சாராயக்கடை, வீடுகள் எனப் பல கடைகள் கொழும்பிலும் யாழ்ப்பாணத்திலும் உண்டு. அவருக்கும் கடும்கலரில் ஒரு மகள் இருக்கிறாள். பாலமுருகனைப் பற்றி பத்திரிகையில் வந்ததை அறிந்தவர், அவன் சந்தைக்கு வரும்போது ஏலமெடுக்கத் தயாராக இருந்தார்.

பொன்னையாவின் காரில் பாலமுருகன் வந்து இறங்கியதைக் கண்ட அப்புத்துரை வாத்தியாருக்கு புளிப்பத்தியது. பொன்னையாவிடம் எவ்வளவுதான் பணம் இருந்தாலும் அவரைத் தங்கள் சபைசந்தியில் சேர்க்க வாத்தியார் தயாரில்லை.

பொன்னையாவுக்கு ஆப்பு வைக்கவேண்டுமென்று மனதுள் கறுவிக்கொண்டார்.

பாலமுருகனின் வீடு வெறிச்சோடிப்போய் இருந்தது. தாயின் நினைவு வீடு முழுவதும் அப்பிக்கிடந்தது. மாமன் அப்புத்துரை வாத்தியார் தங்களுடன் தங்கும்படி அழைத்தும் பாலமுருகன் மறுத்துவிட்டான். அவனுக்குத் தனிமை வேண்டிக் கிடந்தது. தாயின் அஸ்தி வெள்ளைத் துணியில் முடிந்து வீட்டுக் கோடியில் கட்டப்பட்டிருந்தது. வீட்டுக்குள் அதைக் கொண்டுவர வேண்டாமென்று வாத்தியார் சொன்னதைச் சட்டை செய்யாமல், கட்டிலருகே இருந்த மேசையில் வைத்து விளக்கேற்றினான். தூசு படிந்திருந்த குடும்பப் படங்களைத் துடைத்து பத்திரப்படுத்திக் கொண்டான்.

மூன்றுநேரமும் வாத்தியார் வீட்டிலிருந்தே சாப்பாடு வந்தது. விதம் விதமான உடைகளில் வாத்தியாரின் மகள் வைதேகியே சாப்பாடு கொண்டுவந்தாள். வருவதற்கு முன்னர் அவள் கஸ்தூரி மஞ்சள் போட்டு முகம் கழுவியதை, முகத்தில் படிந்து கிடக்கும் கஸ்தூரி மஞ்சள் காட்டிக் கொடுத்தது. பாலமுருகனுக்கு அதுபிடிக்கும் இதுபிடிக்கும் என தேடி ஓடிச் சேகரித்துச் சமைத்து அனுப்பினார் மாமிக்காரி. அயலவர்கள் தாங்களும் அனுப்புவதாகச் சொன்னதை, ஏதாவது சாட்டுச் சொல்லித் தடுக்க, சாப்பாட்டுக்கை வசிய மருந்து போட்டிடுவாள் வாத்தியார் பெண்சாதி, கவனம் எனச் சொல்ல, சின்னாச்சிக் கிழவி ஒரு நடை வந்துபோனார். இவை அனைத்தையும் கிரகித்து மண்டையில் போட்டுக் குழப்பும் மனநிலையில் பாலமுருகன் இல்லை. தாயின் இறுதி நேரத்தில் தான் இல்லையே என்ற கவலைதான் மனதை அரித்துத் தின்றது.

முப்பத்தோராம் நாள் அதிகாலை கீரிமலைக்குப்போய் கிரியைகள் செய்து அஸ்தியைக் கடலில் கரைப்பதென்றும் மதியம் வீட்டுக் கிருத்தியமும் சொந்தத்தையும் ஊரிலுள்ளவர்களையும் அழைத்து நல்ல சாப்பாடு கொடுப்பதென்றும் முடிவாயிற்று. பணத்தைப்பற்றி யோசிக்காமல் சகலதையும் நல்லமுறையில் செய்யும்படி பாலமுருகன் சொல்லியிருந்தான். இந்த நேரம்பார்த்து, பொன்னையா தடல்புடலாகத் தனது மனைவியுடன் காரில் வந்து இறங்கினார். மனைவியின் உடம்பில் நகைக்கடையும் சேர்ந்து வந்தது. கூடவந்த இருவர், பழங்களும் பலவகை மரக்கறிகளும் அடங்கிய கூடைகளைக் கொண்டுவந்து நடுக்கூடத்தில் வைத்தார்கள். அன்றுதான் அவை கண்டியிலிருந்து இரயிலில் வந்து இறங்கியதாம். கூடையில் கட்டியிருந்த லேபல் சொல்லிற்று.

இதென்ன பொன்னையா? என்ன வேலை செய்யிறாய்? நாங்கள் மரக்கறி வாங்கமாட்டமோ? எனப் பொங்கி வெடித்தார் அப்புத்துரை வாத்தியார்.

இது இங்கிலீசு மரக்கறியள் வாத்தியார். தம்பி வெளி நாட்டிலை இருந்து வந்திருக்கிறார். தம்பியற்றை தாய் என்ன சும்மாவே? அவவின்ரை அந்திரட்டிக்கு இங்கிலிசு மரக்கறியளோடை சாப்பாடு போட்டால்தான் சிறப்பாய் இருக்கும். வேணுமெண்டால், உங்களுக்குத் தோதாய் வாழைக்காய், பூசனிக்காய், கத்தரிக்காய்க் கறிகளையும் சைற்றிலை வையுங்கோ என, வைர மோதிரங்கள் மின்ன விரல்களை ஆட்டிக் குத்தல் கதை சொன்னார் பொன்னையா.

வாத்தியாருக்குக் கோபம் சிரசிலடித்தது. கஷ்டப்பட்டுக் கட்டுப்படுத்திக்கொண்டார். பொன்னையாவின் மனைவி வாத்தியார் பெண்சாதியைக் கடைக் கண்ணால் பார்த்தபடி தனது காசுமாலையைத் தடவுவதும் அட்டியலைச் சரிசெய்வது மாக இருந்தார். வீடுவீடாய் போய் புகையிலைச் சிப்பம் கட்டித் திரிஞ்ச கணவதியின்ரை மகள் எனக்குப் பவுசு காட்டிறாள், என வாத்தியார் பெண்சாதி மனதுக்குள் குமைந்தாலும் அடக்கிக்கொண்டார். பாலமுருகன் மௌனமாக அங்கு நடக்கும் கூத்தைப் பார்த்துக் கொண்டிருந்தான்.

பொன்னையா தொண்டையைக் கனைத்துச் சரிசெய்து, வந்த விஷயத்தை மறக்காமல் அடுத்த பொயின்றுக்குத் தாவினார்.

இங்கத்தைய கார்களிலை தம்பியருக்கு கீரிமலைப் பயணம் சரிப்பட்டு வராது. நான் என்ரை பென்ஸ் காரைக் கொண்டுவாறன். தம்பி என்னோடை வரட்டும். மற்றவைக்கு மினிபஸ் ஒழுங்கு செய்வம் என்றார் விலாசமாக.

பொன்னையாவின் காசுத் திமிர்க் கதையைக் கேட்டதும் கோபத்தில் வாத்தியாருக்கு மேல்மூச்சு கீழ்மூச்சு வாங்கியது. அவருக்கு ஆஸ்துமா வியாதி. செத்தவீடு, காடாத்து, எட்டு, அந்தியேட்டி என ஒருவரையும் அண்டவிடாமல், தனியாளாக நின்று ஓடித்திரிந்ததால் நெஞ்சு முட்டும் இழுப்பும் கூடி விட்டது. மனைவி கொடுத்த வெந்நீரைப் பருகிக்கொண்டே பொன்னையாவுக்கு சூடாகப் பதில் சொன்னார்.

கீரிமலைக்கு, அந்தியேட்டிக் கிரியை செய்ய 'ஆசூச'காரர்கள்தான் போறது. அவையளோடை, எங்கடை சபைசந்தியிலை செம்பெடுக்கிற ஒண்டுரண்டுபேர் சேர்ந்து போகலாம். இதுக்குள்ளை நீ எங்கை வாறாய் பொன்னையா?

ஆசி கந்தராஜா

மத்தியானம் வீட்டுக் கிருத்தியம் முடிஞ்ச பிறகு ஆறுதலாய் வந்து சாப்பிட்டிட்டுப் போ, என்றார் வாத்தியார் நெஞ்சைத் தடவியபடி.

பொன்னையா ஒருகாலத்திலை சோற்றுக்கு வழியில்லாமல் அலைந்தவர் என்பதையும் அவர், தங்கடை பகுதி இல்லை என்பதையும் அழுத்தமாகப் பதிவு செய்வதுதான் அப்புத்துரை வாத்தியாரின் நோக்கம். அதைச் சரியாகச் செய்த திருப்தி அவரின் முகத்தில் தெரிந்தது.

பொன்னையா அசல் வியாபாரி. கோபப்படமாட்டார். அதுதான் அவரது பலம். அவரின் வளர்ச்சிக்கு அதுவும் ஒரு காரணம். எங்கே இறுக்கிப் பிடிக்கவேணும் எங்கே விடவேணும் என்பது அவருக்குத் தெரியும். பதட்டப்படாமல் வெகு கூலாகப் பதில் சொன்னார்.

இதிலை என்ன இருக்கு வாத்தியார். தம்பியின்ரை வீட்டு விஷயம் நல்லபடி நடந்தால் எனக்கும் சந்தோஷம்தான் எனப் பொதுவாகப் பதில் சொன்னபடி எழுந்தார்.

பொன்னையாவும் பெண்சாதியும் காரில் ஏறிப் போனதும் மரக்கறிக் கூடைகளைக் காலால் தட்டிக் கவிழ்த்த வாத்தியார், இதை மாட்டுக்குக் கொண்டு போய் வையுங்கோ எனச் சத்தம் போட்டார்.

அதுவரை அமைதிகாத்த பாலமுருகன், இல்லை மாமா. இது நல்லதில்லை, நாகரீகமுமல்ல என, கீழே கொட்டுண்டு கிடந்த மரக்கறிகளைப் பொறுக்கி, மீண்டும் கூடைக்குள் போட்டான்.

அப்புத்துரை வாத்தியார் இதை எதிர்பார்க்கவில்லை!

பாலமுருகனுக்கு மேற்கு ஜேர்மனியில் கிடைத்த அங்கீகாரமும் பெரிய ஸ்தாபனம் ஒன்றில் டாக்டர் பட்ட ஆராய்ச்சிக்கு இடம் கிடைத்த விஷயமும் சிலருக்குத் தெரிந்திருந்தாலும் ஊரிலுள்ளவர்கள் ஏதோ பெரிய படிப்புப் படிக்கிறான் என்று மட்டும் அறிந்திருந்தார்கள். சித்திரலேகா பற்றி அரசல்புரசலாக, ஊரில் கதை உலாவினாலும் யாரும் அதை நம்பவில்லை.

பெரிய வீடு பராமரிப்பின்றிக் கிடந்தது. இடையிடையே இயக்கக்காரர்கள் வந்து போவதாகச் சொன்னார்கள். அங்குதான் பெரும் தலைவர்கள் கூடி முக்கிய முடிவுகள் எடுப்பதாக இயக்க ஆதரவாளர்கள் பெருமை பேசிக்கொண்டார்கள். ஏஜென்சி மூலம் ஜேர்மனிக்குப்போக வெளிக்கிட்ட தவராசா மும்பையில் தங்கி இருக்கிறானாம். அவனது தொடர்பு அறுந்ததால் அவதிப்பட்ட தகப்பன் கந்தையா, மன அமைதிக்காக

கதிர்காமத்துக்கு யாத்திரை போய்விட்டதாக வாத்தியார் மகள் வைதேகி சொன்னாள்.

தவராசாவுடன் ஊரில் கூடித்திரிந்த நாள்கள் வரிசையாக நினைவில் வந்து மறைந்தன. அவன் அருகில் இருந்தால் நல்லாயிருக்கும் என மனம் ஏங்கியது. கந்தர் அப்பாவின் சைக்கிள் கடை புதிதாகக் கட்டப்பட்ட பலசரக்குக் கடையாக மாறி இருந்தது. முன்னால் நின்ற ஆலமரமும் மதகும் அப்படியேதான் இருந்தன. ஆலமரம் மட்டும் விழுதுகள் விட்டுப் பெருத்திருந்தது. மதகில் துப்பாக்கிச் சன்னங்கள் பட்ட அடையாளம் ஆழமாகப் பதிந்திருந்தது. இயக்கக்காரருக்கும் ஆமிக்கும் அங்கு துப்பாக்கிச் சண்டை நடந்ததாம். சிங்கப்பூர் முருகேசரின் வீடுமட்டும் புதிதாகப் பெயின்ற் அடிக்கப்பட்டு பளிச்சென்று தெரிந்தது. டாக்டர் மகன், குடும்பத்துடன் இப்பொழுது அங்குதான் வசிக்கிறானாம்!

அந்தியேட்டி விசயத்தில் அப்புத்துரை வாத்தியார் காசைக் காசென்று பார்க்காமல் விசுக்கி எறிந்தார். குடும்பப் பெருமை களை விபரித்து நினைவுமலர் பதிப்பித்தார். பாலமுருகனை முன் நிறுத்தி, ‘அந்தியேட்டி கிரியையும் கூட்டுப்பிரார்த்தனையும்’ என சகல பத்திரிகைகளிலும் வாத்தியார் விளம்பரம் செய்ததால் எல்லாத் திசைகளில் இருந்தும் அனுதாபத் தந்திகள் வந்து குவிந்தன. அவற்றுள் கொழும்பிலிருந்து வந்த தந்திகளே அதிகம். கொழும்பில் வசிக்கும் சித்திரலேகாவின் பெரியவீட்டுக்காரர்கள் தந்தி அனுப்பாதது மனதுக்கு வருத்தமாகத்தான் இருந்தது. தாயார் காலமான கவலையிலும் ஊருக்கு வரும் அவதியிலும் சித்திரலேகாவுக்கு அறிவிக்காததை பாலமுருகன் நினைத்துக் கொண்டான். இருந்தாலும் கொழும்பிலுள்ளவர்கள் துக்கம் விசாரித்திருக்கலாமல்லவா? என, மனதில் ஒரு குறை தோன்றவே செய்தது. அவர்களைப் பொறுத்தவரை பாலமுருகன் யார்? ஜேர்மனியில் படிக்கிறான், அவ்வளவுதான். அதற்காக ஊர்க்குருவியாகிய நீ பருந்தாகிவிட முடியுமா? என, அவனது மனமே அவனைத் திருப்பிக் கேட்டது.

கீரிமலைக்குப் போக அதிகாலை நாலு மணிக்கே சிங்கப்பூர் பென்சனியர் முருகேசர் வந்து அப்புத்துரை வாத்தியாருடன் கதைத்துக்கொண்டு நின்றார். முருகேசரின் பந்தா இன்னமும் குறையவில்லை. அவரைக் கண்டதும் பாலமுருகனுக்குச் சிரிப்பு வந்தது. முடிந்தவரை நேருக்குநேர் சந்திப்பதைத் தவிர்த்துக் கொண்டான். கீரிமலை, கடற்கரை மடத்தில் அந்தியேட்டி கிரிகைகள் செய்யும் குருக்களுக்கு பாலமுருகன் வெளிநாட்டி லிருந்து வந்தது தெரிந்திருந்தது. கூடக்குறைய காசு கறக்கலாம் என்னும் நோக்கத்தில் புதிது புதிதாய் கிரிகைளைப் புகுத்தி

பூசையை அமர்க்களப்படுத்தினார். அரிசிமா, எள்ளு, வாழைப் பழம், தேன் எல்லாவற்றையும் ஒன்றாகச் சேர்த்துப் பிசைந்து பாலமுருகனின் தாயின் தோற்றத்தில் உருவம் அமைத்து, பட்டுச் சாத்தி, தெற்பைப் புல்லில் பாடை அமைத்து, மரணச்சடங்கு செய்வதுபோல கிரியைகளைச் செய்தார். குருக்களின் நோக்கம் எதுவாக இருந்தாலும் அவரின் செய்முறைகள் பாலமுருகனைச் சாந்தப்படுத்தியது. கிரியைகளின் இறுதியிலே,

கல்லாப் பிழையும், கருதாப் பிழையும், கசிந்து உருகி
நில்லாப் பிழையும், நினையாப் பிழையும், நின் அஞ்செழுத்தைச்
சொல்லாப் பிழையும் துதியாப் பிழையும், தொழாப் பிழையும் . . .

என்ற இடத்தில் ஓதுவார், இராகம் இழுத்து நீட்டி நிறுத்த,

எல்லாப் பிழையும் பொறுத்து அருள்வாய் கச்சி ஏகம்பனே

என்று குருக்கள் முடித்தபோது, அதுவரை அடக்கி வைத்திருந்த சோகம் பொங்கியெழ, பாலமுருகன் வாய்விட்டு அழுதான். தாயின் கடைசி நேரத்தில்தான் இல்லையே என்ற கவலை மனதில் குமுறிக் கொந்தளித்தது. கிரியைகள் முடிந்து, கடலில் முங்கி எழுந்த பின்னர், அங்குள்ள சிவபூமி முதியோர் இல்லத்தில் தாயின் நினைவாக, பெருந்தொகை பணத்தை அன்பளிப்புச் செய்து, முதியவர்களோடு சிறிது நேரம் இருந்து அளவளாவியது, பாலமுருகனின் மனதைச் சாந்தப்படுத்தியது.

கீரிமலையில் காரியங்கள் முடிந்து காலை பத்து மணியளில் திரும்பி வந்தபோது ஊரவர்கள் சொந்தங்கள் நண்பர்கள் என வீடு நிரம்பி வழிந்தது. அவர்கள் ஏற்கனவே கொடுத்தனுப்பிய வாழைக்காய், மரவள்ளிக் கிழங்கு, கத்தரிக்காய், பூசனிக்காய் என்பன கிடாரங்களில் அவிந்துகொண்டிருந்தன. பொன்னையா கொண்டுவந்த இங்கிலீசு மரக்கறிகளை என்னமாதிரி அரிய வேணும், எப்படிச் சமைக்கவேணும் என சிங்கப்பூர் முருகேசர் பெண்சாதி, சமையல் செய்யும் அயலட்டைப் பெண்களுக்கு விளக்கம் சொல்லிக்கொண்டிருந்தார். முதல் தடவையாக வாத்தியார் வீட்டு விசேஷத்துக்கு அவர் வந்திருக்கிறார். இருந்தாலும் உள்வீட்டு ஆள்போல எல்லாத்தையும் இழுத்துப் போட்டுக்கொண்டு செய்வதை வாத்தியார் பெருமை பொங்கப் பார்த்தார். முருகேசரின் முகதாவிலேயே மகளின் விஷயத்தை ஒப்பேற்றிவிடலாம் என்ற திருப்தி வாத்தியாருக்கு ஏற்பட்டது. வாத்தியார் பெண்சாதி ஓடியோடி அதிகாரம் செய்தபடி இருந்தார். இடையிடையே இவள்தான் இந்த வீட்டுக்கு உரிமையானவள் என மகளை முன்னிறுத்த மறக்கவில்லை.

பந்திவைக்கும் நேரம் வந்தது!

பந்தி திறக்கும்படி, தண்ணீர் நிரம்பிய செம்பை வாத்தியார், சிங்கப்பூர் முருகேசரிடமே கொடுத்தார். முருகேசருக்குச் சந்தோஷம். தம்பி பாலமுருகனாலை எங்கடை ஊருக்கே பெருமை என வாய்ச்சவடால் விட்டபடி கை அலம்பி, சபையில் குந்தும் நேரம் பார்த்து, பந்தா காட்டியபடி பொன்னையா, மனைவி மகள் சகிதம் வந்திறங்க, சபை சலசலத்தது. இம்முறை, அவர்களின் ஆடை அலங்காரம் மேலும் தூக்கலாக இருந்தது. பொன்னையாவிடம் உதவி பெற்றவர்களும் அவரின் நிறுவனங்களில் வேலை செய்பவர்களும் அவர்களின் பெற்றோர்களும் எழுந்து நின்று மரியாதை செய்தார்கள். மகள் வந்ததை யாரும் எதிர்பார்க்கவில்லை. கொழும்பில் அவள் இங்கிலிஸ் மீடியத்தில் படிக்கிறாளாம். வந்தவள், நேரே பாலமுருகனுக்குக் கிட்டப்போய் 'ஹாய்' சொல்லி நாலு இங்கிலீசை எடுத்துவிட, இருந்த சனம் வாயைப் பிளந்தது. வாத்தியார் பெண்சாதிக்கு மனம் மட்டுமல்ல உடம்பெல்லாம் பற்றியெரிந்தது. மறுகணம், என்னதான் மகளை மினுக்கிக் கூட்டிவந்தாலும் என்ரை மகளை விட நிறம் குறைவுதான் எனத் திருப்திப்பட்டுக் கொண்டார்.

பந்தியில் முதல் ஆளாக, சிங்கப்பூர் முருகேசர் அமர்ந்திருந்தார். அவருக்கு அருகில் அப்புத்துரை வாத்தியார் வந்தமருவதற்கு வசதியாக இடம் விட்டிருந்தார்கள். பொன்னையா கை அலம்பி மினைக்கெடவில்லை. நேரே போய் சிங்கப்பூர் முருகேசருக்கு அருகில், பந்தியில் குந்தினார். முருகேசர் இதைச் சிறிதும் எதிர்பார்க்கவில்லை. வெலவெலத்துப் போனார். சமையலறைக்குள் அதிகாரம் செய்துகொண்டிருந்த வாத்தியாருக்கு யாரோ இதைச் சொல்லியிருக்க வேண்டும். பாய்ந்தடித்து பந்திவைத்த இடத்துக்கு வந்தபோது, சிங்கப்பூர் முருகேசர் அருகே, பொன்னையா அமர்ந்திருந்த காட்சியை, பாலமுருகன் ரசித்துக்கொண்டு நின்றான்.

வாத்தியார் என்ன செய்வார் என்று, பாலமுருகனுக்குத் தெரியும். முகத்தில் இறுக்கத்தை வரவழைத்து, மாமனை நேருக்கு நேராகப் பார்த்தபடி நின்றான். வாத்தியார் அடங்கிவிட்டார்.

பாலமுருகன் கடந்த பல வருடங்களாக ஜேர்மன் மக்களுடன் வாழ்ந்து பழகியவன். அவர்கள் எதையும் நேருக்கு நேராகச் சொல்லியும் செய்தும் பழக்கப்பட்டவர்கள். குத்துவதென்றாலும் நேரே வந்து நெஞ்சிலேதான் குத்துவார்கள். ஒருபோதும் முதுகில் குத்தமாட்டார்கள். ஆனால் இங்கு? பாவனை பேசும் முகமூடி மனிதர்களின் கூட்டம் அவனைக் கூச்சப்பட வைத்தது. தாயின் அகால மரணம் தந்த சோகத்துக்கு மேலால் ஊரில் நிலவும் போலித்தனங்களை பாலமுருகனால் ஜீரணிக்க முடியவில்லை. விரைவில் திரும்பத் தீர்மானித்தான்.

ஆசி கந்தராஜா

அப்புத்துரை வாத்தியார் அன்று பாலமுருகனை இரவு விருந்துக்கு அழைத்திருந்தார். இழுத்தடிக்காமல் எல்லாத்தையும் பேசி முடிச்சுப் போடுங்கோ என வாத்தியார் பெண்சாதி புருசனுக்கு இறுக்கமாகச் சொல்லியிருந்தார். விருந்துக்கு சிங்கப்பூர் முருகேசரும் மனைவியும் அழைக்கப்பட்டிருந்தார்கள். பருப்பு, கத்தரிக்காயுடன் இறைச்சி, மீன், நண்டு, கணவாய், முட்டை என்பன பொரியல் பிரட்டல் குழம்பு வகைகளாக மேசையில் இருந்தன.

பாலமுருகன் போவதற்கு முன்னரே முருகேசரும் வாத்தியாரும் மெண்டிஸ் சாராயம் பாவித்து உசார் ஏற்றியிருந்தார்கள். இடையிடையே இருவரும் அறைக்குள் போய்த் திரும்பியபோது, சாராய நெடி அவர்களுடன் கூடவே வந்தது. வாத்தியார், சிங்கப்பூர் முருகேசரை எப்படிக் குழையடித்துத் தன்வழிக்கு கொண்டுவந்தார் என்பது புரியாத புதிராக இருந்தது. வாத்தியார் மகள் வைதேகியே எல்லோரையும் விழுந்துவிழுந்து உபசரித்தாள். எப்படி நடந்துகொள்ள வேண்டுமென்று தாய் அறிவுறுத்தி இருக்கவேண்டும். பாலமுருகனுக்கு அருகில் வந்தவள், தன்னிடம் பாஸ்போட் இருப்பதாகச் சொல்லிவிட்டுச் சென்றாள். வாத்தியாரும் முருகேசரும் நல்ல கணகணப்பில் இருந்தார்கள். பொருத்தமில்லாத நகைச்சுவைகளை மாறிமாறி அவிழ்த்துவிட்டு உரத்துச் சிரித்தார்கள். இவர்களின் அட்டகாசத்தைக் கண்டு வாத்தியார் வீட்டுக் கறுப்பன் நாய் குரைத்தது.

சாப்பாடு முடிந்த பின் முருகேசர்தான் தொண்டையைச் செருமிச் சரிசெய்து ஆரம்பித்தார்.

தம்பி பாலமுருகர், ஆட்டத் துவசம் முடியாமல் கலியாணத்தை வைக்கேலாது. அதுக்கு இன்னும் ஒரு வருஷமாகும். நீர் ஊரிலை நிக்கேக்கையே நிச்சயதார்த்தத்தை முடிப்பம் எண்டு நாங்கள் யோசிக்கிறம், என வாத்தியார் சொல்லிக் கொடுத்ததை அப்படியே ஒப்புவித்தார்.

பாலமுருகனுக்கு இவர்களின் செட்டப் விளங்கிவிட்டது. பதில் சொல்லாமல் மௌனமாக நின்றான்.

என்ன மனிதர்கள் இவர்கள்? அம்மா காலமாகி ஒரு மாதத்தில் எப்படி இவர்களால் இப்படிப் பேசமுடிகிறது? என நொந்து கொண்டான். அங்கு தொடர்ந்து நிற்க அவனால் முடியவில்லை.

தாயின் மரணச் சடங்குகளுக்கான தொகையாக, ஏற்கனவே தாராளமாகக் கொண்டு வந்த பணத்தை மேசையில் வைத்து, அவர்களிடமிருந்து மொட்டையாக விடைபெற்றபோது,

அவர்களின் சுயரூபங்கள் சாராயத்தின் பின்னணியில் வெடித்துச் சிதறின.

சும்மா, துள்ளாதை மோனை, எவ்வளவுதான் உயரப் பறந்தாலும் நீ தரைக்கு வந்துதானே ஆகவேண்டும் என்றார் முருகேசர், ஒருமையில்.

இருக்கிறதை விட்டிட்டுப் பறக்கிறதைப் பிடிக்க வெளிக்கிட்டால் அழிஞ்சுதான் போவாய், எனச் சாபம் போட்டார் வாத்தியார்.

தலையைக் குனிந்தபடி, கால் பெருவிரலால் நிலத்தைக் கீறியபடி நின்றாள் வைதேகி!

13

இலங்கைத் தமிழர்களால் மேற்கு பேர்ளின் நகரம் நிரம்பி வழிந்தது!

சோவியத் ஒன்றியத்தின் சிறப்பு விமானங்கள் மேலதிகமாகக் கொழும்பிலிருந்து மொஸ்க்கோ வரை பறந்தன. அங்கிருந்து கிழக்கு ஜேர்மன் 'இன்ரபுளுக்' விமானத்திலும் சோவியத் ஒன்றியத்தின் 'ஏரோபுளொட்' விமானம் மூலமும் கிழக்குபேர்ளினுக்கு, கூட்டி வரப்பட்டார்கள். வழமைபோல இவர்களுக்கு ஒருநாள் டிரான்ஸிட் விசா கொடுத்து, மேற்குபேர்ளினுக்கு வழிகாட்டியது, கிழக்கு ஜேர்மனி.

உழைக்க வந்தவர்கள், முன்பின் தெரியாதவனை மணம் முடிக்க வந்த இளம் பெண்கள், கணவனுடன் சேர வந்த மனைவிகள், அவர்களின் பிள்ளைகள், வெளிநாட்டில் எதிர்கால வாழ்க்கை எப்படி இருக்கும் என்றே அறியாத இளைஞர்கள், இராணுவ முகாமில் விசாரணை இன்றித் தடுத்து வைக்கப்பட்டுப் பின் விடப்பட்டவர்கள், தேடப்பட்டவர்கள், போராளிகளாக இருந்தவர்கள் என நெல்லிக்காய் மூட்டையை அவிழ்த்து விட்ட கோலத்தில் கிழக்குபேர்ளின் சோர்ணபெல்ட் விமான நிலையத்தில் வகைவகையாக வந்து இறங்கினார்கள். இவர்கள் எல்லோருக்குமான பொதுவான நோக்கம், அரசியல் தஞ்சம் கோரி, விசா எடுப்பதே!

வந்தவர்களில் பலருக்கு இதுவே முதலாவது விமானப் பறப்பு. செல்லச்சந்நிதி கோவில் தேர்த் திருவிழாவுக்கு அள்ளுப்பட்டு, அண்ணை வா, தம்பி வா என, பஸ் ஏறிப்போன பாவனையில், தனியாகவும் குடும்பமாகவும் வந்தார்கள். சோவியத்

ஒன்றியம் திடீரென விளம்பரப்படுத்திய மலிவு விலை விமானப் பறப்பு, இப்படிப் பலரையும் கிளம்ப வைத்தது. குழந்தை களுடன் வந்த பெண்கள்தான் பரிதாபத்துக்கு உரியவர்கள். கசங்கிய சேலை, கலைந்த கேசம், சோகம் மண்டிய முகம், காலநிலைக்குச் சற்றும் பொருத்தமில்லாத காலணிகள் என வாடிக் கறுத்த தோற்றத்தில், குழந்தைகளை இடுப்பில் சுமந்தபடி வந்திறங்கினார்கள். குழந்தைகள் இடுப்பிலிருந்து நழுவி மீண்டும் மரமேற முயற்சித்தன. சிறுநீர் கழித்தன, அழுது அடம்பிடித்தன.

வாந்தி எடுத்த எச்சங்கள் கடைவாயில் காய்ந்திருந்த கோலத்தில், பாலசுப்ரமணியத்தின் குழந்தைகள் ஓட்டமும் நடையு மாகப் பெற்றோரைப் பின் தொடர்ந்தார்கள். இடையிடையே அதட்டலும் அடியும் விழுந்தன. பாலசுப்ரமணியம் தனது நீளக்காலால் எட்டி அடிவைத்து நடந்தான். அவனது வேகத்துக்கு மனைவி சிவமணியால் ஈடுகொடுக்க முடியவில்லை. குளிரில் மூக்கு அடைத்து மூச்சு வாங்கியது. மூச்சுக்காக வேண்டி வாயைத் திறந்த கோலத்தில், குழந்தைகளையும் இழுத்துக்கொண்டு முன்னே சென்ற கணவனைத் தொடர்ந்து ஓட்டமும் நடையு மாக விரைந்தாள். பாலசுப்ரமணியத்தின் கைகளிலே ஒரு வரைபடமும் சில குறிப்புகளும் இருந்தன. ஜேர்மனியில் வசிக்கும் மச்சான் அனுப்பியதாம்.

ஒருவரைத் தொடர்ந்து மற்றவர் என்ற ஒழுங்கில், பிரயாணக் களைப்பையும் மறந்து சாரிசாரியாக இரயில் நிலையத்தை நோக்கி நடந்தார்கள். எல்லோரது இலக்கும் விரைவாகக் கடவையை அடைந்து மறுபக்கம் சென்றுவிடவேண்டும் என்பதே. குளிரின் கொடுமையும் பாஷை தெரியாத பரிதவிப்பும் பலரின் முகங்களில் தெரிந்தன. இவர்களில் கணிசமானோர், இதுவரை கொழும்புக்கே செல்லாதவர்கள். நீர்கொழும்பு மார்க்கமாக ஏஜென்சியால் கட்டுநாயக்க விமான நிலையம் கூட்டிவரப்பட்டு விமானம் ஏற்றப்பட்டவர்கள். இவர்களுக்குத் தெரிந்ததெல்லாம், தாங்கள் வெளிநாடு போகிறோம் என்ற ஒரேயொரு விஷயம்தான்!

அது இலையுதிர் காலம். கடும் குளிர். அவ்வப்போது மழை பெய்து நிலத்தை ஈரமாக்கியது. குளிரைத் தாங்கமுடியாத மரங்கள், இலைகளை இழந்து நிர்வாணமாக நின்றன. வீதி ஓரங்களிலும் பூங்காக்களிலும் நடப்பட்ட மேப்பல், ஹிக்கொரி, சுவீட்ஹம் மரங்களின் இலைகள் நிறம் மாறி வண்ணக் கலவைகளை அள்ளித் தெளித்தன. ஊசி இலைகளைத் தாங்கி நின்ற பைன் மரங்கள் மட்டும் குளிரை எதிர்த்து வன்மத்துடன் சிலிர்த்தபடி பச்சையாக நின்றன.

மேற்குபேர்ளினின் மையப் பகுதியான சூலோகிச–கார்டன், கூபெஸ்டர்டம் என்பன அருகருகே இருக்கும் பிரதான வணிக இடங்கள். இங்கு உல்லாச கிளப் ஹவுஸ்கள், நவீன றெஸ்ரோறண்ட் வகைகள், சிறிய மற்றும் பெரிய வியாபார மையங்கள் என்பன நிறைந்திருக்கும். இரவு பகலாக ஜேஜே எனக் கூட்டம் அலைமோதும். வண்ண விளக்குகள் கார்ணிவெல் ரேஞ்சுக்கு விதம்விதமாக ஒளியை உமிழ்ந்துகொண்டிருக்கும். இதுவே சுரங்க இரயில் வலைப்பின்னலின் மத்தியப் பிரதேசம். இங்கிருந்துதான் நெடுந்தூர கடுகதி இரயில்கள் புறப்படுகின்றன. உல்லாசிகள் முதலில் வந்து இறங்கும் இடமும் இதுதான். இரண்டாம் உலக யுத்தத்தின் அழிவை நினைவுறுத்தும் இடிந்த வேதக்கோவில் ஒன்றை, இன்றும் சாட்சியாக இங்கு வைத்திருக்கிறார்கள். மொத்தத்தில் இந்தப் பிரதேசம் ஜேர்மன் மக்களால் நிரம்பி வழியும் நவீனமான, ஆடம்பரமான, வணிக மையம்.

இங்குதான் மேற்குபேர்ளினிக்குள் நுழைந்த அகதிகள் ஒருகட்டத்தில் ஆயிரக் கணக்கில் வந்து குவிந்தார்கள். குளிரைத் தாங்கும் உடுப்பில்லை, ஒழுங்கான காலணிகள் இல்லை, அடுத்தவேளை சாப்பிடுவதற்கு கையில் பணமில்லை. எல்லாம் அரசாங்கம் தரும் என ஏஜென்சி சொன்னானே, என்று சில இளைஞர்கள் நிலைமையை மறந்து தமிழில் சவுண்டு விட்டார்கள். ஆனால் எதுவும் நடக்கவில்லை. குளிரில் அங்கங்கே வெடிப்பு ஏற்பட்டுக் குழந்தைகளின் உடலில் இரத்தம் வழிந்தது. ஊரிலிருந்து கொண்டுவந்த துவாயால் காதை மூடி இறுகக் கட்டி, கூட்டமாகவும் வரிசையாகவும் வீதியோர நடைபாதை யில் குந்தியிருந்தார்கள். பிட்டத்தை தரையில் வைத்தபோது சுள் என்று குளிர் சிரசுக்கு ஏறியது. 'பீப்ஷோ' எனப்படும் பெண்கள் நிர்வாண நடன மையங்களிலிருந்து வெளிவந்த பலவர்ண ஒளிகளும் நிர்வாண போஸ்டர்களும் ஆண்களின் மனதைக் கிறங்கடித்தன. பெண்கள் முகத்தைத் திருப்பிக்கொண்டார்கள். வியாபார நிலையங்களுக்குப் போய்வந்த ஜேர்மன் மக்கள், இவர்களை அருவருப்புடன் பார்த்தார்கள். தமது நாட்டுக்கு வேண்டத்தகாதவர்கள் என்றெண்ணி விலகிப் போனார்கள். ஜேர்மன் பத்திரிகைகளும் சஞ்சிகைகளும் பொட்ஸ்டம் உடன்படிக்கையை முன்னிறுத்தி சாதகமாகவும் பாதககமாகவும் செய்திகள், கட்டுரைகள் வெளியிட்டன. சில ஊடகங்கள் வெறுப்பை உமிழ்ந்தன. அகதிகள் வீதியோரம் அமர்ந்திருந்த காட்சி உலகமெங்கும் ஒளிபரப்பப்பட்டது.

அகதிகள் மீது ஊடக வெளிச்சம் பட்டவுடன் மேற்கு ஜேர்மன் அரசும் மேற்குபேர்ளின் நிர்வாகமும் விழித்துக் கொண்டன. வெவ்வேறு இடங்களில் தனித்தனியான முகாம்களை

அமைத்து இவர்களை அப்படியே அள்ளிக் கொண்டுபோய் விட்டது. நல்ல காலம் நாங்கள் பெருவாரியாக வந்து சேர்ந்தது. இல்லையேல் ஆப்கான், ஈரான், ஈராக் அகதிகளுடன் ஒன்றாக ஒரே முகாமில் சேர்த்திருப்பார்கள் என அபிப்பிராயப்பட்டார் போஸ்ட் மாஸ்டர் தம்பிராசா. இவருக்கு மூன்று பெம்பிளைப் பிள்ளையள். அதுகளைக் கரைசேர்க்க, காசு உழைக்கலாம் என்ற எண்ணத்தில் கூட்டத்தோடு கூட்டமாக பிளேன் ஏறி வந்திருக்கிறார். வேலைக்கு நீண்ட கால விடுப்பு எடுத்து வந்தவர், ஜேர்மனியில் எல்லாம் சரி வந்தால் மனைவியையும் பிள்ளைகளையும் பிறகு கூப்பிடலாம் என்ற எண்ணம். இவரைப் போலவே ஒவ்வொருவர் மனதிலும் வெவ்வேறு திட்டங்களும் ஆசைகளும். இவை செவ்வனே நிறைவேற தங்கள் தங்கள் குல தெய்வங்களை வேண்டிக்கொண்டார்கள்.

சிவமணியின் தமையன் மூன்று வருடங்களுக்கு முன்னரே ஜேர்மனிக்கு வந்தவன். மேற்குஜேர்மனியின் நகரமான ஹனோவரில் அகதியாகப் பதிவு செய்து, இப்போ தொழிற்சாலை ஒன்றில் வேலை செய்கிறான். அவன்தான் பணம் அனுப்பி இவர்களை வரச்சொன்னவனாம். கடிதத்தில் அவன் எழுதிய விபரங்களை வைத்து, மேற்குபேர்ளின் சூலோகிச—கார்டன் இரயில் நிலையத்திலிருந்து புறப்படும் கடுகதி இரயிலில் ஏறி, ஹனோவருக்குப் பயணமானார்கள். இவர்களைப் போலவே, மேற்குஜேர்மனியில் உறவினர்கள், தெரிந்தவர்கள், நண்பர்கள் இருந்தவர்களும் இரயில் ஏறினார்கள். பிரயாணத்தின்போது, ஏஜென்சி சொல்லிக்கொடுத்தபடி எல்லைப் பொலிசாரிடம் தாங்கள் அகதிகள் என்ற ஒற்றை வார்த்தையை, கிளிப்பிள்ளை போல உச்சரித்தார்கள். ‘அகதி’ என்ற வார்த்தை வெளிவந்த பின்னர் எல்லைப் பொலீசாரால் ஒன்றும் செய்ய முடியவில்லை. அடுத்து வந்த இரயில் நிலையத்தில் அவர்களை இறக்கி, அகதி முகாமுக்கு அனுப்பி வைத்தார்கள். சரித்திரம் தெரிந்த சில எல்லைப் பொலீசார், ஐநா அகதிகள் சட்டத்தையும் பொட்ஸ்டம் உடன் படிக்கையையும் மனதுக்குள் திட்டித் தீர்த்தார்கள்.

அகதி முகாம் என்றதும் தமிழ்நாட்டிலுள்ள ஈழ அகதி முகாம்களுடன் இவற்றை ஒப்பிடக்கூடாது. இவை ஐநா அமைத்துக் கொடுக்கும் பொலியெஸ்டர் கூடாரமுமல்ல. இது வேறு லெவல். எல்லாமே குடியிருப்புக்களுக்கு மத்தியில் அமைந்திருந்த கொங்கிறீட் கட்டிடங்கள். வெளிச்சம் நிறைந்த, காற்றோட்டமான, சுத்தமான அறைகள், நல்ல கட்டில்கள் மேசை கதிரைகள், வெள்ளை வெளேரென்ற படுக்கை விரிப்புகள், தலையணைகள் என எல்லாமே ஹைரேஞ். சுத்தமான தண்ணீர்,

சத்துள்ள உணவு வகைகள். ஆனாலும் என்ன? முக்கியமான ஒன்று இடித்தது. கொடுத்தது எல்லாமே ஜேர்மன் சாப்பாடு. பழக்க தோசத்தால் உறைத்த கறிசோறுக்கு நாக்கு ஏங்கியது. அமாவாசை, பறுவம், சதுர்த்தி, கொடியேற்றம், வெள்ளி, செவ்வாயென ஊர்ப் பழக்கத்தில், தோய்ந்து முழுகித் தலை காய, முடியைச் சிலுப்பிக் குளிருக்குள் நின்றதால் மூக்கைச் சிந்தினார்கள், காய்ச்சலில் போர்த்து மூடிக்கொண்டு படுத்தார்கள். சிலருக்குத் தொய்வு இழுத்தது. சும்மா, குறை சொல்லப்படாது. உடனே சிறந்த மருத்துவ வசதி வழங்கினார்கள். குளிர் உடுப்புக்களும் பாத அணிகளும் வழங்கப்பட்டன.

இராசலட்சுமியின் கணவன் பிரான்சில் இருக்கிறார். பிரான்சுக்கு நேரே போய் இறங்கமுடியாது என ஏஜென்சி சொன்னதால் முதலில் பேர்ளினுக்கு வந்திருக்கிறார். யாழ்ப்பாணத்திலிருந்து கொழும்புக்கு றெயின் ஏறிப்போவது போல, கணவனிட்டை பிரான்சுக்குப் போக வந்தனான், போக என்னை விடத்தானே வேணும், எனச் சட்டம் பேசினார். கூட்டிப்போக கணவன் பேர்ளினுக்கு வராததால் இரண்டு பாட்டம் கணவனைத் திட்டித் தீர்த்த பின், சேர்ந்து வந்த பெண்களுடன் பேர்ளின் அகதி முகாமுக்கு வந்திருக்கிறார். மற்றைய பெண்கள் ஐரோப்பாவிலுள்ள ஏனைய நாடுகளுக்குப் போக வந்தவர்கள். வந்தவர்கள் என்றால் சட்ட விரோதமாக அந்தந்த நாடுகளுக்குள் நுழையக் காத்திருப்பவர்கள். இராசலட்சுமி ஒரு பொறுத்த கட்டை. சண்டைபோடும் ரகம். பாயில் படுத்துப் பழகியவர். குளிருக்குப் போர்த்துப் படுக்கக் கொடுத்த புத்தம் புதிய செம்மறி ஆட்டுக் கம்பளிப் போர்வை தனக்கு ஒத்துக் கொள்ளவில்லை எனச் சத்தம் போட்டார். உடம்பெல்லாம் கடிக்கிறதாம் என போஸ்ட் மாஸ்டர் தம்பிராசா, நிர்வாகத்துக்கு ஆங்கிலத்தில் மொழிபெயர்த்துச் சொன்னார். உடனே இராசலட்சுமிக்குப் புதிய பொலியெஸ்டர் போர்வை கொடுக்கப்பட்டது. பாவித்த போர்வையைத் திரும்ப வாங்காததால் கம்பளிப் போர்வையை மடித்து, தனது பொதிக்குள் பத்திரப்படுத்திக்கொண்டார். இதைக் கண்ட எல்லோருக்கும் கம்பளிப் போர்வை கடித்தது!

தங்கள் வரிப்பணம் இப்படிச் செலவாகிறதே என ஜேர்மன் மக்கள் புறுபுறுத்தார்கள். ஊடகங்களில் எழுதியும் பேசியும் வெறுப்பை உமிழ்ந்தார்கள். இவர்களுக்கு என்ன புரியவா போகிறது? ஊரிலிருந்து கொண்டுவந்த கசெட்டில் பக்திப் பாடல்களும் சினிமாப் பாடல்களும் கேட்டுக் கொண்டு ஜாலியாக இருந்தார்கள்.

முதல் கட்ட விசாரணை ஆரம்பமாகியது!

வந்தவர்களுள் பெரும்பாலானோர் பொருளாதார நோக்கில் வந்தவர்கள் என ஊடகங்கள் ஊதிப் பெருப்பித்த தால், இவர்களிடம் வாக்குமூலம் பெற ஆரம்பித்தார்கள். சிறிய கேள்விகள் மட்டும் கேட்கப்பட்டன.

ஜேர்மனிக்கு ஏன் வந்தாய்?

பிரச்சினை. அதுதான் வந்தனான்.

என்ன பிரச்சினை?

உங்களுக்குத் தெரியும்தானே. அங்கை நிம்மதியாய் இருக்கேலாது. ஒரே கரைச்சல். சாமான் சக்கட்டுகள் இல்லை, சாப்பாடு இல்லை.

அதிகாரி மேலே எதுவும் கேட்கவில்லை. அவரை வேறொரு முகாமுக்கு அனுப்ப உத்தரவிட்டார்.

அடுத்தவரிடமும் அதே முதலாவது கேள்வி. ஜேர்மனிக்கு ஏன் வந்தாய்?

எனக்கு இலங்கையில் அரசியல் பிரச்சினை. அதன் காரணமாக அங்கு நிம்மதியாக வாழமுடியாது. உயிருக்கு உத்தரவாதமில்லை ஐயா.

நீ சொன்னதை விபரமாக எழுதி, அகதி அந்தஸ்துக் கோரி மனுச் செய்யலாம் எனச் சொல்லி, அவருக்குத் தற்காலிக விசா கொடுத்தார்கள். முதலாமவரை நாடு கடத்தும்படி உத்தரவிட்டார்கள். முதலாமவர் தனது வாக்குமூலத்தில் விட்ட பிழை இதுதான். எதற்காக இந்த நாட்டுக்கு வந்தாய்? என்ற அதிகாரியின் கேள்விக்கு, இலங்கையில் தனக்கு 'அரசியல்' பிரச்சினை இருக்கு, என்று சொல்லாமல், தனக்குப் பிரச்சினை என மொட்டையாகச் சொன்னதே. பிரச்சினை, எல்லோருக்கும் இருக்கு என்பது அதிகாரியின் வாதம். உண்மையில், பிரச்சினை என்று அவர் வெறுமனே சொன்னது, அரசியல் பிரச்சினையை மனதில் வைத்தே. ஜேர்மன் அதிகாரிகள் எப்பொழுதும் சட்ட திட்டங்களுக்கு உட்பட்டு, கொடுத்த வழிகாட்டுதல்களுக்கு ஏற்ப வேலை செய்து பழக்கப்பட்டவர்கள். அங்கிங்கு அரக்க மாட்டார்கள். ஜேர்மன் மக்களின் இரத்தத்தில் ஊறிய இந்தப் பழக்கத்தால்தான், அடொல்வ் ஹிட்லரால் அவர்களைக் கட்டுப் படுத்தி, தனது கட்டளைகளுக்கு அடிபணியச் செய்ய முடிந்தது.

விசா இல்லாமல் உள்ளே வந்தவர்களை நாடு கடத்து வதற்கு சில நடைமுறைகள் உண்டு. நாடுகடத்த அனுமதி கோரி,

நீதிபதியின் முன்னால் நிறுத்த ஒரு சில நாள்கள் செல்லும். அதற்குள் 'அரசியல்', 'அகதி' என்ற மந்திரச் சொற்களைத் தடுப்புக் காவலில் இருக்கும்போதே அறிந்து, நீதவானிடம் சொல்லி விடுவார்கள். முடிவில் வெற்றிதான். இவர்களுக்கும் அகதி மனுச் செய்ய அனுமதி அளிக்கப்படும்.

அரசியல் தஞ்சம் கோரி வந்தவர்களுக்கு, அதற்குரிய மனுவை எப்படி எதை என்ன மொழியில் எழுதுவதென்ற சிக்கல். ஊரிலே, அரசியல் மற்றும் இனப்பிரச்சினைகள் எதுவுமில்லாமல், காசு உழைக்கவும் வசதியான வாழ்வுக்காகவும் வெளிநாடு வந்த மாணிக்கம், பேரம்பலம், பத்மாவதி போன்றவர்களுக்கு அகதி மனு எழுதுவது பெரும் சவாலாக அமைந்தது. விடுதலை இயக்கங்களின் ஆதரவாளன் என்றோ அல்லது அவர்களால் தங்களுக்குப் பிரச்சினை என்றோ எழுதத் தயங்கினார்கள். தங்களைப் பயங்கரவாதிகளாக நினைத்துவிடுவார்கள் என்ற பயம். இதனால், பாரம்பரியமான தமிழ் அரசியல் கட்சியான, தமிழர் விடுதலைக் கூட்டணியின் தீவிரமான அங்கத்தவராக இருந்ததாக எழுதுவோம் என்றான் மாணிக்கம். தமிழரின் உரிமைப் போராட்டங்களில் தீவிரமாகப் பங்குகொண்டதாகச் சேர்த்து எழுதவேண்டும் என ஆலோசனை சொன்னான் பேரம்பலம். கச்சேரியில் கிளார்க்காக இருந்த பத்மாவதி தனக்குத் தெரிந்த ஆங்கிலத்தில் கையால் மனு எழுதினார். விரைவில் மனுக் கொடுக்க வேண்டிய அவதியில் மற்றவர்களும் காலத்தைக் கணக்கில் எடுக்காமல், முன்பின் யோசனை இன்றி ஒருவர் எழுதிய விஷயத்தை அப்படியே எழுதிக் கொடுத்தார்கள். பலரின் மனுக்களில் தமிழர் விடுதலைக் கூட்டணி தாராளமாக வந்துபோனது. திடீரென பலரும் அந்தக் கட்சியில் தீவிரமான அங்கத்தவர்களானார்கள். பத்து வருடங்கள் தமிழர் விடுதலைக் கூட்டணியில் தீவிரமான அங்கத்தவராக இருந்ததாக, மாணிக்கம் எழுதியிருந்த மனுவில், வயதுடன் ஒப்பிட்டுப் பார்த்தபோது மாணிக்கம் பதினொரு வயதிலேயே அங்கத்தவனாகி, தீவிரமாக இயங்கியிருக்க வேண்டும், என்ற சாத்தியமற்ற பதிவைக் கண்டுபிடித்தார்கள். இதுபோன்ற பொய்யான பல மனுக்கள் கொடுக்கப்பட்டன. இதனால் இராணுவத்தால் தேடப்பட்ட கணேசன், இராணுவ முகாமில் சித்திரவதைக்கு உள்ளாக்கப்பட்டு தப்பி வந்த சங்கரன், இயக்கங்களின் சகோதர யுத்தத்துக்குள் அகப்பட்ட கோவிந்தன் போன்றவர்களின் மனுக்களை, அதிகாரிகள் நம்பத் தயங்கினார்கள்.

கால ஓட்டத்தில் நம்மவர்கள், மனு எழுதுவதிலுள்ள நெளிவு சுழிவுகளையும் சூக்குமங்களையும் தெரிந்துகொண்டார்கள். படிப்படியாக ஜேர்மன் வழக்கறிஞர்கள் பலரும் இடையிலே

புகுந்து விளையாடினார்கள். காசு பிறகு, முதலில் மனுச்செய்வோம் என ஆசை வார்த்தை சொல்லி, மனு எழுத ஆரம்பித்தார்கள். இனப் பிரச்சினை பற்றிய கள நிலவரம் தெரியாத ஜேர்மன் வழக்கறிஞர்கள், வந்தவர்கள் சொன்ன பல கற்பனைக் கதைகளை ஒன்றாக்கி மனு எழுதினார்கள். யாழ்ப்பாண மேயர் அல்பிரட் துரையப்பாவைச் சுட்டதாக, சந்தேகத்தில் என்னைத் தேடுகிறார்கள். ஆனால் நான் சுடவில்லை, பிடித்துச் சித்திரவதை செய்வார்கள் என்ற பயத்தில் இங்கு வந்தேன், என்று பலர் கதை அளந்தார்கள். இதையே வழக்கறிஞர்கள் கண் காது மூக்கு வைத்து, வெவ்வேறு வடிவங்களில் ஜேர்மன் மொழியில் எழுதினார்கள். இதை எப்படியோ மோப்பம் பிடித்த சஞ்சிகை ஒன்று, யாழ்ப்பாணத்தில் எத்தனை அல்பிரட் துரையப்பாக்கள் இருந்தார்கள்? எனக்கேட்டு, கேலிச்சித்திரம் வரைந்தது.

ஒன்றுக்கொன்று முரணான, பொய்யான, நம்பகத் தன்மையற்ற கட்டுக்கதைகள், அரசியல் தஞ்ச மனுக்களாக எழுதப்பட்டதால், உண்மையாகவே அரசியல் மற்றும் இனப் பிரச்சினைக்கு உள்ளாகி, ஜேர்மனியில் அரசியல் தஞ்சம் பெறத் தகுதியுள்ளவர்களின் மனுக்கள் அமுங்கிப் போயின. அவை, பத்தோடு பதினொன்றாகக் கணிக்கப்பட்டன. ஒரு பொய்யையே திரும்பத் திரும்ப சொல்வதால் ஒரு நிலையில் அதையே உண்மை என்று நம்பிய போலிகள், அசல் அகதிகளான சங்கரன், கோவிந்தன், கணேசன்களை ஓரம் கட்டினார்கள். அகதிகளுடன் அகதிகளாக ஜேர்மனி வந்த கிளறிக்கல், வங்கி, தனியார் நிறுவனங்களில் பணியாற்றிய, ஓரளவு ஆங்கிலம் எழுத வாசிக்கத் தெரிந்தவர்கள் இங்கு ஹீரோக்களாக வலம் வந்தார்கள். இவர்களும் தங்கள் பங்குக்கு, தமக்குத் தெரிந்த விசயங்களைப் புனைவு கலந்து ஆங்கிலத்தில் எழுதிக் குழப்பியடித்தார்கள்.

ஜேர்மனியில் காசு உழைக்கலாம் என்ற எண்ணத்தைத் தடுப்பதற்கு தஞ்சம் கோரியவர்களின் கையில் காசு கொடுப்பது தவிர்க்கப்பட்டது. நல்ல தங்குமிடமும் சாப்பாடும் கொடுக்கப் பட்டது. முகாமுக்கு வெளியில் தங்கியவர்களுக்கு சாமான் வாங்க, காசாக மாற்ற முடியாத வவுச்சர் கொடுத்தார்கள். இவை மட்டும் போதுமா? ஊருக்குத் தொலைபேசி எடுக்க வேண்டாமா, முகாமுக்கு முகாம் பிரயாணம் செய்து நண்பர்களையும் தெரிந்தவர்களையும் சந்திக்க வேண்டாமா? எனக் குரல்கள் கிளம்பின. கால ஓட்டத்தில், இதற்கும் குறுக்கு வழிகளைக் கண்டு பிடித்தார்கள். அவற்றில் பல ஆப்கான், ஈரான், ஈராக் அகதிகளிடமிருந்து கற்றுக்கொண்டவை. பாஸ்போட்டில் தலை மாற்றுதல் என்னும் படம் மாற்றி ஒட்டுதல் உட்பட சில தில்லுமுல்லுகள் நம்மவர்களின் சொந்தக் கண்டுபிடிப்புக்கள்.

சட்ட விரோதமான இந்த வழிகள் அனைத்தையும், ஜேர்மன் பொலீசார் இவர்கள் மூலமே தெரிந்துகொண்டார்கள்.

அகதி மனுக்கள் அனைத்தும் மத்திய சமஷ்டி இலாகாவால் பரிசீலிக்கப்பட்டு விசாரிக்கப்படவேண்டும். இங்கு அகதி அந்தஸ்து மறுக்கப்படும் பட்சத்தில் அதற்கு எதிராக கீழ் நீதிமன்றம், உயர் நீதிமன்றம் எனத் தொடர்ந்து அப்பீல் செய்யலாம். இதற்குத் தோதாக பல வழக்கறிஞர்கள் இருக்கிறார்கள். இந்த விசாரணைகளுக்கும் அவ்வப்போது அகதிகளால் இழைக்கப்படும் கிரிமினல் குற்ற விசாரணைகளுக்கும் ஒரு மொழிபெயர்ப்பாளர் அவசரமாகத் தேவைப்பட்டார். அவர் ஜேர்மன், தமிழ் ஆகிய இரு மொழிகளிலும் நன்கு புலமை உள்ளவராகவும், மொழி பெயர்ப்பாளருக்குரிய தேர்வில் சித்தியடைந்து சத்தியப்பிரமாணம் செய்யக்கூடியவராகவும் இருக்க வேண்டும். அந்தக் காலத்தில் அப்படியான ஒருவரைக் கண்டுபிடிப்பது நிர்வாகத்துக்கு கஷ்டமாக இருந்தது. இதற்கான தேடுதலில் படிப்பதற்கு விசா பெற்றுக்கொண்டவர்களின் விபரங்களைத் தோண்டியபோது பாலமுருகன் அகப்பட்டான். பல்கலைக்கழக அனுமதி பெற்று, ஆராய்ச்சி பாதிக்காத வகையில் மொழிபெயர்ப்பாளராகப் பணிபுரிய பாலமுருகன் நியமிக்கப்பட்டான். எண்பதுகளின் ஆரம்பக்காலங்களில் தகுதிவாய்ந்த அரச மொழிபெயர்ப்பாளன், மேற்குபேர்ளினில் இவன் மட்டுமே!

14

நள்ளிரவு ஒரு மணியிருக்கும்!

பாலமுருகன் அயர்ந்து தூங்கிக்கொண்டிருந்தான். தொலைபேசி மணி தொடர்ந்து அடித்தது. அழைப்பை ஏற்காததால் மீண்டும் மீண்டும் அடித்தது. மேற்குபேர்ளினுக்கு வந்த பிறகு வீட்டுத் தொலைபேசியில் எண்களை அழுத்தி நேரடியாக லண்டனுக்குத் தொடர்பு கொள்ளலாம். அந்த வகையில் அது சித்திரலேகாவின் அழைப்பாக இருக்குமோ? என்ற எண்ணத்தில் எழுந்து அழைப்பை எடுத்தான். மறுமுனையில் வைத்தியசாலைத் தாதி ஒருவர் பேசினார். உரையாடல் ஜேர்மன் மொழியில் தொடர்ந்தது.

வணக்கம், திரு. பாலமுருகன். நள்ளிரவு நேரத்தில் தொல்லை கொடுப்பதையிட்டு வருந்துகிறோம். சற்று நேரத்துக்கு முன்னர் பொலீசார் எம்மிடம் அழைத்து வந்த ஒருவருக்கு அவசரமாக, சத்திர சிகிச்சை செய்யவேண்டும். அதற்கு முன்னர், அவரைப் பற்றிய விபரங்கள் எமக்குத் தேவை. அவர் ஒரு இலங்கைத் தமிழர் என்று எண்ணுகிறோம். சுய நினைவின்றி மயக்கமான நிலையில் இருக்கிறார். அவருடன் கூடவந்த இன்னுமொருவர் இங்கு இருக்கிறார். அவருடன் பேசி விபரங்களை அறிய முடியுமா? எனச் சகல விபரங்களையும் ஒன்றாகத் தொகுத்துச் சொல்லி, தொலைபேசியைக்கூட வந்தவரிடம் கொடுத்தார்.

மறு முனையில் அவர், ஹலோ என்றார் நலிந்த குரலில்.

உங்களுடன் வந்தவருக்கு அவசரமாக சத்திரசிகிச்சை செய்யவேண்டும் எனத் தாதி சொல்கிறார். அவரது விபரம் தேவை.

தொலைபேசியில் தமிழைக் கேட்டதும். ஐயா, நீங்கள் தமிழரா? என மறுமுனையில் குரல் உடைந்தார் அவர்.

ஆம். ஆனால் அது முக்கியமில்லை. சீக்கிரம் அவருக்குச் சிகிச்சை அளிக்கவேண்டும். அவரது பெயர் என்ன என்று சொல்லுங்கள், என அவசரப்படுத்தினான் பாலமுருகன்.

எனக்குத் தெரியாது ஐயா. மும்பையிலிருந்து எங்களுடன் விமானத்தில் வந்த தமிழர். வரும் வழியில் சுரங்க இரயில் நிலையத்தில் மயங்கி விழுந்து போனார். எங்களுடன் வந்தவை, அந்த இடத்திலேயே அவரை விட்டிட்டுப் போட்டினம். நான்தான் அம்புலன்சிலை கூடவந்தனான் என்றார் மறுமுனையில்.

பாலமுருகன் அனைத்தையும் ஜேர்மன் மொழியில் மருத்துவத் தாதியிடம் மொழிபெயர்த்துச் சொன்னான். எமது உரையாடலை ரெலிபோன் ஒலிபெருக்கியில் மற்றவர்களும் கேட்கும் வண்ணம் அமைத்திருக்க வேண்டும். தாதியுடன் நின்ற பொலீஸ் உத்தியோகத்தர் அடுத்துப் பேசினார்.

உங்களுடன் இப்பொழுது தொலைபேசியில் பேசியவரின் பெயர் விபரங்களைக் கேளுங்கள் என்றார்.

பாலமுருகன் தமிழில் அவரது பெயரைக் கேட்டபோது, என்னுடைய பெயர் தவராசா. ஏன்? ஏதாவது பிரச்சினையோ? என்றார் பயந்த குரலில்.

மறுமுனையில் பேசியவர் இப்பொழுது தொலைபேசிக்கு அருகில் வந்து பேசியிருக்க வேண்டும். குரல் தெளிவாகக் கேட்டது. அது, கேட்ட குரல் போலவும் இருந்தது. திடீரென மனதில் ஒரு பொறிதட்ட, உங்கள் அப்பாவின் பெயர் என்ன? எனக் கேட்டான் பாலமுருகன்.

கந்தையா என்றவர் தொடர்ந்து தானாகவே தனது ஊரையும் சேர்த்துச் சொன்னார்.

பாலமுருகனுக்கு மறுமுனையில் பேசியது யாரென விளங்கி விட்டது. இருந்தாலும், பதட்டப்படாமல் அவதானமாக நடந்துகொண்டான். இப்படியான மொழிபெயர்ப்புச் சம்பவங்கள் பாலமுருகனுக்குப் புதிதல்ல. சட்டச் சிக்கல்கள் வருமென்பதால் தன்னை யாரென்று எங்கும் காட்டிக்கொள்வதில்லை. ஆனால் இன்று? பால்ய நண்பன் தவராசா ஏதோ சிக்கலில் மாட்டுப்பட்டிருக்கிறான் என்று மட்டும் தெரிந்தது.

மும்பையிலிருந்து பறப்பு, பேர்ளின் பொலீஸ், கூட வந்தவரை விட்டுவிட்டு மற்றவர்கள் ஓடிய செயல், வைத்தியசாலையில் அவசர சத்திரசிகிச்சை, என எல்லாவற்றையும் சேர்த்துக் கூட்டிப்

பார்த்தான். ஏதோ நடக்கக் கூடாதது நடந்திருக்கிறது என்பது மட்டும் தெரிந்தது. காலையில் வைத்தியசாலைக்குப் போய் தவராசாவைப் பார்ப்போம் என அமைதியானான். இருந்தாலும் விடியும்வரை தூக்கம் வரவில்லை.

எழுந்ததும் முதல் வேலையாக வைத்தியசாலைக்குப் போனான். தாதியிடம் தன்னை அறிமுகப்படுத்தி, நேற்று இரவு வைத்தியசாலைக்கு வந்த இலங்கைத் தமிழரைப் பார்க்கலாமா? எனக் கேட்டான். தாதி எதுவும் பேசாது வைத்தியரைக் கூட்டி வந்தார். பாலமுருகன் தன்னுடைய பல்கலைக்கழகப் பின்னணி பற்றியும் தான் அங்கீகரிக்கப்பட்ட மொழிபெயர்ப்பாளர் என்பதையும் சொல்லி, தானே நள்ளிரவு மொழிபெயர்த்ததாகவும் சொன்னான். அதன் பிறகே வைத்தியர் சற்று இறங்கி வந்து சில விபரங்களைத் தெட்டம் தெட்டமாகச் சொன்னார். மயக்கமாகக் கொண்டுவரப்பட்டவரின் குருதியில் ஹிரோயின் என்னும் போதைப் பொருள் பெருமளவு இருந்ததால் மாரடைப்பு ஏற்பட்டு மரணமானதாகவும் கூடவந்தவரைப் பொலீசார் கைது செய்துகொண்டு போனதாகவும் சொன்ன டாக்டர், வைத்திய தர்மம் கருதி மேலதிக விபரம் சொல்ல மறுத்து விட்டார். பாலமுருகனுக்கு தலை சுற்றியது. ஜேர்மனியில் போதைப்பொருள் வைத்திருப்பது, விற்பனை செய்வது, கடத்துவது, உதவி செய்வது போன்ற குற்றச் செயல்களுக்கு கடுமையான தண்டனை கிடைக்கும். அதிலும், ஹிரோயின் போதைப் பொருள் என்றால் இருபது வருடங்கள் வரை மறியல் தண்டனை கிடைத்த பல வழக்குகளில் பாலமுருகன் மொழிபெயர்ப்பாளனாகக் கடமையாற்றி இருக்கிறான்.

ஆயிரத்து தொளாயிரத்து எண்பதுகள் வரை, பெரும்பாலான வடபகுதி இளைஞர்களுக்கு ஹிரோயின் என்றால் என்னவென்று தெரிந்திருக்காது. அதிகபட்சம் கஞ்சா, அபின் போன்ற போதைப் பொருள்களின் பெயர்களைக் கேள்விப்பட்டிருப்பார்கள். இத்தகைய சூழலில் வாழ்ந்த தவராசா எப்படி இதில் மாட்டுப்பட்டான் எனப் பல கோணங்களிலும் யோசித்து மூளையைக் குழப்பினான்.

மேற்கு பேர்ளினுக்கு, அந்தக்காலத்தில் போதைப் பொருள்களின் வரத்து அதிகமாக இருந்தது. இவற்றுள் பெரும்பாலானவை மும்பையிலிருந்து கிழக்குபேர்ளின் ஊடாக அகதிகள் என்ற போர்வையில் வருபவர்களால் கடத்தி வரப்படுபவை. பிடிபட்ட பலர் பேர்ளின் மறியல் சாலையில் விசாரணைக்காக காத்திருக்கிறார்கள். வழக்கு முடிந்தவர்கள் வெவ்வேறு சிறைகளில் தண்டனை அனுபவிக்கிறார்கள்.

இவர்களில் கணிசமானோர் இலங்கைத் தமிழர்கள். அனைவரும் முப்பது வயதுக்கு உட்பட்ட இளைஞர்கள். சில பெண்களும் இருந்தார்கள். பலர் அப்பாவிகள், ஏமாற்றப்பட்டவர்கள்.

போதைப் பொருள் கடத்தலின் கேந்திர நிலையம் மும்பை. ஆப்கானில் பொப்பி பயிரிடுதலும் அதிலிருந்து ஒப்பியம், ஹிரோயின் என்பன தயாரித்தலும் குடிசைத் தொழில். அங்கிருந்தே ஈரான் வழியாக போதைப்பொருள் மும்பைக்கு வந்து உலகமெங்கும் கடத்தப்படுவதாகச் சொல்லப்படுகிறது. இதற்கென்றே பல மாபியா கும்பல்களும் பாதாள உலக கோஷ்டி களும் மும்பையில் இயங்குகின்றன. இயக்கக்காரர்களும் இதில் ஈடுபடுவது பற்றி பேர்ளின் சிறையில் வாடும் தமிழ் இளைஞர்கள் நீதிமன்றத்தில் வாக்குமூலம் கொடுத்திருக்கிறார்கள்.

ஹிரோயின் கடத்தும் செயலில் தவராசா ஈடுபட்டிருக்க மாட்டான் என்று பாலமுருகன் நம்பினான். அன்றே தனக்குத் தெரிந்த நல்லதொரு கிறிமினல் லோயரை ஒழுங்கு செய்து அவருடன் மொழிபெயர்ப்பாளர் என்ற கோதாவில் பொலீஸ் பங்கருக்குள் இருக்கும் தவராசாவைச் சந்திக்க ஒழுங்குகள் செய்தான். ஒதுக்கப்பட்ட நேரத்துக்கு முன்னரே லோயரும் பாலமுருகனும் போய்விட்டார்கள். அதனால் அருகேயுள்ள கபே ஒன்றில் அமர்ந்து கப்பச்சீனோவுக்கும் சீஸ் கேக்குக்கும் ஓடர் கொடுத்தார்கள்.

லோயர் தனது சிகரெட் கேஸிலிந்து விலை உயர்ந்த சிகரெட் ஒன்றை உருவிப் புகைத்துக்கொண்டு பேச ஆரம்பித்தார்.

பாலமுருகன், உங்கள் நாட்டவர்கள் பயங்கர பேர்வழிகளாக இருக்கிறார்கள், எனச் சொல்ல வந்ததை முடிக்காமல் புகையை உள்ளே ஆழ இழுத்து அனுபவித்து ஊதினார்.

என்ன நடந்தது? என்னும் பாவனையில் லோயரின் முகத்தைப் பார்த்துக்கொண்டிருந்தான் பாலமுருகன்.

கொண்டோம் எனப்படும் ஆணுறைக்குள் ஹிரோயின் போதைப் பொருளைப் பொதிந்து, மலவாசலூடாக பெருங்குடலுக்குள் தள்ளி, மும்பையிலிருந்து கடத்தி வந்திருக் கிறார்கள். ஒன்று இரண்டல்ல, இறந்தவர் நாலு கொண்டோம்கள் நிறையக் கடத்தி வந்திருக்கிறார். அதில் ஒன்று குடலுக்குள் வெடித்ததால், ஹிரோயின் உடலுக்குள் பரவி இறந்துள்ளார் எனத் தான் சேகரித்த தகவல்களைச் சொன்னார் லோயர்.

பாலமுருகனுக்கு உடலில் உஷ்ணம் பரவி வேர்த்தது. தவராசாவும் கொண்டு வந்தானா? என பயம் கலந்த தயக்கத்துடன் கேட்டான்.

இல்லை. அவனது உடலுக்குள்ளோ, கொண்டுவந்த பொதிக்குள்ளோ எதுவுமில்லை. ஆனால் ஒரு சிக்கல் என்று பொறுத்த இடத்தில் நிறுத்தி, புகைத்து முடித்த சிகரெட் கட்டையை சாம்பல் கிண்ணத்தில் அழுத்தி நூர்த்தார்.

பாலமுருகனுக்கு இதயம் வேகமாக அடித்தது. என்ன சிக்கல்? என அவசரப்படுத்தினான்.

இவருடன் வந்த மற்றவர்களைக் கைது செய்யும்வரை, இவரை வைத்திருப்பார்கள். இவரைத் தடுத்து வைத்திருப்பதற்கு அவர்களுக்கு ஒரு காரணம் வேண்டுமல்லவா? அதனால் இறந்தவர் ஹிரோயின் கடத்த தவராசா உதவினார் என்ற குற்றச்சாட்டை முன்வைக்கலாம்.

தவராசா நடந்ததைச் சொன்னால்?

ஆதாரம் வேண்டுமே, இருந்தாலும் முயற்சிப்போம். அதே வேளை உனக்கும் ஒரு புத்திமதி. எந்த இடத்திலும் தவராசாவைத் தெரிந்ததாகக் காட்டிக் கொள்ளாதே. அது நீ செய்யும் தொழிலுக்கு நல்லதல்ல என எச்சரித்தார் லோயர்.

தவராசாவை இன்னமும் நீதவான் முன்னால் கொண்டுபோகாது பொலீசார் தங்கள் கட்டுப்பாட்டிலேயே வைத்திருந்தார்கள். விரிவான பொலீஸ் விசாரணை இன்னமும் தொடங்கவில்லை என லோயர் சொன்னார். பொலீஸ் நிலையங்களில் வழக்கறிஞர்களைச் சந்திக்கும் அறை, சிறைச் சாலைகளில் உள்ளது போன்று வசதியானதல்ல. இங்கு அறையை இரண்டு பகுதிகளாக, கம்பிச் சட்டங்களினால் பிரித்திருப்பார்கள்.

கைது செய்யப்பட்டவரையோ அல்லது குற்றம் சுமத்தப்பட்ட வரையோ இரகசியமாக வழக்கறிஞர் சந்தித்து உரையாடுவ தற்கும் வாக்குமூலம் எடுப்பதற்கும் உரிமையுண்டு. இவர்களது உரையாடலை ஒட்டுக்கேட்பதோ அல்லது இரகசியமாகப் பதிவு செய்வதோ அல்லது அடித்துத் துன்புறுத்தி வாக்குமூலம் வாங்குவதோ ஜேர்மனியில் நடப்பதில்லை. சட்டங்களைக் கடினமாக நடைமுறைப்படுத்தினாலும் கண்ணியமாக நடந்து கொள்வார்கள். நாட்கணக்கில் தனிமையில் வாடவிட்டு வாக்குமூலம் எடுப்பது அவர்களின் தந்திரோபாயம்.

பாலமுருகனை, லோயர் தனது மொழியெர்ப்பாளர் என்று குறிப்பிட்டு விண்ணப்பித்திருந்தார். இதனால் பாலமுருகன் உள்ளே போவதில் சிக்கல் எதுவும் இருக்கவில்லை. இருவரும் கம்பிச் சட்டங்களுக்கு வெளியே அமர்ந்தார்கள். வழமைபோல அறையில் வெளிச்சம் மங்கலாகவே இருந்தது. இப்படிப் பலமுறை பொலீசார், நீதிபதிகள், வழக்கறிஞர்களுடன் பாலமுருகன்

மொழிபெயர்க்கச் சென்றிருக்கிறான். ஆனால் இன்று? மண் அளைந்த நாள் தொடக்கம் உற்ற நண்பனாய் இருந்த ஒருவன் மாட்டுப்பட்டிருக்கிறான் என்ற எண்ணம் மனதைக் குடைந்து வருத்தியது.

இருவரும் கம்பிச் சட்டங்களுக்கு வெளியே போடப்பட்டிருந்த இரும்புக் கதிரையில் அமர்ந்தார்கள். அந்த அறைக்கு யன்னல் இல்லாததால், உள்ளிருந்த காற்றை வெளியே இழுத்து, புதிய காற்றை உள்ளே விடுவதற்காகப் பொருத்தப்பட்ட காற்றாடி, ஒரே சீராக இயங்கிக்கொண்டிருந்தது. சட்டங்களுக்கு உள்ளே இருந்த இரும்புக் கதவைத் திறந்து காவலர் ஒருவர் தவராசாவைக் கூட்டி வந்தார். கை விலங்கு அகற்றப்படாமல் அங்கிருந்த ஒற்றைக் கதிரையில் தவராசாவை அமர வைத்த காவலர், முப்பது நிமிட சந்திப்பு முடியும்போது மீண்டும் வருவதாகச் சொல்லி உள்ளே போனார். வாடிச் சோர்ந்து கூனிக் குறுகி விலங்குடன் இருந்த தவராசாவைக் கண்டதும் கரைகட்டி உடைந்த கண்ணீர் கன்னத்தில் வழிய, புறங்கையால் துடைத்தான். காற்றாடி சுழலும் சத்தம் மட்டும் கேட்டுக்கொண்டிருந்தது. தவராசா மிரட்சியுடன் நிமிர்ந்து லோயரைப் பார்த்தான். பாலமுருகன் பக்கம் திரும்பவில்லை. அவனுடைய கண்கள் வீங்கிச் சிறுத்திருந்தன. கைகள் நடுங்கியதால் கை விலங்கு சத்தம் எழுப்பியது. பாலமுருகனை இன்னமும் அவன் இனம் காண வில்லை. ஜடமாட்டம் விறைத்துப்போய் உட்கார்ந்திருந்தான். அதனால் பாலமுருகனே தன்னிச்சையாக அமைதியைக் கலைத்தான்.

தவராசா, என்னைப் பார், பாலமுருகன் வந்திருக்கிறன். உனக்காகப் பேச ஒரு லோயரையும் கூட்டி வந்திருக்கிறன் என்று விஷயத்தைச் சொல்லி முடிக்க முன்னரே, விக்கலும் கேவலும் ஒருங்கே வெடித்துக் கிளம்ப அவன் பக்கம் திரும்பி, பாலமுருகா என விம்மினான். அவனால் தொடர்ந்து பேசமுடியவில்லை. கண்களில் வழிந்த நீர் காற்றாடியின் வேகத்தில் துளிகளாகின.

லோயர் நேரத்தை வீணாக்க விரும்பவில்லை. என்ன நடந்ததென நீயே கேட்டுச்சொல் என்றார் பாலமுருகனிடம்.

நீ நிரபராதி என்று எங்களுக்குத் தெரியும். உன்னிடம் போதைப் பொருள் இருக்கவில்லை என்றே பொலீஸ் குறிப்பில் இருக்கிறது. ஆனால் நீ போதைப் பொருள் கடத்தியவர்களுடன் சேர்ந்து பேர்ளினுக்கு வந்ததால் நீயும் கடத்தலுக்கு உடந்தை எனக் குற்றம் சாட்டலாம். உன்னுடன் வந்தவர்கள் யார் என்று சொல்வதன் மூலம்தான் நீ வெளியே வரமுடியும். அதே வேளை எந்த இடத்திலும் நீ என்னைத் தெரிந்ததாகக் காட்டிக்

கொள்ளாதே. அது எங்கள் இருவருக்கும் நல்லதல்ல எனக் காலத்தைக் கடத்தாமல் ஓரே மூச்சில் விஷயங்களைச் சொல்லி முடித்தான் பாலமுருகன். அது அவனுக்கு இலகுவாகவும் இருந்தது.

தவராசாவுக்கு அப்பொழுதுதான் தன்னுடன் வந்தவர்கள் போதைப் பொருள் கடத்தி வந்ததும், அதற்காகத்தான் தான் கைது செய்யப்பட்டிருப்பதும் தெரியவந்தது. இதுவரை தான் விசா இல்லாமல் பேர்ளினுக்குள் வந்ததற்காக கைது செய்யப் பட்டதாகவே நினைத்துக்கொண்டிருந்தான்.

நடந்ததைக் கேட்டு தவராசா நிலை குலைந்து போனான். லோயர் மணிக்கூட்டைக் காட்டி நேரமாகிறது, என அவசரப் படுத்திய உடல்மொழியைக் கண்ட தவராசா, நடந்ததைச் சொல்லத் துவங்கினான்.

ஊரிலிருந்து வெளிக்கிட்டு, நாலு மாதமளவில் மும்பையில் தங்கியிருந்து, போன ஞாயிற்றுக் கிழமை காலையில்தான் பிளேன் ஏறினோம். ஏஜெண்ட் செந்தில்தான் எங்களைக் கூட்டி வந்தான்.

எங்களை என்றால்?

என்னுடன் மொத்தம் பதினாறு பேர், அனைவரும் இலங்கைத் தமிழர்கள். மேற்குபேர்ளின் சுரங்க இரயில் பெட்டி களில் நாலு நாலு பேராகப் பிரித்து ஏற்றிய செந்தில், கதவு சாத்தும் நேரம் சடாரென இறங்கி விட்டான்.

உன்னுடன் வந்த பதினைந்து பேரின் விபரம் தெரியுமா?

மூன்றுபேரை மட்டும் தெரியும். அவர்களை உனக்கும் தெரியும்.

தவராசா சொன்னதைக் கேட்டு ஜெர்க் ஆகி, பதறிப்போன பாலமுருகன் யார் அவர்கள்? என்றான்.

எங்கள் பள்ளிக் கூடத்தில் முன்னர் படித்த பாலன், சந்திரன், பற்பன் என்ற மூன்றுபேர். படிப்பைக் குழப்பிக்கொண்டு இயக்கத்துக்குப் போனாங்களே, அவங்கள்தான்.

மேலே சொல்லு என அவசரப்படுத்தினான் பாலமுருகன்.

நீ ஊரில் இல்லாத காலம் அது. இயக்கத்திலிருந்து பிரிந்து ஊரிலே கொஞ்சக் காலம் தாதாக்கள் போலச் சுற்றித் திரிந்தார்கள். நீண்டகாலத்தின் பின்னர் அவர்களை மும்பையில் மீண்டும் கண்டிருக்கிறேன். அவர்கள் மூன்று பேரும்தான் ஏஜென்ட் செந்திலுக்கு உதவியாக எங்களைக் கூட்டிவந்தவர்கள்.

தவராசா, கவனமாய்க் கேள். எந்தளவுக்கு அவர்களைப் பற்றி நீ விபரம் கொடுக்கிறியோ, அந்தளவு விரைவில் உன்னால் வெளியில் வரமுடியும் என நிலைமையை விளக்கினான் பாலமுருகன்.

நீயும் என்னைச் சந்தேகிக்கிறாயா பாலமுருகா? எனக் கண் கலங்கியவன் பின்னர் யோசித்து, வைத்தியசாலையில் இருப்பவருக்கு விபரம் தெரியலாம், கேட்டுப்பார் என்றான்.

உரையாடல்கள் அனைத்தும் தமிழிலும் ஜேர்மன் மொழிபெயர்ப்பிலும் நடந்தன. வைத்தியசாலைக்குக் கொண்டு செல்லப்பட்டவன் பற்றிய கதை வந்ததும், லோயர் ஆங்கிலத்தில், அவர் இறந்துவிட்டார் என்றார் சுருக்கமாக.

தவராசாவுக்கு அதிர்ச்சியில் வேர்த்து ஒழுகியது. வார்த்தைகள் கோர்வையாக வரவில்லை. அந்த நேரம் பார்த்து, சந்திக்கும் நேரம் நிறைவடைந்ததாகச் சொல்லி காவலர் உள்ளே நுழைந்தார்.

என்ன நடந்தது எனச் சொல்லுடா, என வார்த்தைகளைக் கடித்துத் துப்பினான் தவராசா.

கிடைத்த சில நிமிட நேர அவகாசத்தில், ஆணுறையுள் பொதிந்து பெருங்குடலுள் மறைத்து, போதைப் பொருள் கடத்தி வந்ததையும் ஆணுறை வெடித்து ஹிரோயின் உடலில் பரவியதால் இறந்ததையும் சில சங்கேத வார்தைகளைப் பாவித்து காவலருக்கு விளங்காத வகையில் அவசர அவசரமாகச் சொல்லி முடித்தான்.

தான் சிக்கலான வலைப்பின்னலுக்குள் மாட்டுப் பட்டிருப்பதை உணர்ந்த ஏக்கத்தில் நடக்கப் பலம் இல்லாமல் நடந்துபோன தவராசா பங்கருக்குள் போய் நடந்தவற்றை மீண்டும் நினைத்துப் பார்த்தான்.

விமானப் பறப்பின்போது, எதுவும் சாப்பிடாமலும் குடிக்காமலும் கழிவறைக்குப் போகாமலும் பாலன், சந்திரன், பற்பனின் கண்காணிப்பில் அவர்கள் வந்ததன் காரணம் அப்போது விளங்கியது!

15

பேர்ளின் மொஹபீட் (Moabit) சிறைச்சாலை!

இது உலகின் ஆடம்பர சிறைச்சாலைகளில் ஒன்று. இதை 1842ஆம் ஆண்டு தொடக்கம், பகுதி பகுதியாகக் கட்டினாலும் பல்வேறு தடங்கல்கள் காரணமாக 1888ஆம் ஆண்டிலேயே இது பாவனைக்கு வந்தது. இரண்டாம் உலக யுத்த முடிவில், 1945ஆம் ஆண்டு, குண்டுவீச்சால் பாதிப்படைந்ததால் 1962ஆம் ஆண்டு புதுப்பித்தார்கள். இது ஒரு நட்சத்திர வடிவத்தில் ஐந்து, நான்கு மாடிக் கட்டிடங்கள் இணைந்த புதுவிதமான கட்டிடம். பத்தொன்பதாம் நூற்றாண்டிலேயே பனோப்டிகான் (Panoptican) கட்டிடக் கலையைப் பின்பற்றிக் கட்டினார்கள்.

பனோப்டிகான் வடிவமைப்பின் படி, சிறையிலுள்ள அனைத்துக் கைதிகளையும் ஒற்றைக் காவலர், நட்சத்திர மையத்தின் பாதுகாப்புக் கோபுரத்திலிருந்து கண்காணிக்க முடியும். தாங்கள் எப்போது பார்க்கப் படுகிறோம் என்பதை, கைதிகள் அறிய முடியாது. இதன் மூலம், எல்லா நேரங்களிலும் கண்காணிக்கப்படுகிறோம் என்ற நினைப்பில் கைதிகளை வைத்திருக்கலாம். இதுதான் அந்தக் கட்டிடத்தின் முக்கிய சிறப்பு.

சுத்தமான படுக்கை விரிப்புகள், போர்வைகள், தளபாடங்கள் கொண்ட எட்டு சதுர மீட்டர் பரப்பளவினாலான 971 அறைகள் இந்தச் சிறையில் உண்டு. அதிகபட்சம் 1700 கைதிகளையே இங்கு வைத்திருக்க அனுமதியுண்டு. பெரும்பாலும் விளக்க மறியல் கைதிகளே 1962ஆம் ஆண்டு தொடக்கம் இங்கு அடைக்கப்படுகிறார்கள்.

தவராசாவும் இங்குதான் செல் இலக்கம் 302இல் விளக்க மறியல் கைதியாக இருக்கிறான். மும்பையிலிருந்து இவனுடன் பேர்ளினுக்கு

வந்தவர்கள் இன்னமும் பிடிபடவில்லை. செந்திலும் மற்ற ஏஜென்சிகளும் தொடர்ச்சியாகப் பெருவாரியான தமிழர்களை மேற்குபேர்ளினுக்கு கூட்டி வந்தாலும் கடவையைக் கடக்காது பொலீசாருக்குத் தண்ணி காட்டினார்கள். தொடர்ந்தும் போதைப் பொருள்கள் பெருமளவில் கடத்தப்படுவது மேற்குபேர்ளின் பொலீசாருக்குப் பெருத்த தலையிடியாகவும் சவாலாகவும் அமைந்தது. ஆணுறைக்குள் பொதிந்து பெருங்குடலுள் கடத்திவரும் டெக்னிக்கை ஜேர்மன் பொலீசார் இலங்கைத் தமிழர்களிடமிருந்தே கற்றுக்கொண்டார்கள் என பத்திரிகை ஒன்று செய்தி வெளியிட்டு, நையாண்டி பண்ணியது. இதனால் பிளேனிலிருந்து இறங்கி மேற்குபேர்ளினுக்குள் நுழையும் தமிழ் அகதிகளை, முடிந்தவரை பிடித்து வைத்தியரின் உதவியுடன் குதவாசலுக்குள் விரலை விட்டுப் பார்க்கத் துவங்கினார்கள். இத்தகைய சோதனைகளின்போது ஜனன வாசலுக்குள் மறைத்து வைத்து, ஹிரோயின் கடத்திய பெண்கள் சிலர் பிடிபட்டார்கள்.

கடத்தி வந்தவர்களில் பெரும்பாலான தமிழர்கள் மும்பையில் ஏமாற்றப்பட்டவர்கள். இவர்களின் பொலீஸ் விசாரணைகளிலும் நீதிமன்ற வழக்குகளிலும் பாலமுருகன் மொழிபெயர்ப்பாளனாகப் பணியாற்றி இருக்கிறான். இலங்கையிலிருந்து வெளிக்கிட்டு, மும்பையில் ஏஜென்சியால் ஏமாற்றப்பட்டு, கடவுச்சீட்டும் இல்லாமல் தவித்து நின்றவர்களே போதைப்பொருள் கடத்தல்காரரின் இலக்காக இருந்தது. பாஸ்ப்போட், ரிக்கற் முதற்கொண்டு அனைத்தும் ஒழுங்கு செய்யலாம், அதற்காக நீங்கள் எமக்குச் செய்யவேண்டியது ஒரேயொரு உதவிதான். நாங்கள் தரும் மருந்துப் பொட்டலத்தைக் கொண்டுபோக வேண்டும், என்று விஷயத்தை இலகுவாக்குவார்கள். இப்படி முன்னர் கொண்டு போன பலர், பிரச்சினை எதுவுமில்லாமல் போய்ச் சேர்ந்து, விசா கிடைத்து, வேலை செய்து, பணம் சம்பாதிக்கிறார்கள் என்ற ஆசை வார்த்தைகளே பலரையும் கடத்தத் தூண்டியது.

போதைப் பொருள் கடத்த உதவி செய்தது, அதன் மூலம் ஒருவர் மரணமாகக் காரணமாக இருந்தது என்ற குற்றச் சாட்டுக்களை தவராசா மீது சுமத்தியிருந்தார்கள். பாலமுருகன் ஒழுங்கு செய்த லோயர் பேர்ளினிலுள்ள பிரபல கிறிமினல் வழக்கறிஞர். அவரைத்தாண்டி தவராசாவை நீதிபதி முன் நிறுத்தச் சிரமப்பட்டதால் காலம் கடந்துகொண்டு போனது. தவராசா குற்றவாளி என இன்னமும் நிரூபிக்கப்படாததால், லோயரின் ஆலோசனைப்படி அகதி அந்தஸ்து பெறுவதற்கான மனுவும் போடப்பட்டது.

அகதியின் பேர்ளின் வாசல் 141

தவராசா சிறையில் இருப்பது ஊரில் தெரியாது. ஆனால், பாலமுருகன் என்ற யாழ்ப்பாணத் தமிழர் அகதி அந்தஸ்தைத் தீர்மானிக்கும் பொறுப்பில் இருக்கிறார் என, அகதி மனுச் செய்தவர்களுக்கு மொழிபெயர்ப்புச் செய்வதைப் பெரிதுபடுத்தி பாமரத்தனமான கதை ஊரில் உலாவியது. பாலமுருகன் இப்ப படிப்பை விட்டிட்டான் என்று அப்புத்துரை வாத்தியார் தன் பங்குக்கு கதை பரப்பினார்.

பாலமுருகன் தனது ஆராய்ச்சியை நிறைவு செய்து, தரவுகளைக் கணித்து டாக்டர் பட்டத்துக்கான கட்டுரை எழுதும் பணியில் ஈடுபட்டிருந்த காலமது. இருந்தாலும் தவராசாவைச் சந்தித்து ஆறுதல் சொல்ல அவன் தவறுவதில்லை. ஒருமுறை சென்றபோது, தன்னுடன் சிறை அறையில் இருப்பவர், அலெக்ஸ் என்னும் ஒரு ஜேர்மனியர் என்றும் அன்பான மனிதர் என்றும் அலெக்ஸ் புராணம் பாடினான். அவரிடம் ஜேர்மன் மொழி கற்றுக்கொள்வதாகச் சொல்லி ஜேர்மன் மொழியில் பேசிக்காட்டினான். அப்பொழுது அவனுடைய பேச்சிலும் அங்க அசைவுகளிலும் ஒருவகையான பெண்மைத் தன்மை வெளிப்பட்டதை பாலமுருகன் அவதானித்தான்

இரண்டு வருடங்கள் இழுபறிக்குப் பின்னர், தவராசா நீதிபதிகளின் முன் நிறுத்தப்பட்ட போதிலும் வழக்கு நின்று பிடிக்கவில்லை. குற்றத்தை நிரூபிக்கப் போதிய ஆதாரங்கள் இல்லையென தவராசா விடுதலை செய்யப்பட்டதுடன் அகதி அந்தஸ்துக் கோரிய மனுவின் காரணமாக மேற்குபேர்ளினில் தொடர்ந்தும் தங்கியிருக்க அனுமதிக்கப்பட்டான்.

அதற்கு சில மாதங்களுக்கு முன்னர் அலெக்ஸ் விடுதலை யானது ஒரு தற்செயலான நிகழ்வு.

ஊரில் கந்தையா சும்மா இருப்பாரா? தனது சந்ததிக்கு ஒரு வாரிசு வேண்டும் என அவதிப்பட்டார். தவராசா மறியலில் இருந்த காலத்திலும் பின்னரும் கந்தையாவின் கடிதப் போக்குவரத்து அனைத்தும் பாலமுருகனின் விலாசத்துக்கே நடந்தது. தவராசா, பாலமுருகனுக்கு தன்னுடைய உயிரையே கொடுக்கத் தயாராக இருந்தான். இருந்தாலும் தன்னால் அவனது படிப்பு குழம்பக் கூடாதென்ற எண்ணத்தில், அலெக்ஸ் ஒழுங்கு செய்த அறையில் தங்கியிருந்தான்.

கந்தையா வழமைபோல தனது கருமத்தில் கண்ணாயிருந்தார். சொல்லாமல் கொள்ளாமல், ஏஜென்சி மூலம் தங்கராணியைத் தாலி கூறை சகிதம், மேற்குபேர்ளினுக்கு அனுப்பிவைத்தார். சும்மா அல்ல, கொழுத்த சீதனமும் டொனேசனும் வாங்கிக் கொண்டுதான் பிளேன் ஏற்றிவிட்டார். தவராசாவின் கையில்

தங்கராணியை ஒப்படைப்பதாக கந்தையாவிடம், ஏஜென்ட் மேலதிகமாகப் பணம் வாங்கி இருந்தானாம்.

தங்கராணி கெட்டிக்காரி. கைதடி சித்த மருத்துவக் கல்லூரியில் படித்தவள். வழமைபோல ஏஜென்ட், தங்கராணியைக் கடவையில் விட்டுவிட்டு மாறிவிட கெட்டித்தனமாக முகாமுக்கு வந்து சேர்ந்திருக்கிறாள். முகாமில் தவராசாவை விசாரித்தபோது ஒருவருக்கும் அவனைத் தெரிய வில்லை. பாலமுருகன் என்றதும், அவரைத் தெரியும் அவர் எங்கடை 'டொல்மேச்சர்' என மொழிபெயர்ப்பாளருக்கான ஜேர்மன் பதத்தைக் குறிப்பிட்டு விபரம் சொன்னார்கள். எப்படியோ விலாசத்தைக் கண்டுபிடித்து பாலமுருகனின் முன்னால் வந்து நின்றாள் தங்கராணி.

அடுத்த பிரச்சினை ஆரம்பமாகியது!

ஆரைக் கேட்டு அவர் இங்கை பொம்பிளை அனுப்பி யிருக்கிறார்? எனத் துள்ளிக் குதித்த தவராசா தங்கராணியைச் சந்திக்க மறுத்துவிட்டான். தங்கராணி விடவில்லை. தவராசாவின் இருப்பிடம் தெரியாததால், அடிக்கடி பாலமுருகனிடம் வந்து, தவராசா என்ன சொல்லுறார்? எனக் கேட்டுச் சொல்லுங்கோ எனக் கரைச்சல் கொடுத்தபடி இருந்தாள். ஒரு கட்டத்தில் பொறுமை இழந்து, அவற்றை அறைக்குப்போய் பெற்றோல் ஊற்றிக் கொழுத்தி, தீக்குளிப்பன் எண்டு சொல்லுங்கோ, என எச்சரித்துவிட்டுச் சென்றாள்.

பாலமுருகன் தனது ஆராய்ச்சிக் கட்டுரையின் முக்கியப் பகுதியான தர்க்கம், முடிவுரை என்பன எழுதிக்கொண்டிருந்த நேரத்தில் தங்கராணியின் இப்படியான பயமுறுத்தல் தவராசா மேல் சினம் கொள்ள வைத்தது. நேரே அவனது அறைக்குப்போய், கடுமையாக நடந்துகொண்டபோதுதான் தவராசா அந்த உண்மையைச் சொன்னான்.

தாமதிக்காது, ஏற்ற வைத்தியரிடம் கூட்டிச் சென்றபோது தவராசா பற்றிய பல உண்மைகள் வெளிவந்தன. தவராசா ஹெற்றரோ போர்பியா (*Heterophobia*) என்னும் உளவியல் தாக்கத்துக்கு ஆளாகியிருப்பதாக டாக்டர் சொன்னார். இது ஒரு நோயல்ல, உளவியல் குறைபாடு. பெண்களை மனதால் நினைக்க முடியும் ஆனால் உடலுறவுக்குப் பெண்ணை நெருங்கும்போது பயம் ஏற்பட்டு, முடியாமல் போய்விடும், என மேலதிகத் தகவல் சொல்லி உளவியலாளரைச் சந்திக்கப் பரிந்துரை செய்தார். இந்தப் பிரச்சினையை மும்பையில் தங்கியிருந்த காலத்தில் தான் அவதானித்ததாகவும் அது இன்றுவரை தொடர்வதாகவும் கிளினிக்கிலிருந்து திரும்பும் வழியில் தவராசா

சொன்னான். தவராசாவை அவனுடைய வீட்டில் இறக்கிவிட்ட போது, இப்ப சொல்லு பாலமுருகா, தங்கராணியை நான் கட்டி அவளின்ரை வாழ்க்கையை நாசம் செய்யவேணுமோ? என்றான் கார்க் கதவைத் திறந்து பிடித்தபடி.

அவர் என்ன சொல்லுறார்? என்று கேட்டபடி அடுத்த ஞாயிற்றுக்கிழமையும் தங்கராணி பாலமுருகனைத் தேடி வந்தாள். உளநல சிகிச்சை தவராசாவுக்குப் பலனளிக்கும் என்ற நம்பிக்கையில், அவனுக்கு கொஞ்சம் அவகாசம் குடுங்கோ என்று அவளைச் சாந்தப்படுத்தி தேநீர் தயாரித்துக் கொடுத்தான். உங்களை நம்புறன் எனத் தேநீரைக் குடித்து முடித்தவள், நீங்கள் எப்ப அண்ணை, சித்திரலேகாவைக் கட்டப் போறியள்? என்றாள் திடீரென.

உடம்பெல்லாம் உஷ்ணம் பரவ விழிகளை அகல விழித்து, திடீரென ஏன் இந்தக் கேள்வி? என்னும் பாவனையில் தங்கராணியை நிமிர்ந்து பார்த்தான் பாலமுருகன்.

இல்லை அண்ணன், நான் ஊரிலை இருந்து வெளிக்கிட முன்னர்தான் இந்தக் கதை கேள்விப்பட்டனான். சித்திர லேகாவைக் கேட்டு அவையின்ரை ஆக்கள் ஆரோ வந்தவையாம். அவையும் லண்டனிலை இருக்கிற பணக்காரக் குடும்பம் எண்டு கேள்வி. மாப்பிளை லண்டனிலை இருதய வைத்திய நிபுணராம். அப்பதான் சித்திரலேகா உங்களைப் பற்றிச்சொல்ல, களபிளா தொடங்கினதாம். இதைச் சிங்கப்பூர் முருகேசர் மூலம் மணந்து பிடிச்ச அப்புத்துரை வாத்தியார், நீங்கள் இப்ப படிப்பைக் குழப்பிப் போட்டு அகதிகளுக்கு வேலை செய்யிறதாய் ஊரெல்லாம் கதை பரப்பிக்கொண்டு திரிஞ்சவர், என மூச்சு விடாமல் சொல்லி, ஒரு வெடிகுண்டைத் தூக்கிப்போட்டாள் தங்கராணி.

பாலமுருகன் உணர்ச்சிகளை வெளியே காட்டிக் கொள்ளாது கஷ்டப்பட்டு அடக்கிக் கொண்டான். இருந்தாலும் மனதுக்குள் ஏதோ செய்தது. ஆராய்ச்சிக் கட்டுரை எழுதி முடியும் வரை தொலைபேசியில் கதைப்பதில்லை என இருவரும் தீர்மானித்திருந்தார்கள். பரீட்சையில் சித்திபெற அனுப்பிய வாழ்த்து மடலில், கட்டுரை எழுதிச் சமர்ப்பித்தபின் தொடர்பு கொள்ளுங்கள், நான் காத்திருப்பேன், என்று பொருள்பட கவிதை எழுதியிருந்தாள்.

பாலமுருகனின் மனது சொல்லமுடியாத உணர்வுகளுக்குள் தோய்ந்து அமிழ்ந்தது. அவள் மீது தனக்கிருந்த காதலின் ஆழத்தை அந்தக் கணத்தில் முழுதாக உணர்ந்தான். இதுவே அவளை உரிமையுடன் நினைக்கும் இறுதித் தருணமாகி விடுமோ எனப்

பயந்தான். தங்கராணி எப்போ போவாள் எனக் காத்திருந்து லண்டன் தொலைபேசி எண்களை அழுத்தினான். மறுமுனையில் சித்திரலேகாவின் பெரியப்பா ஹலோ என்றார்.

தைரியத்தை வரவழைத்துக் கொண்டு, பேர்ளினில் இருந்து பாலமுருகன் பேசுகிறேன் என்றான்.

என்ன விஷயம்? என்றார் ஆங்கிலத்தில் சுருக்கமாக. அவரது குரலில் அதிகாரத் தொனி இருந்ததை பாலமுருகன் உணர்ந்தான்.

சித்திரலேகாவுடன் பேசலாமா? எனக் கேட்க, பாலமுருக னுக்குத் துணிவு வரவில்லை. மௌனமாக இருந்தான்.

மறுமுனையில் அவரே தொடர்ந்தார். தம்பி, இனி இந்த இலக்கத்துக்குத் தொடர்ந்து ரெலிபோன் எடுத்து எங்களுடைய நேரத்தை வீணாக்க வேண்டாம். உமக்கு நான் சொல்வது புரியும் என எண்ணுகிறேன் என ஆங்கிலமும் தமிழும் கலந்து கண்டிப்பான குரலில் சொல்லி, தொலைபேசியைத் துண்டித்தார்.

பாலமுருகனுக்கு நிலைமை புரிந்தது. அலை அலையாக சித்திரலேகாவின் நினைவுகள் மனதுக்குள் சுழன்று அடங்கின. இதயத்துள் நிறைந்திருந்த அவளின் உருவம் வெடித்துச் சிதறி, சில்லுகளாகி அத்தனையிலும் அவளது முகம் அவனை ஏக்கத் துடன் பார்ப்பது போலிருந்தது. தவராசாவுடன் மனம்விட்டுப் பேசினால் மனம் அமைதிப்படும் என்ற எண்ணத்தில் தொலைபேசியில் தொடர்புகொண்டான். அவன் வீட்டில் இல்லை. அவன் கொடுத்த இன்னுமொரு தொலைபேசி எண்ணைத் தேடி எடுத்து அழுத்தினான். மறுமுனையில் அழைப்பை ஏற்ற தவராசா, நான் வேலையில் நிக்கிறன் மச்சான், அலெக்ஸின் றெஸ்ரோரண்டில் போன கிழமைதான் ஆரம்பித்தேன் என, தான் முன்னரே இதுபற்றிச் சொல்லாததை நியாயப்படுத்தினான்.

உரையாடலின் போது பின்னணியில் கேட்ட குரல்கள் சற்று இழுவைத் தொனியில் வித்தியாசமாக இருந்தன. ஓரினச் சேர்க்கையாளர்களுக்கான கிளப் வகை றெஸ்ரோரண்ட் ஒன்றை, அலெக்ஸ் நடத்துவதாகக் கேள்விப்பட்ட செய்தியை, பின்னணிக் குரல்கள் உறுதிப்படுத்தின. இதுபற்றி மேலும் சிந்திக்கும் மனநிலையில் பாலமுருகன் இல்லை என்பதால் அதை அப்படியே விட்டுவிட்டான்.

தங்கராணி இப்பொழுது பாலமுருகனிடம் வருவதைக் குறைத்து நேரடியாக தவராசாவின் அறைக்குச் சென்று நியாயம்

கேட்க ஆரம்பித்துவிட்டாள். கந்தையாவும் ஊர்த் தபால் கந்தோரில் ட்ரங்கால் புக் பண்ணி நெருப்பெடுக்க ஆரம்பித்து விட்டார். இவை எல்லாவற்றுக்கும் தீர்வுகாண இதுதான் வழி, எனச் சமாதானம் சொல்லி அலெக்ஸின் அப்பாட்மெண்டில் வசிக்கத் துவங்கிவிட்டான் தவராசா.

சித்திரலேகாவின் கண்ணீர் நினைவுகள், தவராசா தங்கராணியின் பிச்சுப் பிடுங்கல்கள் என்பனவற்றுக்கு இடை யிலும் டாக்டர் பட்டம் பெறுவதற்கான நாநூற்று இருபது பக்க ஆராய்ச்சிக் கட்டுரையை எழுதி, பிரதிகள் எடுத்து, புத்தக வடிவமாக்கி பேராசிரியரிடம் சமர்ப்பித்து வீடு திரும்பியபோது, தபால் பெட்டிக்குள் சித்திரலேகாவின் கடிதம் காத்திருந்தது.

நான் பெரிதும் மதிக்கும் பாலமுருகனுக்கு என்று தொடங்கி சுருக்கமாக எழுதியிருந்தாள்.

அனைத்தும் கேள்விப்பட்டிருப்பீர்கள். இறுதிவரை முயற்சித்தேன். குடும்ப அந்தஸ்து என்ற கோரப் பிடிக்கு முன்னால், நான் தோற்றுப் போய்விட்டேன். மன்னித்துக் கொள்ளுங்கள், என கடிதம் முடிந்தது.

கடிதத்தை வாசித்து முடித்ததும் மரத்துப் போய் நீண்டநேரம் ஒரே இடத்தில் உட்கார்ந்திருந்தான். உண்மைக் காதல் என்பது ஒன்றுபட்ட மன இயைவு என்பதையும் பணத்தையும் அந்தஸ்தையும் பெருமை என மதிக்கும் சமூகத்தில், அது செல்லாக் காசு என்ற நிதர்சனத்தையும் புரிந்துகொள்ள பாலமுருகனுக்கு அதிக நேரம் செல்லவில்லை. சித்திரலேகாவின் சூழ்நிலையை அவனால் புரிந்துகொள்ள முடிந்தது. மனத்தின் பாரம் கண்ணீரில் வெளியேற, தன்னைச் சுதாகரித்து எழுந்து சித்திரலேகாவுக்குப் பிடித்த கவிதை வடிவத்திலேயே அவளுக்குப் பதில் எழுதினான்.

தினம் தினம் காய்ந்தாலும்
புவியை எண்ணி மாய்ந்தாலும்
பால்நிலாத் தூய்மையது
ஒருபோதும் ஓய்வதில்லை
பளிங்குருவாய் வாழுமது
புவனமுள்ள காலம்வரை

நிதம் வந்து நின்நினைவு
மனம்போல மணம் பரப்பும்
கனம் கொண்ட என் மனது கவிபாடும்
காலமெல்லாம் களிப்போடு நீ வாழ!

கவிதையை எழுதி முடித்ததும் மனம் சற்று இலேசானது. எழுந்து வீதியோரத்து நடைபாதையில் மெல்ல நடந்தான்.

கால ஓட்டத்தில் பாலமுருகனின் ஆராய்ச்சிக் கட்டுரை அங்கீகரிக்கப்பட்டு டாக்டர் பட்டம் வழங்கப்பட்டதுடன் சிறந்த ஆராய்ச்சிக் கட்டுரையென பல்கலைக்கழகத்தால் வருட முடிவில் அங்கீகரிக்கப்பட்டது. இதன் தொடர்ச்சியாக, மக்ஸ் பிளங் (Max Planck Institute) ஆராய்ச்சி நிலையம் விஞ்ஞானி என்ற உயரிய பதவி கொடுத்து பாலமுருகனை உள்வாங்கி, நிரந்தர விசாவையும் பெற்றுக்கொடுத்தது.

முடியும்வரை முயன்று பார்த்த தங்கராணி சலித்துப்போய், போடா பெட்டையா என தவராசாவைத் திட்டிவிட்டு ஊருக்குப்போய் சித்த வைத்தியம் பார்க்கிறாள். ஊரில் அவள் சொன்ன கதைகளைக் கேட்ட அதிர்ச்சியில் கந்தையா பக்கவாதம் வந்து பாயில் கிடக்கிறாராம்.

அப்புத்துரை வாத்தியார் ஆட்சி உரிமை என்று உறுதி எழுதி பாலமுருகனின் வீடு காணிகளைத் தனதாக்கிக் கொண்டார். மகள் வைதேகி ஊரிலுள்ள வாத்தியார் ஒருவரைக் கட்டி பாலமுருகனின் வீட்டில் குடும்பமாக வாழ்கிறாள்.

இவை எதையும் பொருட்படுத்தாத பாலமுருகன், மனதை அடக்கி முழுமையாக ஆராய்ச்சியில் தன்னை ஈடுபடுத்திக் கொண்டாலும் சித்திரலேகா பற்றிய மங்கலான நினைவுகள் மட்டும், இடையிடையே அவனைக் குழப்ப முனைகின்றன!

16

அது 1989ஆம் ஆண்டு!

யப்பான் விஞ்ஞானக் கழகம், பாலமுருகனுக்கு சிறந்த விஞ்ஞானிக்கான விருதை அறிவித்தது. விருதைப் பெறுவதற்காக பாலமுருகன் நவம்பர் மாதம் ஜேர்மனியிலிருந்து யப்பானிலுள்ள விஞ்ஞான நகரமான சுக்குபா (Tsukuba) சென்றிருந்தார். அவர் தங்கியிருந்த ஹோட்டல் அறையிலுள்ள ரெலிவிஷனில் யப்பானிய நிகழ்ச்சிகளே தெளிவாகத் தெரிந்தன.

யப்பான் நாடு பல சிறப்புகள் பெற்றுள்ளது. சூரியன் உதிக்கும் நாடு என்பார்கள். பூகம்பங்களை இயல்பாக ஏற்று அங்கு மக்கள் வாழ்கிறார்கள். மேற்கு நாடுகளுடன் போட்டிபோட்டு, உலகின் பொருளாதார வல்லரசாக வளர்ந்துள்ள நாடு. அதன் வளர்ச்சி உலக நாடுகளை பிரமிக்க வைப்பது. இரண்டாம் உலகப்போரிலே, ஜேர்மனியின் கூட்டாளியாகப் போராடியது. ஜேர்மனி, இத்தாலி, யப்பான் ஆகிய நாடுகள் இணைந்த கூட்டணி அச்சு நாடுகள் என அழைக்கப்பட்டன. ஜேர்மனி, போரில் தோற்ற பிறகும், இரண்டாம் உலக யுத்தத்தில் தொடர்ந்து நின்று சமர் செய்த நாடு யப்பான். அணு ஆயுதப் பிரயோகத்தால் மட்டுமே அது அடிபணிந்தது. சாம்பலிலிருந்து உயிர் பெற்று எழும் பீனிக்ஸ் பறவை போல, இன்று பொருளாதார வல்லரசாக எழுந்து நிற்கின்றது. விஞ்ஞான, தொழில் நுட்ப அறிவில் முன்னணியில் நிற்கிறது.

யப்பானில் இருந்தபொழுது இந்த வரலாற்றுப் பின்னணி பாலமுருகனின் மனதில் எழுந்ததால், அவர்கள் தரும் விருதைப் பெருமையாக நினைத்தார்.

நவம்பர் மாதம் 9ஆம் திகதி 1989ஆம் ஆண்டு, கிழக்கு ஜேர்மனியிலிருந்து மக்கள் மேற்கு பேர்ளினுக்குள் சாரிசாரியாகச் சென்றுகொண்டிருந்த காட்சி ரெலிவிஷனில் ஓடிக் கொண் டிருந்தது. நம்ப முடியவில்லை. கனவு காண்கிறேனோ என எண்ணிக் கன்னத்தில் கிள்ளிப் பார்த்தார். அவர் கண்டது நிஜம் தான்.

செக் பொயின்ற் சாளி (*Check Point Carlie*) என்பது கிழக்கு, மேற்கு பேர்ளின் எல்லையில் உள்ள, மோட்டார் வண்டிகள் செல்வதற்கான சோதனைச் சாவடி. அதனூடாக கிழக்குஜேர்மன் மக்கள், மேற்கு பேர்ளினுக்குள் செல்ல, கிழக்குஜேர்மன் அரசு அனுமதிக்காது. பேர்ளின் மதில் சுவரையும், சோதனைச் சாவடியையும் ஒட்டி கிழக்குபேர்ளின் பக்கத்தில், சூனியப் பிரதேசம் உண்டு. கிழக்குஜேர்மன் மக்கள் சூனியப் பிரதேசத்தைக் கடந்து இலகுவில் மேற்கு பேர்ளினுக்குள் புகுந்துவிட முடியாது. கைது செய்யப்படுவார்கள். மீறினால் சுடப்படுவார்கள்.

ரெலிவிஷனில் யப்பான் மொழியில் சொன்ன விபரம் பாலமுருகனுக்குப் புரியவில்லை. ஹோட்டலின் வரவேற்பறைக்கு விரைந்து போனார். அங்கு விருந்தினரை வரவேற்கவென இருக்கும் பணிப்பெண் சிறிது ஆங்கிலம் பேசுவாள். அவளிடம் விபரம் கேட்டார். 'பேர்ளின் சுவர் உடைக்கப்பட்டுவிட்டது. கிழக்குஜேர்மன் மக்கள் தங்கு தடையின்றி மேற்கு பேர்ளினுக்குள் சென்றுகொண்டிருக்கிறார்கள்' எனத் தனக்குத் தெரிந்த ஆங்கிலத்தில் கூறினாள்.

கிழக்குஜேர்மனி, ஜேர்மன் ஜனநாயகக் குடியரசாகப் பிரகடனப் படுத்தப்பட்டு, நாற்பது ஆண்டுகள் நிறைவடைந்ததைக் கொண்டாட 1989ஆம் ஆண்டு ஒக்டோபர் மாதம் 6ஆம், 7ஆம் திகதிகளில் சோவியத் தலைவர் கொபச்சோவ் (*Goberchev*) கிழக்குபேர்ளின் வந்ததும், காலத்துக்கேற்ப மாற்றங்களை ஏற்றுக்கொள்ளும்படி கிழக்கு ஜேர்மன் அரசை வற்புறுத்தியதாக வும், அதற்கு கிழக்கு ஜேர்மன் ஐக்கிய சோசலிசக் கட்சி (*SED, Socialist Unity Party of Germany*) தயக்கம் காட்டியதாகவும் அலெக்ஸ் ஒரு சந்தர்ப்பத்தில் சொன்னார். அவர் இப்பொழுது ஜேர்மன் பசுமைக் கட்சியின் (*Green Party*) பேர்ளின் செயற்பாட்டாளர். ஓரினச் சேர்க்கையாளர்களின் உரிமைகளுக்காகத் தொடர்ந்து போராடுபவர். அரசியல் தகவல்களை எப்போதும் விரல் முனையில் வைத்திருப்பார்.

கிழக்கு மேற்காக இரு துருவங்களாகத் திகழ்ந்த இருநாடுகள் இவ்வளவு விரைவில் ஒன்றிணையும் என்பது யாருமே

எதிர்பார்க்காத, சடுதியிலே நிகழ்ந்த சம்பவம் எனச் சொல்லி அலெக்ஸ் குதூகலித்தார். அன்று அவரது றெஸ்ரோரண்டில் உண்ண வந்த அனைவருக்கும் இலவசமாக வைன் வழங்கப்பட்டது.

இரு ஜேர்மனிகளும் இணைந்த பின்பு, 1990ஆம் ஆண்டு டிசம்பர் மாதம் பேர்ளின் சுவர் முற்றாக இடித்து அகற்றப்பட்டது. இடிக்கப்பட்ட பேர்ளின் சுவரின் சிறிய கொங்கிறீற் துண்டுகள் ஞாபகச் சின்னங்களாக 1990ஆம் ஆண்டுகளின் முற்பகுதியில் விற்கப்பட்டன. அதில் ஒரு துண்டை, பேர்ளினில் தனது வீட்டின் வரவேற்பறையில், கிழக்கு ஜேர்மனியில் முன்பு படித்த கொம்மியூனிச புத்தகங்களுடன், கடந்தகால கிழக்கு ஜேர்மன் வாழ்க்கையை நினைவுபடுத்த இன்னமும் பாலமுருகன் வைத்திருக்கிறார்

பொருளாதாரப் பிரச்சினையைச் சமாளிக்க முடியாத சோவியத் யூனியன், மிகப் பெருந்தொகை பணத்தை மேற்கு ஜேர்மனியிடம் பெற்றுக் கொண்டதன் பின்னரே இருநாடுகளின் ஒன்றிணைப்பை அனுமதித்தார்கள் என்று அலெக்ஸின் றெஸ்ரோரண்டில் ஜேர்மனியர்கள் கதைப்பதாக தவராசா சொன்னான்.

ஒக்டோபர் மாதம் மூன்றாம் திகதி 1990ஆம் ஆண்டு, ஜேர்மன் நாட்டின் அதிபராக இருந்த ஹேல்மூட் கோல், ஜேர்மன் ஜனநாயகக் குடியரசு என்ற கிழக்குஜேர்மனியின் பெயர் இனிச் செல்லாது என அறிவித்தபோது மேற்கில் மட்டுமல்ல கிழக்கிலும் அதைக்கொண்டாடினார்கள். கிழக்கும் மேற்கும் ஒன்றிணைந்த ஜேர்மனியாகிய பின்னர் பாலமுருகன் படித்த முன்னாள் கிழக்குஜேர்மன் பல்கலைக்கழகம் பாலமுருகனுக்குப் பேராசிரியர் பதவி வழங்கியது.

இரு ஜேர்மனிகளும் இணைந்த பின்னணியில் போலந்து, பல்கேரியா, செக்கோசிலவாக்கியா, ஹங்கேரி, ரூமேனியா, யூகோசிலவாக்கியா ஆகிய நாடுகளும் சோவியத் யூனியனின் இரும்புப் பிடியில் இருந்து விடுபட்டன.

சர்வதேச மட்டத்தில் அங்கீகரிப்பட்ட பாலமுருகன், தொழில் நிமித்தம் லண்டனுக்குச் செல்லும்போது, சித்திரலேகாவின் எண்ணம், மனதை அலைக்கழிப்பதுண்டு. இருந்தாலும் ஒருபோதும் அவரைச் சந்திக்க முயன்றதில்லை.

தவராசா இப்பொழுது அலெக்ஸின் மூன்றாவது றெஸ்ரோரண்ட் கிளையை நிர்வகிக்கிறார். வியாபாரம் சக்கைபோடு போடுகிறதாம். தானுண்டு தன் வேலையுண்டு என, இன்னமும் தனியாளாகவே வாழும் பாலமுருகனை அடிக்கடி

வந்து பார்க்கவும், றெஸ்ரோரண்டிலிருந்து விதம் விதமான சாப்பாடுகள் கொண்டுவந்து கொடுக்கவும் தவராசா தவறுவதில்லை.

முதலாம் திகதி, ஒக்டோபர் மாதம், 2017ஆம் ஆண்டு ஒருபாலினத் திருமணம் ஜேர்மனியில் அங்கீகரிக்கப்பட்டது.

தவராசா தனது அறுபத்தாறாவது வயதில், அலெக்ஸை, சட்டப்படி திருமணம் செய்துகொண்டார்.

தவராசாவின் விருப்பப்படி, பேராசிரியர் டாக்டர் பாலமுருகனே சாட்சிக் கையெழுத்துப் போட்டார்!

பின்னுரை

வரலாற்றின் குரல்

புனைவிலக்கியம் என்பது வெறுமனே கற்பனையைத் தளம்கொண்டதாக மட்டுமே இல்லாமல் சரித்திரச் சான்றுகளையும் சில பல உண்மைச் சம்பவங்களையும் உள்வாங்கிக்கொண்டு வரலாற்றின் குரல்வளையை நெரிக்காமல் மனையப்படும்போது அதன் கனதியும் கட்டுக்கோப்பும் உயரம் பல தொடும் என்பதற்கு இக்கதை சான்று. அதுவும் சாமானிய வாசகரையும் சென்றடையக் கூடிய விதத்தில் இலகுமொழியில் அமைந்து விட்டால் அவ்விலக்கியத்தின் இலக்கு எட்டப்பட்டுவிட்ட தெனலாம். அந்தவிதத்திலும் இந்நவீனம் தன் வெற்றியைப் பற்றிக்கொண்டது.

பள்ளிப் படிப்புக் காலத்தில் பல கடினமான பாடங்களெல்லாம் திறமையான ஆசிரியர்களின் ருசிகரமான உபகதைகளால் படிமானப்பட்டு இலேசாகிப் போனதுபோல, ஜெர்மனியின் பின்புலம், பூகோள அமைப்பு, ஹிட்லரின் பேராசை, அதனால் அவர் புரிந்த அடாவடித்தனம், எதிராய் அணிதிரண்ட ஏனைய மேற்குலக நாடுகள், அவற்றின் ராஜதந்திரங்கள், இறுதியில் பேர்ளின் வாசல் அகதிகளுக்காய் எப்படித் திறந்தது என்ற அரசியல் பாடத்தை ஒரு சஸ்பென்ஸ் நிறைந்த கதையோடு பின்னிப்பிணைத்து வகுப்பெடுத்து அசத்திய அசாத்தியத் திறமை படைத்த ஆசி கந்தராஜா அவர்களால் சிக்கல் நிறைந்த இந்த வரலாற்றுப் புவியியல் பாடத்தின் விளக்கம் எமக்குச் சாத்தியமானது. சரித்திரம் புவியியல் என்று பார்த்தால் சரித்திரம் கொஞ்சம் இனிக்கும். புவியியல் கொஞ்சம் கசக்கும். இந்த இரண்டும் ஒரேயளவில்

இருந்து ஒன்றையொன்று சமன்செய்துவிடாமல் இனிப்பு தூக்கலாக இருக்க வேண்டுமென்று ஆசிரியர் புனைவு என்னும் பஞ்சாமிர்தத்துக்குள் கதையைக் குழைத்துத் தந்திருக்கிறார்.

தொடர்ந்து 19 வாரங்கள் வரலாற்று நெடுந்தொடராக ஞாயிறு தினக்குரலில் வந்த ஆசி கந்தராஜாவின் 'அகதியின் பேர்ளின் வாசல்' முழுநீள நவீனம் இன்று அழகான நூல் வடிவில் எமது கரங்களில் தவழ்கிறது. இது எமக்குச் சொல்லும் பாடம் ஏனைய நாவல்களில் கிடைக்க வாய்ப்பில்லை. பத்திரிகையில் தொடராக வந்தபோதே அடுத்தது என்ன அடுத்த ஞாயிறு எப்ப வருமென வாசகர்களைத் தவம் கிடக்கவைத்த புதினம்.

வரலாற்றையும் அறிவியலையும் அடித்தளமாகக்கொண்ட புனைவிலக்கியக் களத்தில் சாதனை படைப்பதைப் பெருவிருப்பாகக் கொண்டவர் ஆசி கந்தராஜா. அதில் ஒரு சிகரம் போல் அமைகிறது இந்நாவல். மிகைப்படுத்தலும் திரிபுபடுத்தலும் இல்லாத வரலாற்றுப் புனைவுகள் அபூர்வமானவை.

அகதி என்னும் சொல் அண்மைய நூற்றாண்டுகளில் சர்வதேசத்தின் அன்றாட உச்சாடனம். இலங்கைத் தமிழர்களின் வரலாற்றிலும் நம்ப முடியாத மாற்றங்களைத் தோற்றுவித்த வார்த்தை. இனவன்முறை என்னும் பேரினவாதத்தின் கறை படிந்த கரங்களே பூமிப்பந்தெங்கும் ஈழத்தமிழர்களை ஏதிலிகளாக ஓடஓட விரட்டின. அகதிகளாக ஜெர்மனிக்குள் புகுந்தார்கள் என்பது மட்டுமே அனைவருக்கும் தெரியும். தமது எதிராளியை வீழ்த்துவதற்காக அதைச் சாத்தியப்படுத்திய உலகளாவிய அரசியலும் வல்லரசென்னும் வல்லூறுகளின் தந்திரோபாயங்களும் இன்றுவரை பலர் அறியாதது. இதற்கான தெளிவினை இக்கதைமூலம் தந்திருக்கிறார் ஆசி.

'பொட்ஸ்டம்' உடன்படிக்கை என்றால் என்ன, அது அகதிகளின் பரம்பலுக்கு எப்படி வரம் கொடுத்தது என்று பலதும் பத்தையும் பங்குக் காணிக்குள் நடுக்கிணறு வைத்து விளக்கியதெல்லாம் நாவலாசிரியரின் நயமான எழுத்துக்கு ஓர் எடுத்துக்காட்டு. உதட்டிலே நெளிந்து வளைந்து முறுவலித்தோடும் புன்னகையைத் தோற்றுவிக்கும் இங்கிதமான அங்கதச்சுவை நிறையவே கதை முழுக்கப் பரவிக் கிடக்கிறது.

'ஜெர்மனி ஏதோ நாலு பரப்புக்காணி என்ற நினைப்பில் பாலமுருகனைத் தேடிப்பிடிக்கலாம், அவனோடிருந்து தினமும் சோறு தின்னலாம் என்று தவராசா கனவு கண்டான்.' இதுதான் ஆசி. பிரச்சினைக்குள் சிக்கித் திணறும் கதைமாந்தர்கள் உலவும் இக்கதைக்குள் இப்படி அநாயாசமான நையாண்டிச்

சுவை இடைக்கிடை நகைத்துக்கொண்டே பயணிக்கிறது; அது மட்டுமல்ல.

ஆண்களும் பெண்களும் ஆடும் டிஸ்கோ நடனத்தில் 'பாபிலோன் பாடலுக்கு தோளில் ஒரு இடி. மார்பில் பக்கவாட்டில் அடுத்த இடி. பின்னர் சுழன்றடித்து பிட்டத்தில் இடி என ஆட்டம் அமர்க்களப்படும்' என்று போகும் சிருங்கார ரஸமாகட்டும், தவராசா ஒரு சிக்கலில் மாட்டி நிற்க ஆபத்பாந்தவனாகப் பால்ய நண்பன் பாலமுருகன் வந்த காட்சியின்போது,

'தமிழ் கேட்டுக் குரலுடைந்தான்.'

'கைகள் நடுங்கியதால் கைவிலங்கு சத்தமிட்டது.'

'விக்கலும் கேவலும் ஒருங்கே வெடித்துக் கிளம்ப பாலமுருகா என விம்மினான்.'

'கண்ணீர், காற்றாடியின் வேகத்தில் துளிகளாய் காற்றில் கலந்தது' போன்ற சோகம் கப்பிய எழுத்துக்களாகட்டும் அனைத்துமே சிறப்புடன் கையாளப்பட்டிருக்கின்றன.

அதிலும், மகன் வெளிநாட்டில் படித்து சிறப்பான அந்தஸ்தோடு நாடு திரும்புவான்; நொடித்துப்போன தம் வாழ்வு நிமிரும் என்று மனசெல்லாம் நிறைத்துவைத்த கனவோடு கண்ணிவெடியில் சிதறிப்போன தாயின் இழப்பைக்கூட உடன் அறிய முடியாத துக்கத்தோடு ஒருமாதம் கழித்துவந்து தாய்க்குரிய பிதிர்க்கடனைச் செய்யும் பாலமுருகனின் சூன்ய நிலை சோகத்தின் உச்சக் கட்டம். இந்த வலி பொதுவாய் அன்றைய புலம்பெயர்வாளர்களுக்கான எழுதிவைத்த விதியாக இருந்தது என்பதுதான் வேதனை.

சிறுவயதிலிருந்தே தனக்கு எழுத்தார்வத்தைத் தூண்டியது அந்த நாட்களில் *வீரகேசரியில்* தினம்தோறும் வந்துகொண் டிருந்த சிவஞானசுந்தரம் அவர்களின் 'சவாரித்தம்பர்' கேலிச்சித்திர நகைச்சுவை எழுத்துகள் என்றும் அதனால் அப்போதிருந்தே எழுதத் தொடங்கியதாகவும் ஆனால் "எழுத்து மாத்திரம் சோறு போடாது. முதலில் கல்வியில் கண்வைத்து வாழ்க்கையில் வசதியில் உன்னை ஸ்திரப்படுத்திக்கொள். அதன் பிறகு எழுதலாம்" என்ற தந்தை சொல்லை மந்திரமாகக்கொண்டு சிலகாலம் இலக்கிய வானில் அஞ்ஞாத வாசம் செய்ததாகவும் ஆசி கந்தராஜா ஒருமுறை *வீரகேசரியின்* 'சங்கம'த்தில் எழுதிய முதல் பிரசவம்' என்ற கட்டுரையில் கூறியிருந்தார். வாழ்க்கையில் ஒரு பேராசிரியராகத் தனது இலக்கை அடைந்த பின் மீண்டும் எழுத்துலகில் அவர் வீறுகொண்டெழுந்து ராட்சதப்

பாய்ச்சலாய்ப் படைக்கும் ஆக்கங்களை நாம் இப்போது அனுபவித்துக்கொண்டிருக்கிறோம்.

இவர் இயல்பிலேயே நகைச்சுவை உணர்வு மேலோங்கப் பெற்றவர். அவரது எழுத்திலே அது கரைபுரண்டு ஓடுவதால்தான் கதைக்குள் வரும் சிக்கலான உலக விவகாரங்கள், பல்லினப் பண்பாடுகளின் முரண்கள், ஒத்திசைவுகள் என்பவற்றை யெல்லாம் புன்னகையோடு விளங்கிக்கொள்ள முடிகிறது.

இதுவரை இவர் எழுதிய சிறுகதைகள், குறுநாவல்கள், புனைவுக் கட்டுரைகள், நாட்குறிப்புகள் ஏராளம். பெற்ற விருது களும் அப்படியே. அந்த வரிசையில் இந்தப் புதினமும் எடுத்தாளப்பட்ட கருப்பொருளால் தனித்துவமிக்கதாக மிளிர்கிறது. இங்கேயும் தன் கதைசொல்லும் உத்தியென்னும் முத்திரையைக் குத்தி உலக வரைபடமெல்லாம் எப்படி உடைகிற தென்று கதை சிருஷ்டித்து, ஈழத்தமிழரது அகதி வாழ்வுக்கு அது எப்படிக் கைகொடுத்தது என்று முடிச்சவிழ்க்கிறார்.

இவர் ஒரு பேராசிரியர், எழுத்துலக ஜாம்பவான் என்பதை யெல்லாம் தாண்டி வானொலியாளர், நாடக விற்பன்னர், சிறந்த மேடைப் பேச்சாளர் என்பவையெல்லாம் அவரது மணிமகுடத்திற்கு மேலும் அணிசேர்ப்பன மட்டுமல்லாமல் அவை அவரது எழுத்தையும் ஏதோவொரு வித்தியாசமான கோணத்தில் செதுக்கிச்செல்வதாகவும் படுகிறது.

கதியற்றவர்களின் கதியைக் கதைக்கும் இந்தக் கதை அகதியாய்ப்போன தவராசாவின் தறிகெட்ட வாழ்வை, வளர்மதி யின் அவலத்தை அலசுகின்ற அதேநேரம் படிக்கப்போன பாலமுருகனின் நிழலாய்த் தொடரும் பட்டும் படாத காதலின் மென்மையையும் மேன்மையையும்கூட அடிநாதமாய்த் தொட்டுச் செல்கிறது. இடையில் நந்தினியின் வருகைகூட அவனது கனவுக் காதலைக் கலைக்க முடியவில்லை என்பது கதைக்கொரு மதிப்பைக் கொடுக்கிறது. அது மட்டுமல்ல அந்தக் காதலை கவிதையால் இணைத்த விதத்தில் காதலர்கள் தோற்றாலும் காதல் தோற்பதில்லை என்பது இன்னொருமுறை இறுக்கிச் சொல்லப்பட்டிருக்கிறது.

‘ஒரு கதையென்றால் அதன் கரு, கருக்கட்டிய உயிராய்த் திடமாக இருக்க வேண்டும். நல்லதோ கெட்டதோ படிப்பினை யொன்றைக் கூற வேண்டும். வரலாற்றையொட்டிய விடய மென்றால் அதன் எல்லாப் பக்கத்தையும் அலச வேண்டும். இல்லையெனில் எதிர்காலச் சந்ததிக்கு உண்மையை மறைத்த ஒரு சரித்திரச் சறுக்கலாகிவிடும்.’ இது பேராசிரியரின் அசைக்க

முடியாத நிலைப்பாடாகத் தோன்றுகிறது. இந்தத் தார்மீகச் சிந்தனைத் திறத்தால் 'எல்லோரும் நல்லவரே' என்ற எடுகோள் அடிபட்டுப்போக இந்தப் பூமிப்பந்தில் நல்லதும் உண்டு, கெட்டதும் உண்டு என்ற யதார்த்தம் அவர் எழுத்தில் மேலோங்கிச் செல்வதைக் காணலாம்.

ஆசியின் கதைகளிலே காணும் இன்னொரு சிறப்பு - அவரது மொழிநடை! தேவையற்ற அகவய அரிப்பு இல்லாத சம்பவச் செறிவுகள் கதையை ஒரேமூச்சில் வாசிக்கத் தூண்டும் அங்கு சக்கணைகள். வாசகரைச் சலிப்புறச்செய்யும் தேய்வியம்பல் இவர் எழுத்தில் இல்லை. காரணம், மொழி வறுமை கிடையாத இலக்கியப் பிரபு. தற்படைப்புத் திறன்தான் இவரது முகவரி. தான் சுற்றிய உலகத்திலே கற்றதெல்லாம் மற்றவர்க்கும் பயனுற வேண்டும் என்ற உயரிய நோக்கில் கதை புனையும் மாண்பில் இவர் ஒரு வித்தியாசமான எழுத்தாளர். நாற்பத்தைந்து ஆண்டுகளுக்கும் மேல் புலம்பெயர் வாழ்வில் இருந்தாலும் தாய்மண்ணை, அதன் வட்டார மொழிவழக்கை இன்றைக்கும் மறக்காத எழுத்துக்குச் சொந்தக்காரர்.

'வீடு வீடாய்ப்போய் புகையிலைச் சிப்பம் கட்டித் திரிஞ்ச கணவதியின்ரை மோள் எனக்குப் பவிசுகாட்டுறாள்."

'சும்மாய் துள்ளாதை மோனை. எவ்வளவுதான் உயரப்பறந்தாலும் நீ தரைக்கு வந்துதானே ஆகோணும்."

'இங்கத்தைய கார்களிலை தம்பியருக்கு கீரிமலைப் பயணம் சரிப்பட்டு வராது. நான் என்ரை பென்ஸ் காரைக் கொண்டுவாறன். தம்பி என்னோடை வரட்டும். மற்றவைக்கு மினிபஸ் ஒழுங்குசெய்வம்."

தம்மண் துறந்து, மொழி மறந்து வாழ்கின்றவர்களை யும் ஊருக்கு ஒருமுறை இழுத்துப்போய் வாழவைக்கும் கணங்களைச் செய்யும் பேச்சு மொழிகள் இவை.

அத்துடன் வெளிநாட்டு வளி பட்டுத்திரும்பும் இளந்தாரி களைத் தங்கள் பெண்களுக்காக வேட்டையாடக் காத்திருக்கும் எமது யாழ் சமூகத்தின் முகமூடிகளைக் கிழித்து அப்புத்துரை வாத்தியாரையும் கொழும்புப் பொன்னையரையும் அம்மண மாக்கி வாய்ச்சவடால் சிங்கப்பூர் முருகேசரையும் வழிக்குக் கொண்டுவந்ததில் பாலமுருகனூடாக ஆசிரியர் சமுதாயச் சீர்கேடுகள்மீது தனக்கிருந்த ஆத்திரத்தை ஆற்றிக்கொண் டுள்ளார்.

புனைவையும் அபுனைவாகக் காட்டும் மந்திரவாதி இவர். அதனால் இது இட்டுக் கட்டின கதையா அல்லது இருந்த

கதையா என்ற மயக்க நிலையிலேயே வாசகர்களைக் கதை முடியும்வரை வைத்திருக்கும் வித்தை தெரிந்தவர். நிஜம் எது நிழல் எது என்று வேறுபடுத்திப் பார்க்க முடியாத அளவிற்குக் கதையைச் சிறப்பாக நகர்த்திச் சென்றிருக்கிறார்

அகதிகளைப் பகடைக் காய்களாக வைத்து அலைக்கழித்துத் தங்கள் ராஜதந்திரங்களைச் சாதித்துக்கொண்ட நாடுகள்தான் அதிகம். ஹிட்லரின் கொடூரச் செயலுக்குப் பிராயச்சித்த மாகத்தான் புகலிடம் கோரும் எல்லோரையும் ஜெர்மனி அரவணைத்துக்கொண்டது என்று சொல்லப்பட்டதுண்டு. ஆனால் அங்கும் அதை வைத்துக்கொண்டு ஒவ்வொரு நாடும் தமது நலனை முன்னிலைப்படுத்தி ஆடிய ஆட்டம்தான் அதிகம். அந்தச் சுழலில் அதிகம் சிக்கிக்கொண்ட ஈழத்து அகதிகளின் வாழ்க்கைப் போராட்டம்தான் கதையென்றாலும் அதற்குள் வரும் கிளைக்கதைகளுக்குள்தான் எத்தனை திருப்பங்கள்; திருகுதாளங்கள்.

ஆரம்பத்தில் மனிதன் சிந்திக்கத் தெரியாதவனாக இருந்தவரை மனிதம் புனிதமாக இருந்தது. என்றைக்குச் சிந்திக்கத் தொடங்கினானோ அன்று தொடங்கிய கபடச் சிந்தனையால் மனிதம் மரிக்கத் தொடங்கியது. பம்பாய் தாராவியின் இருண்ட பக்கம் எமக்கு வெளிச்சம்போட்டுக் காட்டுவது அதைத்தான்.

புனைவுகளை ஆவலோடு படிக்கும் ஒருவர் ஜெர்மனியின் அரசியல் பூகோள வரலாற்றை, பம்பாயின் சரித்திரத்தை, ஈழ அகதிகளின் பேர்ளினுக்கான யாத்திரைப் பாதையை இந்தப் புனைவினூடு புரிந்துகொள்வர். அப்புனைவினைப் புனைவினூடு படைத்திருக்கும் ஆசிரியரின் முயற்சி விதந்துரைக்கப்பட வேண்டியது. அந்தவிதத்திலும் இந்நாவல் இலங்கை அகதிகளைப் பற்றி எழுதப்பட்ட ஏனையவற்றை விடவும் ஒரு புதிய பரிமாணத்தைத் தொட்டு நிற்கிறது.

60—70களில் வந்த எழுத்துகளையும் இன்றைய எழுத்துகளையும் ஒப்பிட்டுப்பார்த்தால் தமிழ் நாவல்களும் தன்னுடைய முகத்தை மெல்ல மெல்ல மாற்றிக்கொண்டிருப்பது தெரியும். அதன் நிதர்சனம் இந்நூல்.

இவரது புனைவுக் கட்டுரைகளை வாசித்துக்கொண்டு போகும்போது அவற்றின் கட்டுரைத்தன்மை திடீரென்று கதையாக மாறும் மாயம் நிகழும். அதாவது இன்னொரு விதமாகச் சொல்லப்புகின் இவரது கட்டுரைகளில் சிறுகதை யின் சுவாரஸ்யம் மிளிரும். கட்டுரையிலேயே கதைக்குரிய ரசனையைக் காட்டும் இவரது ரஸவாதம் கதையென்று வரும்

போது எப்படியெல்லாம் தனித்துவத்துடன் ஜனிக்கிறதென்பதற்கு இப்புத்தகம் சான்று.

இந்தக் கதையிலே அவர் சொல்லவந்த விஷயத்தைத் துல்லியமாகத் திகட்டாத அளவோடு பிக்கல் பிடுங்கல் இல்லாமல் சொல்லியிருக்கிறார். இந்தத் திறமைக்கான அகத்தெளிவும் விஷய ஞானமும் அவரிடம் நிறையவேயுண்டு. உலகம் சுற்றிவந்த பேராசிரியரல்லவா!

இவரது உறவு, முதலில் பிறந்த மண்ணோடு தாவரங்களோடு பயிர்களோடு பயணிக்கிறது. இந்த வலிமையான பந்தம்தான் இன்றைக்கும் மண்ணின் மைந்தனாக நின்று பல்சுவைக் கதைகளையும் படைக்க வைக்கின்றது.

தமிழீழம் ஒரு போர் தின்ற தேசமாகக் கடந்த நாற்பதாண்டு களுக்கும் மேலாகப் பயணிப்பதால் போரிலக்கியம் பேசும் ஏராளம் கதைகள் பிரசவம் ஆயின. அந்தக் கதைக் களங்களி லிருந்தெல்லாம் விலகிச் சமரின் பின்விளைவுகள் தவராசா, வளர்மதி போன்ற அப்பாவிகளை ஏனைய நாடுகளின் நிகழ்ச்சி நிரலுக்குள் எப்படி மாட்டிவைக்கின்றன என்பதைச் சொல்வதாலும் அரைத்த மாவையே அரைக்காமல், வித்தியாசமான வெளியில் தடம் பதிப்பதாலும் இக்கதை நவீன நாவலிலக்கியத்தின் புதுவரவு என்பது நிச்சயம்.

'கார்ல் மார்க்ஸின் பொருளாதாரத் தத்துவத்தின்படி, பணம் என்பது சுற்றிச் சுழல வேண்டிய ஒரு பொருள்' என்று இக்கதையிலே வரும் கிழக்கு ஜெர்மன் பேராசிரியர் சொல்வதுபோல் இந்த நாவலும் ஒரு வரலாற்றுத் தொடர் என்ற வகையில் ஈழத்தில் சூல்கொண்டு வீசிய இனவழிப்பு என்ற காற்றலையால்; இந்தியா, மொஸ்கோ, கிழக்கு – மேற்கு ஜெர்மனியென்று சுற்றிச் சுழன்று அடித்துச் செல்லப்பட்ட மேகமாய் இறுதியில் உடைந்து ஒரு நெருப்பு மழையாய்ப் பொழிந்தபோது, எமது சமூக விழுமியத்துக்கு முரணான, இயற்கையின் இயல்பையே சவாலுக்கு உட்படுத்தக்கூடிய, ஆனால் தமிழுக்கு ஒரு புதிய ஆச்சரியமிக்க முடிவைக் கொடுத்தது. இதைச் சிலரால் ஜீரணிக்க முடியாமலும் இருக்கலாம். ஆனால் உலகம் எப்படியெல்லாம் மாறிக்கொண்டிருக்கிறது என்ற உண்மையை ஜீரணித்தே ஆகவேண்டுமென்ற நிலையில் இன்றைக்கு மனித சமுதாயம் இருக்கிறது என்பதுதான் நிஜம்.

கொழும்பு. **டாக்டர் செல்லையா சுப்ரமணியம்**

('எங்கட புத்தகங்கள்' பதிப்பில் வெளியான பின்னுரை)